पराजय नव्हे
विजय

सुवर्णमहोत्सव

५०

१९७१ २०२१

दिलीपराज प्रकाशन प्रा. लि.®

- वेबसाईट : www.diliprajprakashan.in
- ई-मेल : info@diliprajprakashan.in
- फोन क्रमांक : (०२०)-२४४७१७२३ / २४४८३९९५ / २४४९५३१४

पराजय नव्हे
विजय

- सन २०११ चा 'मराठी वाङ्मय परिषद बडोदा' सर्वोत्कृष्ट पुस्तकाचा पुरस्कार
- श्री. भाऊसाहेब नंदूरकर साहित्य पुरस्कार २०११ यवतमाळ (विदर्भ)
- राज्य शासनाचा उत्कृष्ट मराठी वाङ्मय निर्मिती २०१०-११ यशवंतराव चव्हाण पुरस्कार (चरित्र विषयक)

पराजय नव्हे
विजय

विजय फळणीकर
शब्दांकन : सविता फाळके

प्रकाशक : श्री. राजीव दत्तात्रय बर्वे, मॅनेजिंग डायरेक्टर
दिलीपराज प्रकाशन प्रा. लि. २५१ क,
शनिवार पेठ, पुणे -४११०३०.

© विजय ग. फळणीकर

मो.नं. ९८५०२२७०७७
website : www.aplaghar.org

लेखक : विजय फळणीकर
शब्दांकन : सविता फाळके
प्रकाशन क्रमांक : १८५०
ISBN : ९७८-८१-७२९४-८५५-९.

प्रथमावृत्ती : १६ ऑक्टोबर २०१०
द्वितीयावृत्ती : ०१ नोव्हेंबर २०१० (नागपूर)
तृतियावृत्ती : १८ एप्रिल २०११
चतुर्थआवृत्ती : १८ मे २०१२
पाचवी आवृत्ती : १५ फेब्रुवारी २०१३
सहावी आवृत्ती : १० फेब्रुवारी २०१३
सातवी आवृत्ती : १० फेब्रुवारी २०१५ (सांगली)
आठवी आवृत्ती : १७ मे २०१६
नववी आवृत्ती : १९ जुलै २०१६
दहावी आवृत्ती : १६ ऑक्टो.२०१८ (दिल्ली)
अकरावी आवृत्ती : १५ जुलै २०२१ (नेदरलँड)
मुखपृष्ठ : चिन्तामणि हसबनीस

Website : www.diliprajprakashan.in
Email : info@diliprajprakashan.in
Follows Us- available at amazon
Online available- www.diliprajprakashan.in |
दूरध्वनी : (०२०) २४४७१७२३, २४४८३९९५, २४४९५३१४

भिक्षेकऱ्यांच्या रांगेत...
संसाराच्या असंख्य अडचणीत...
'आपलं घर'ला सावरण्यासाठी...
आणि वैभवच्या जाण्याने हताश झालेल्या
आम्हा दोघांना
'आपलं घर'च्या मुलांनी आई-बाप व्हायची
संधी दिली...
त्या सर्वांना

– विजय व सौ. साधना

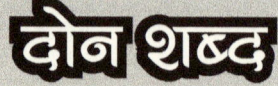

दोन शब्द

विजय फळणीकरांशी माझी ओळख डॉ. मंदार परांजपेंमुळे झाली. त्यांचं 'आपलं घर'चं कार्य मी पाहिलं. निराधार मुलांचं आयुष्य उजाड होऊ नये, त्यांच्या आयुष्यात बगीचे फुलावेत म्हणून त्यांनी किती कष्ट घेतले, घेत आहेत, हे जाणून घेतलं. त्या वेळी त्यांनी हे आताचं काम हाती घेण्याआधी फक्त 'नाटकाची आवड होती, संगीताची आवड होती, नाटकं केलीयत... बालचित्रवाणीत नोकरी केली आहे,' एवढंच सांगितलं. पण त्या आधीचं त्यांचं आयुष्य कसं होतं, हे माहीत नव्हतं. ते डॉ. अश्विनी धोंगडेंच्या 'मेनका' दिवाळी अंकातील लेखामुळे कळलं. त्या लेखाने अनेकांप्रमाणे मलाही अस्वस्थ केलं. आता ते सारं सविस्तरपणे आणि अतिशय प्रांजळपणे ह्या आत्मकथनात आले आहे. वास्तव हे कल्पिताहूनही किती थरारक, नाट्यपूर्ण (आणि काही वेळा भयानकही) असू शकतं, हे फळणीकरांचे आत्मकथन वाचून उमगतं. अनेक प्रसंग, त्यांना आलेले अनुभव वाचताना अंगावर काटा येतो. एखाद्या कादंबरीत असावीत तशी वळणं, तसे धक्के या 'पराजय नव्हे विजय'मध्ये आहेत. माणसाच्या दुर्दैवाची, हालाची, चिकाटीची आणि जिद्दीची ही कहाणी आहे.

फळणीकरांच्या हसतमुख चेहऱ्याकडे बघून त्यांनी किती सोसलंय, भोगलंय, ते कशाकशातून गेले आहेत याची अजिबात कल्पना येत नाही. त्या कटू अनुभवांच्या कसल्याच खुणा त्यांच्या चेहऱ्यावर दिसत नाहीत. वास्तव हे किती दाहक, भयंकर असू शकतं आणि माणूस जिद्दीने त्याच्यावर कसा मात करू शकतो आणि उपेक्षितांसाठी, निराधारांसाठी कामे करायला कसा कंबर कसतो, हे विजय फळणीकरांच्या पुस्तकातली प्रकरणं वाचताना उलगडत जातं.

अनाथ आणि निराधार मुलांना आसरा देऊनच ते थांबले नाहीत, निराधार वृद्धांसाठीही त्यांनी निवारा निर्माण केला. अशी वृद्धमंडळी आणि अनाथ मुलं डोणजे येथील निसर्गरम्य परिसरातल्या आश्रमात एकत्र राहतात. वृद्धाश्रमातून

अनेकदा असं दिसतं की तिथले वृद्ध जुन्या कडू-गोड आठवणी उगाळतात. भूतकाळात डोकावतात. पण इथे मुलांचा सतत सहवास असल्यामुळे ते आता भविष्यकाळातही डोकावतात!

अत्यंत प्रतिकूल परिस्थितीशी सामना करून, आघात सोसून, कठीण प्रसंगांना सामोरं जाऊनसुद्धा माणसांबद्दल, समाजाबद्दल कडवटपणा न राहणं, मनात राग, द्वेष यांना जागा न देणं, उलट सकारात्मक दृष्टी असणं, लोकांच्या हाल-अपेष्टांची,कष्टाची काळजी करणं- हे नारायण सुर्वेया महान कवीच्या अंगातले गुण मला फळणीकरांमध्येही दिसतात.

हे आत्मकथन एका माणसाच्या उत्तुंग स्वप्नं पाहण्याच्या आणि ती प्रत्यक्षात आणण्याच्या धडपडीबद्दल खूप काही सांगून जातं, दिशा दाखवतं, अंतर्मुख करतं. मला त्यांच्या एकुलत्या एक मुलाच्या मृत्यूची घटना सर्वांत जास्त चटका लावणारी वाटली. 'त्याच्या जाण्यामुळे निर्माण झालेली पोकळी भरून काढण्यासाठी मुलांच्यात राहणं, ही आमची गरज होती.' हे त्यांचं म्हणणं त्यांच्या आणि साधनाताईंच्या कार्याचं असामान्यत्व दाखवतं!

हल्ली आपण आपल्या व्यवहारांमध्ये, चिंतांमध्ये, सगळ्याच आघाड्यांवर झगडण्यामध्ये व्यग्र असतो. फार वेगाने आणि विचित्र रीतीने आजूबाजूंचं जग-माणसं बदलताना आपण पाहतो. माणसाचं अधिकाधिक आत्मकेंद्रित होणं पाहतो. विचित्र व्यवहार, मूल्यांचा ऱ्हास, बेपर्वाई, भ्रष्ट कारभार पाहून मन उद्विग्न होतं. अशा वेळी फळणीकर पतीपत्नींसारखी माणसं आपलं डोंगराएवढं वैयक्तिक दु:ख बाजूला ठेवून निराधारांसाठी काम करताना दिसतात. त्यामुळे मग माणुसकीवर विश्वास ठेवावासा वाटतो. दिलासा वाटतो. आशा जागृत राहते. समाजात काही चांगलं घडू शकतं याची खात्री पटते.

आपण स्वत: असं काही करू शकलो नाही तरी, वेगळ्या प्रकारचं आयुष्य ज्यांच्यावर लादलं गेलं; त्यांना जे मदतीचा हात देतायत, त्यांना थोडीफार मदत करावी, असं वाटतं. वाटायला हवं. फळणीकरांचं 'पराजय नव्हे विजय' वाचून असं वाटणाऱ्यांची संख्या वाढली, शेकडो हजारो हात पुढे आले तर फळणीकरांसारख्यांचं काम हलकं होईल.

– दिलीप प्रभावळकर

११ सप्टेंबर २०१०

माझी भूमिका

माघ महिना. विनायकी चतुर्थी. गणेश जन्म. त्या सुंदरप्रसन्न सकाळी श्री. विजय फळणीकरांचा फोन आला. म्हणाले, ''ताई, एका प्रकाशकाच्या आग्रहाखातर माझे आत्मचरित्र लिहायचे आहे. पण त्याचे शब्दांकन तुम्ही करावे, अशी माझी इच्छा आहे.'' मी माझ्या स्वभावानुसार तात्काळ होकार दिला. तो दिवस अक्षरश: आनंदाच्या लाटेवर हेलकावण्यात गेला. माझ्या आयुष्यात एक सुवर्णसंधी चालून आली होती, ह्या गोष्टीचा तो आनंद होता.

लिहायचं कबूल तर केलं, पण काय लिहायचं? कसं लिहायचं? ह्याचा विचार कुठे केला होता? मग लक्षात आले, त्यांच्याकडून त्यांची समग्र जीवनकहाणी ऐकायला हवी; नाही तर काहीच करता येणार नाही. तसे फळणीकरांवरचे चार-दोन लेख हाताशी होते. पण त्यातून त्यांचा जीवनप्रवास उलगडणार नव्हता.

त्यांना प्रत्यक्ष भेटून त्यांच्याकडून काही जाणून घेण्याइतका निवांत वेळ त्यांच्यापाशी नव्हताच. मग हे जमावे कसे? ह्याचे उत्तर शोधण्यात महिना गेला आणि पुण्याबाहेर कुठेतरी गेल्याशिवाय हे जमणार नाही, असं लक्षात आलं. मग फळणीकर पती-पत्नी आणि आम्ही दोघी बहिणी– अशी एक कोकण ट्रीप ठरली. तिथेच आम्ही त्यांना बोलते केले. त्याचे ध्वनिमुद्रण केले. फळणीकरांनी मग त्याची सी.डी. करून दिली. त्या वेळी ते काम साधारण पन्नास टक्के इतके झाले.

ते सर्व डोक्यात आणि मनात साठवून पुण्याला आलो. आता सी.डी. ऐकून प्रत्यक्ष लेखनाचे काम सुरू झाले. अर्थात लेखनाची ही पहिली पायरी होती. मग दुसरी पायरी म्हणजे त्यांचे कथन मी माझ्या शब्दांत लिहायची. मनापासून सांगते, ही प्रक्रिया अत्यंत रोमांचकारी आणि स्वत:ला समृद्ध करणारी होती. माझ्या असं लक्षात आलं की, असं चरित्र शब्दबद्ध करायचे म्हणजे परकाया-प्रवेश आहे. त्या-त्या वेळी मीच 'ते' क्षण जगत होते; इतक्या समरसतेने ते लिहिले गेले. ह्यात काही दिवस गेले. पुढचे काही साहित्य मला हवे होते, त्यासाठी मी फळणीकरांना फोन केला की ते म्हणत, ''ताई, आज रविवार; आपण खात्रीने मंगळवारी भेटू या.'' मी मंगळवारची वाट पाहत असे.

फळणीकरांचा फोन येई, "ताई, मला माफ करा. पण आज मी वेळ देऊ शकत नाही. पण तुम्ही काळजी करू नका, ते आपलं सगळं वेळेत पूर्ण होईल." मग मला चिंता लागे. कारण ते सगळं लिखाण छान झाले पाहिजे, दिलखेचक झालं पाहिजे, असं वाटतं होतं. मग मन शांत हवं, तरच ते मनासारखं लिहून होईल. पण शेवटी माझ्या हातात काही नव्हतं. पुन्हा कधी तरी भेटायचे ठरे. ती भेट मनासारखी होई. पण असं करतानाच दोन-तीन वेळा तरी त्या रेकॉर्डिंगचे सी.डी.तर रूपांतर करण्याच्या प्रक्रियेत ते सगळेच बोललेले पुसले गेले. असं झाल्यावर फळणीकर निराश होत. म्हणत, "ताई, नको लिहायला आपण. इतकं ते महत्त्वाचं पण नाही." मग मी त्यांना सांगत असे, माझ्या स्मरणशक्तीवर माझा विश्वास आहे. मी नक्की ते लिहून काढीन; पण तुम्ही माघार घ्यायची नाही. हेही आव्हान आहे, असे मानून पुढचा भाग लिहिला. असं करत-करत लिखाण झाले. त्यासाठी दोन-तीन वेळा तरी साधना फळणीकरांसह डोणज्याला वस्तीला गेले. साधनाची मदत घेतली आणि लिखाण झाले.

हा सर्व प्रकल्प पूर्ण करण्यासाठी मला माझी मैत्रीण सौ. विद्या कर्वे, माझे मराठीचे प्राध्यापक श्री. मुकुंद पेंडसे, डॉ. राम साठ्ये, डॉ. मंदार परांजपे, माझा भाऊ डॉ. नीरज देशमुख आणि ह्यांच्याबरोबर लिखाणाला परिपूर्ण करण्यासाठी अत्यंत मोलाचे मार्गदर्शन डॉ. सौ. अश्विनीताई धोंगडे ह्यांच्याकडून. ह्या सर्वांच्याच ऋणात मला कायमच राहायला आवडेल.

माझ्या दोघी बहिणी डॉ. सौ. सुजाता आणि सौ. सीमा आणि त्या दोघींचे यजमान, तसेच श्री. रमेश फाळके यांनी माझे जेवढे लिहून होईल तेवढे उत्सुकतेपोटी वाचून मला प्रोत्साहित केले. त्यांना पण मनापासून धन्यवाद!

हे सर्व डी. टी. पी. चे काम श्री. सूर्यकांत शिंदे यांनी वेळेत आणि बिनचूक केले, त्यांनाही धन्यवाद!

वास्तविक हे सर्व माझ्याकडून झाले ते खरोखरच ईश्वरी प्रेरणेने झाले. मी स्वतंत्र प्रतिभेची लेखिका नाही; एक आस्वादक आहे, ह्याचे मला भान आहे. त्यामुळे वाङ्‌मयाच्या 'चरित्र' या आकृतिबंधाच्या साहित्यिक कसोट्यांवर ते उतरेल किंवा नाही, मला माहिती नाही. माझ्या दृष्टीने एका अत्यंत पारदर्शी व्यक्तीचे ते निखळ आत्मकथन आहे आणि त्याला मी माझ्या कुवतीने न्याय द्यायचा प्रयत्न केला आहे, इतकेच.

– सविता फाळके

स्मृतींची चाळता पाने...

 आई वडिलांसह मी (डावीकडून - वडील, मोठा भाऊ रमेश, मी, आई आणि मांडीवर बसलेली माझी बहीण दुर्गा)

मी चतुर्भुज झालो.

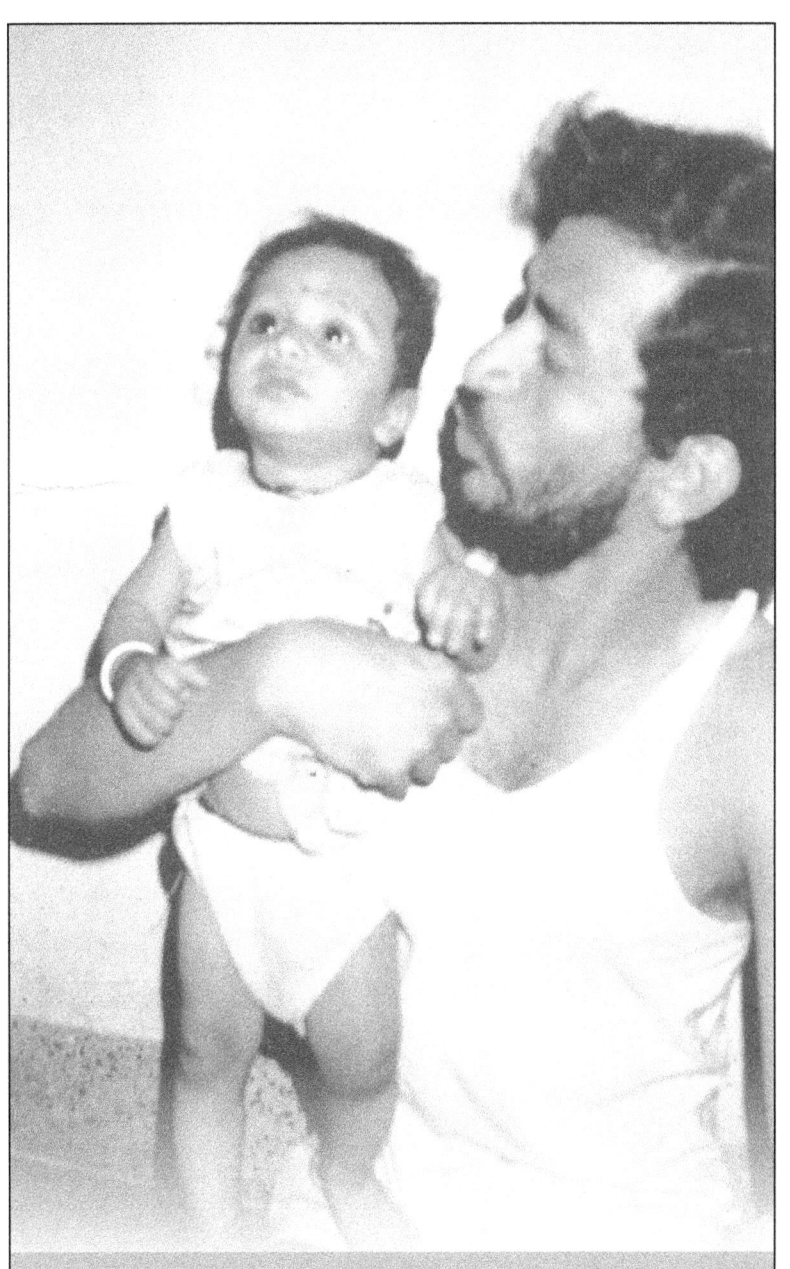

माझे खरेखुरे 'वैभव' – वैभव

❋ चि. वैभव इयत्ता ४ थीत असताना

 वैभव, विजय आणि साधना – 'सिमला' येथे.

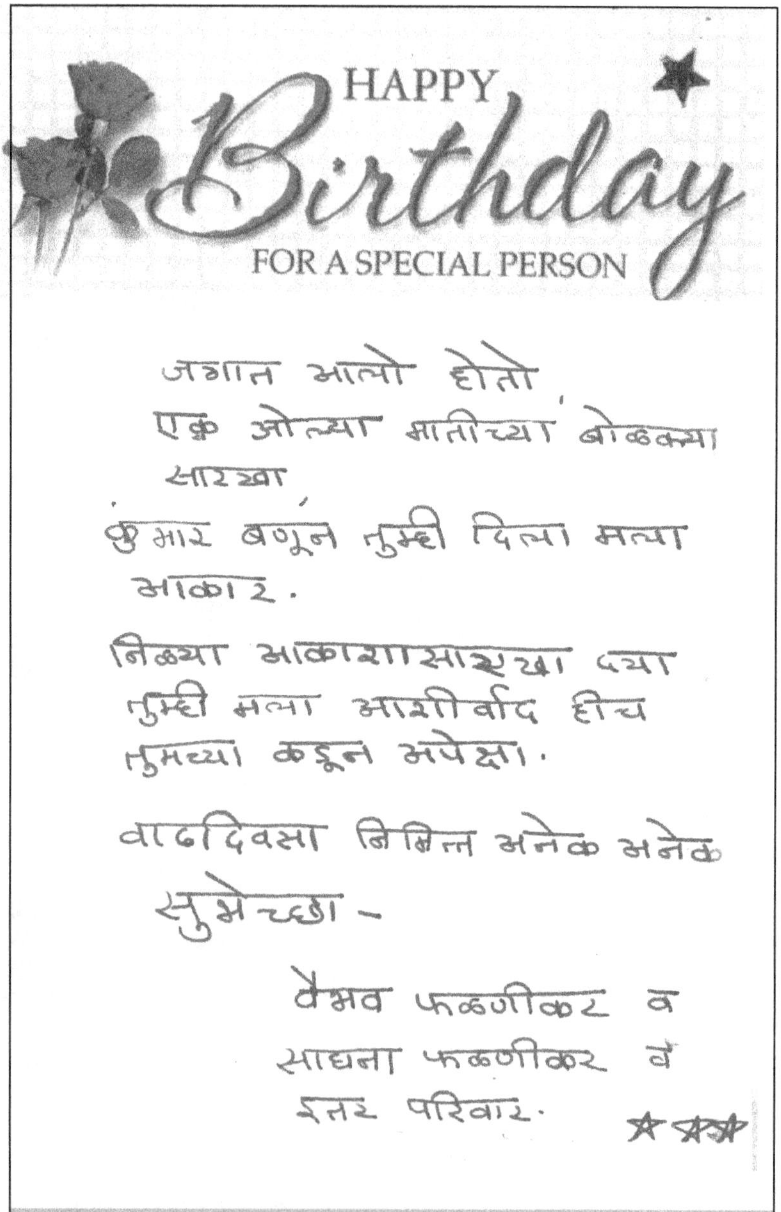

HAPPY
Birthday
FOR A SPECIAL PERSON
जगात आलो होतो
एक ओल्या मातीच्या बोळक्या
सारखा
कुंभार बनून तुम्ही दिला मला
आकार.
निळ्या आकाशासारख्या दया
तुम्ही मला आशीर्वाद हीच
तुमच्या कडून अपेक्षा.
वाढदिवसा निमित्त अनेक अनेक
सुभेच्छा -
वैभव फळणीकर व
साधना फळणीकर व
इतर परिवार.

वैभवने हे जग सोडण्यापूर्वी १ महिनाअगोदर पप्पांना लिहिलेले शुभेच्छा पत्र.

 फुटपाथवरून उचलून बालसुधारगृहात टाकणारे फळणीकरांचे गुरू (मध्यभागी) श्री. यशवंत काळे

 माझी 'माय'

 एका कार्यक्रमात दिलीप प्रभावळकर यांच्यासमवेत विजय फळणीकर.

 कीर्तनकारांना साथ करताना

मास्टर दिनानाथ मंगेशकर पुरस्कार गानसम्राज्ञी लता मंगेशकर यांच्याकडून स्वीकारताना

एका कार्यक्रमात दिलीप प्रभावळकर यांच्यासमवेत विजय फळणीकर.

लता दिदी 'आपलं घर'ला देणगीचा धनादेश प्रदान करताना. सोबत श्री. विश्वनाथ कराड, डॉ. रघुनाथ माशेलकर व डॉ. विजय भटकर

त्यासी धरी जो हृदयी
नाथ अनाथांचा
बेघर ते आपले घर
साधनेचा – विजय

महिना बहुतेक ऑक्टोबर होता. मी मुंबईला निघालो होतो. माझा सत्कार मुंबईच्या बिर्ला ऑडिटोरियममध्ये होणार होता. मी मुंबईला कुठल्याही कारणाने निघालो तरी नेहमीच बालपणीच्या अनंत आठवणी मनात गर्दी करतात. हा दिवससुद्धा अपवाद नव्हता. अजाण वयात मी नागपूरहून मुंबईला निघालो होतो ते माझ्या भाग्याचे दार ठोठावायला आणि त्याच सद्भाग्याने, त्याच मुंबईत माझा सत्कार होणार होता. ही २००४ मधली घटना. मुंबईचा बिर्ला ऑडिटोरियमचा भव्य हॉल माणसांनी फुलून गेला होता. त्यात कोणी कलाकार, कोणी क्रीडापटू, कोणी राजकारणी, तर कोणी धनिकसुद्धा होते. आयोजकांची आमंत्रितांच्या स्वागतासाठी लगबग सुरू होती. निमित्त होते एका सत्कार समारंभाचे. समाजाच्या निरनिराळ्या क्षेत्रांत ज्यांच्या कार्याचा विशेष ठसा उमटला आहे, अशा व्यक्तींचा तिथे सत्कार सोहळा होता. विशेष अतिथींमध्ये सुप्रसिद्ध गायक पं. सुरेशजी वाडकरसुद्धा उपस्थित होते.

आयोजकांतर्फे मला मानपत्र देण्यात येणार होते. त्याचे स्पष्ट शब्दोच्चारात वाचन सुरू होते. त्यातला प्रत्येक शब्द माझ्या मनात कोरला जात होता. मी स्वत:तच हरवून जात होतो. त्या सुरेल साक्षीने मला माननीय सुनीलजींच्या हस्ते शाल, श्रीफळ, गौरवचिन्ह आणि मानपत्र दिले गेले. मी स्वत:ला जगातला सर्वांत सुदैवी माणूस समजत होतो. अगदी पुढच्याच रांगेत बसलेली साधना अनिमिष नेत्रांनी आपल्या नवऱ्याचे कौतुक पाहत होती. कोणालाही कळणार नाही, अशा बेताने आनंदाश्रूंची वाट अडवत होती.

माझ्या एका बाजूला तत्कालीन गृहमंत्री मा. शिवराज पाटील बसले होते आणि एका बाजूला मा. सुनील गावसकर. माझा सत्कार सुनीलजींच्या शुभहस्ते होणार होता.

माझ्या कामाविषयी दिलखुलासपणे बोलले जात होते. माझ्याविषयी बोलताना आयोजक सहज म्हणाले, " 'ज्यांसी अपंगिता नाही । त्यांसी धरी जो हृदयी।' अशा प्रकारचे काम पुण्यामध्ये विजय फळणीकरांचे आहे, म्हणून ते ह्या सत्काराला पात्र आहेत."

अन्य सत्कारमूर्तींचे सत्कार झाले. एक सत्कारार्थी म्हणून मग मी आपल्या भाषणासाठी उठलो. माझ्या कामाचे स्वरूप, ते सुरू करण्यामागची प्रेरणा, कारणे वगैरे श्रोत्यांना सांगितली.

इतक्यात माझी नजर समोरच्या खिडकीतून बाहेर गेली. तिथल्या म्युन्सिपालटीच्या नळावर एक नऊ-दहा वर्षांचा हीनदीन वाटावा असा पोरगा मनसोक्त पाणी पिताना दिसला. मी त्या मुलाला पाहिल्यावर माझे बालपण फिरून माझ्यासमोर उभे राहिले. त्या मुलात मी मलाच पाहत होतो. माझे चर्नी-चौपाटीवरचे वास्तव्य, त्याच विशिष्ट नळावर पाणी पिणे— सर्व जिवंत वाटत होते. त्या वेळी ह्या हॉलचे विलक्षण आकर्षण वाटत होते. अनेकदा त्या खिडक्यांतून डोकावून पाहत असलेला मी मला दिसू लागलो आणि काही कळायच्या आतच माझ्यासमोरचा जनसमुदाय जलमय झाला. धूसर दिसू लागला. एकदम काय झाले, ते कळले नाही. समोरच्या त्या नळावरचे दृश्य डोळ्यांत तरंगायलाच लागले. मी मनाने ठरवलेले बोलत होतो, माझ्याही नकळत. पण मी होतो कुठे त्या सभागृहात? माझा बालपणीचा खडतर काळ व त्याच्या आठवणींचे असंख्य धागे त्या विशिष्ट नळापाशी गुंतले होते ना! हलकेच मन मागे-मागे खेचले जाऊ लागले. मधे किती वेळ गेला, कोणास ठाऊक? टाळ्यांच्या कडकडाटांनी मी भानावर आलो. सहज लक्षात आले

की, आज त्या हॉलबाहेरून मी 'आत' आलोय, तीस वर्षांहून अधिक प्रवास करून. पुलाखालून अमाप पाणी वाहून गेले आहे. आता, आज मी पन्नाशीच्या उंबरठ्यावर उभा आहे.

तसे पाहिले तर पन्नास वर्षे हा काही नगण्य काळ नाही. तरीदेखील 'अफाट जगती जीव रज:कण' हे सत्य मानले तर ही गेलेली इतकी वर्षे म्हणजे केवळ निमिष-मात्र. नक्की काय काय घडले ह्या पन्नास वर्षांत? काही सामान्य माणसांसारखे तर काही अगदीच लोकविलक्षण.

वारज्याच्या 'आपलं घर' संस्थेच्या कार्यालयात मी अगदी एकटाच निवांत बसलोय. सहकाऱ्यांची साप्ताहिक सुट्टी आहे. समोरच्या अंगणात नुकतीच शाळेतून आलेली आमची चिमणी पाखरे हसत आहेत, खेळत आहेत, ओरडत आहेत, भांडत आहेत. पण माझे मन त्या कशाचीच नोंद घेत नाही. एका प्रकाशनाच्या मालकांनी 'आत्मकथनाचा' प्रस्ताव मांडला आहे, तो डोक्यात थैमान घालतोय. खरेच माझे आत्मकथन लिहून होईल? लिहिण्यासारखे, समाजापुढे मांडावे असे काही अद्‌भुत, आदर्श घडलंय माझ्या आयुष्यात? जे काही आहे त्याला मग मी आत्मकथन म्हणू? की गो.नी.दां.च्या शब्दांत केवळ स्मरण-साखळी म्हणू? गतकाळाचा आलेख, लेखाजोखा सुसूत्रपणे मला मांडता येईल किंवा नाही? मी साशंक झालो. मन सैरभैर झाले आहे. त्या बागडणाऱ्या बछड्यांच्यात माझे काळाबरोबर हरवलेले, निसटून गेलेले बालपण मला पुन्हा दिसायला लागले. एखाद्या चलत् चित्रातल्या फ्लॅश बॅकसारखे.

0 0 0

मधे काही काळ गेला. थोडेसे वृद्धत्वाकडे झुकलेले गृहस्थ ऑफीसमध्ये आले. चेहरा निर्विकार. काळजीने करपल्यासारखा. म्हणाले, ''आज माझ्या सव्वीस वर्षाच्या मुलाचे वर्षश्राद्ध आहे. त्यानिमित्ताने संस्थेत जेवण द्यायचे आहे.'' ते ऐकून अंगावर सरसरून काटा आला. वाटून गेले, 'हा माणूस दिसतोय गरीब, पण त्याचे मन आभाळाएवढे मोठ्ठे आहे. कदाचित पुत्रवियोगाने त्याच्या डोळ्यांतले पाणी आटले असेल, तरी पण हृदयात दातृत्वाचा झरा झरतो आहे. मायेचा ओलावा आहे. ही लहान मुले जेवून तृप्त होतील. त्या गृहस्थाच्या चिरंतन दु:खावर कदाचित हलकी फुंकर घातली जाईल. तेवढाच त्यांच्या श्रान्त मनाला दिलासा.'

तसे तर ही संस्था सुरू होऊन दहा वर्षे झाली. तेव्हापासून मन हेलावून टाकणारी घटना रोज ऐकतोच. ऐकली नाही, असा दिवस मात्र अपवादानेच आठवेल.

त्या वेळी मलाच समोरच्याला सावरावे लागते. धीराच्या चार शब्दांनी त्याचे सांत्वन करावे लागते. त्याच वेळी स्वत:च्या मनालाही समजवावे लागते, फळणीकर, तुझी कथा तरी ह्यापेक्षा कुठे वेगळी आहे? तूसुद्धा अपघातानेच 'ह्या' खुर्चीवर बसला आहेस. 'पापण्यांत गोठविली मी नदी आसवांची' हा तुझा आविर्भाव, म्हणून प्रत्येकालाच ती कहाणी तू सांगत नाहीस, इतकेच. तरीही तुझ्यामागच्या बाजूचा वैभवचा फोटो, त्याची 'स्व. वैभव फळणीकर मेमोरियल ट्रस्ट' ही तळटीप, तुझी आणि साधनाची आसवांत लिहिलेली गाथा आणि मूक व्यथा जगाला सांगतोच.'

त्या ताज्या घटनेच्या हलक्या धक्क्यांनीसुद्धा माझ्या मनाचे वारूळ फुटून त्यातून मुंग्या बाहेर पडाव्यात तशा आठवणी मनभर पसरल्या. त्याच आठवणींच्या पायवाटेवरून मी आपल्याला भूतकाळात घेऊन चाललोय, केवळ माझा एक आश्वासक सोबती म्हणून.

0 0 0

रमेश, विजय, चिंतामणी, दुर्गा आणि नरेश ही आम्हा भावंडांची पंचपदी. माझा नंबर दुसरा. चार भावांत एकुलती बहीण. १६ ऑक्टोबर १९६१ हा माझा जन्मदिवस. आईचे नाव लीलाबाई. वडिलांचे नाव गजानन. म्हणून मी जरा गमतीनेच म्हणतो, 'गजानन-लीलेचा मी विजय.' दाजी म्हणजे माझे वडील. ते मला लाडाने 'भोऱ्या' म्हणत. रंगाने गोरागोमटा म्हणून असेल कदाचित. पाचही भावंडांत मी त्यांचा जरा जास्तच लाडका होतो, हे मात्र खरे.

आमचे आजोबा आमच्यासोबत राहत. त्यांना सर्व जण 'बावाजी' म्हणत. त्यांचे बालपण अतिशय कष्टमय आणि हलाखीत गेले. त्यांनी रेल्वे स्टेशनवर हमाली-देखील केली. शिवाय त्या वेळच्या पद्धतीप्रमाणे आमच्याबरोबर माझी 'मागे आलेली' आत्यासुद्धा राहत होती. तसा खाऊन-पिऊन सुखी म्हणण्यासारखा होता आमचा परिवार.

माझ्या दाजींचा सोन्याचे दागिने घडवण्याचा व्यवसाय. आमचे दुकान नागपूरच्या 'सराफा ओळ' किंवा 'सुदामा गल्ली' ह्या भागात होते. अर्थात ते भाड्याचेच. दाजी अत्यंत कसबी आणि कुशल कारागीर म्हणून सर्वांना सुपरिचित होते. विदर्भात 'पिंजरी' म्हणून नथीचा प्रकार आहे, ती बनवण्यात दाजींचा हातखंडा. नागपुरातले इतर सराफ व्यापारी येत. ते घाऊक प्रमाणात दाजींकडून पिंजरी बनवून घेत. सुरुवातीला ते एकटेच सर्व कारागिरी करत. जसजसा त्यांच्या कामाचा व्याप वाढला, व्यवसायाचा जम बसला; तेव्हा मात्र त्यांना मदतीची गरज भासू लागली.

त्यांनी दुकानात नोकर ठेवले. हळूहळू त्यांची संख्या एक-दोन नाही, तर सहा इतकी झाली. त्यापैकी कर्नाटकातून आलेला वासुदेव, दुसरा एक शांताराम म्हणून; हे दोघे मात्र मला चांगले आठवतात. दाजी त्या सर्वांनाच परिवारातील सदस्य मानत. कोणी जवळचे नातलग असल्यासारखे वागवत. दाजींना त्यांच्याविषयी फार आपुलकी वाटे. आमच्याबरोबरच त्यांना कुठे कुठे सहलीला नेत. त्यांच्यावर भरपूर पैसा खर्च करत. त्या सर्वांना दाजींनी उत्तम प्रशिक्षण दिले. कारागिरीत तरबेज केले. ह्या सर्वांच्या मदतीने दाजींचा व्यवसाय जोरदार चालला. त्यांचा उत्कर्ष झाला. दाजींनी त्याच वेळी नागपूरच्या अयोध्यानगर भागात २६,००० रुपयांना सहा खोल्यांचे घर विकत घेतले. सहा खोल्यांपैकी तीन खोल्या त्यांनी भाड्याने दिल्या; कदाचित सोबत म्हणून असेल. सराफी व्यवसायाला पूरक म्हणून दाजी परवानाधारक सावकारीसुद्धा करीत. एकूण सगळे सुरळीत आणि आबादीआबाद चालले होते.

आमच्या भाडेकरूंपैकी कोणाचे तरी लग्न होते. साहजिकच आम्हाला आमंत्रण होते. दाजींना दुकान बंद ठेवून लग्नाला हजर राहणे जमणार नव्हते. मग बावाजींनी लग्नाला जायचे ठरले. ते एकटे जाण्यापेक्षा त्यांच्या सोबत म्हणून मीही लग्नाला गेलो. मी तेव्हा काही तरी सहा-सात वर्षांचा होतो. मला ते सगळे अगदी स्पष्ट आठवतंय. लग्न लागले. बावाजींच्या परिचयाची बरीच मंडळी भेटली. ते कोणाशी तरी गप्पा मारत बसले. मीही त्यांच्या मागेमागे होतोच. इतक्यात श्री. सुरेश ढोमणे नावाचा एक स्नेही धापा टाकत, धावत त्या लग्नाच्या ठिकाणी आला. तो घामाने डबडबलेला होता. अत्यंत घाबऱ्याघाबऱ्या, त्याने काहीतरी बावाजींना सांगितले. अगदी हळूच, दबक्या आवाजात. मला कळेना; इतके गुपित तो ह्या ठिकाणी काय आणि का सांगतो आहे? लग्नमंडपातले वातावरण आनंदी. त्यावर दुःखाची छटा नको म्हणून त्याने ती खबरदारी घेतली असावी. आम्हा दोघांना रिक्षाने त्याने घरी आणले. मी अगदी अजाण वयातला. मला त्या वेळी दबा धरून बसलेल्या दुर्दैवाची कल्पना तरी कुठे होती?

रिक्षा घरासमोर थांबली. घरासमोर माणसांची हीऽ तोबा गर्दी. काही चेहरे ओळखीचे वाटले. काही अनोळखी. तसेच घरात गेलो. घरातली सगळी शोकाकुल होती. आईने तर आकान्त मांडला होता. त्या तिथला दाजींचा तो देह पाहून मला तर ते चक्क झोपी गेलेत, असेच वाटले. सर्वांचे रडण्याचे कारण मात्र उमगत नव्हते. ते कायमचेच झोपलेत, हे तेव्हा समजले नव्हते. पुढ्यात ओढवल्या भयाण संकटांनी बावाजी सुन्न झाले. ते निःशब्द झाले. त्या जबरदस्त धक्क्याने काय होतंय ते

कळायच्या आत त्यांची दृष्टी गेली. ते तिथल्या तिथेच चाचपडायला लागले. ते आता कायमचे अंध झाले. फळणीकर कुटुंबच आता अंधाराच्या खाईत लोटले जाणार, ह्या भीषण भवितव्याची ती चाहूल तर नसेल? आज विचार करताना मला हे जाणवतंय की, 'पुत्र मरे बापाआधी' हे कटू वास्तव पचवणे त्यांना केवळ अशक्य होते.

0 0 0

त्या अशुभ दिवसापासूनच खऱ्या अर्थी दुर्दैवाच्या दशावतारांची आम्हाला ओळख होऊ लागली. त्या दिवशीचे सगळेच माझ्या आकलनापलीकडचे होते. लोकांचा विलाप ऐकून मीही रडलो, इतकेच. का; ते माहिती नाही. पण चंदनाच्या चितेवर कापूर, साजूक तूप वापरून दाजींना अग्नी द्यावा, ही आईची इच्छा. दाजींचे प्रेत घराबाहेर पडले. अगदी अकल्पितपणे, मोसम नसताना मुसळधार वादळी पाऊस सुरू झाला. घरात अश्रूंचा पूर आणि बाहेर पावसाच्या पाण्याचा महापूर असे ते जलमय दृश्य होते. साहजिकच आईची इच्छा अधुरी राहिली. शेवटी नाइलाजाने भरभरून रॉकेल ओतले. दाजींना अग्नी दिला गेला. लसलसत्या ज्वाळा आभाळाला भिडल्या. जणू फळणीकरांच्या सुखाची होळी झाली. इच्छा-आकांक्षांची राखरांगोळी झाली. सर्वस्वाची आहुती घेतली गेली. त्यातच आमच्या बालपणाचाही बळी गेला.

दुसऱ्या दिवशी काही नातेवाईक राहिले, काही निघून गेले. घरात दाजी काही दिसेनात. आईचा अश्रुप्रवाह अव्याहत सुरूच होता. मग मात्र मला काहीतरी विपरीत घडल्याची जाणीव झाली. दाजी अनंताच्या प्रवासाला गेले, ते परत कधीही येणार नाहीत. आपण काही तरी अत्यंत मौलिक गमावून बसलोय; आत काहीतरी तटतट तुटत आहे, असे वाटत होते. आम्ही पोरके झालो होतो. बापाविना पोरके! सुतकाचे ते वैराण दिवस जाता जात नव्हते. त्यातच एक विचित्र योग असा, दाजी वारल्यावर अकरा दिवसांनी माझ्या धाकट्या भावाचा जन्म झाला. नियती इथेसुद्धा आमची परीक्षाच बघत होती की काय कोण जाणे?

0 0 0

दरम्यानच्या काळात आमच्या दुकानातल्या नोकरांनी दुकानाच्या किल्ल्या घरी आणून दिल्या. दाजी अकस्मात गेले, त्या वेळी दुकानाची जबाबदारी वासुदेव वगैरे मंडळींवरच होती. त्यांच्यावर तितकाच विश्वासही होता. असे होते, तरी त्यापैकी कोणी दाजींच्या दिवसकार्याला मात्र हजर राहिले नाहीत. त्यांचे हे असे

परकेपणाचे वागणे अपेक्षित नव्हते. नोकरांची त्या वेळची अनुपस्थिती कोणाच्या मनाला खटकली नाही; कशी कोण जाणे? दाजींचे दिवसकार्य उरकले. घरात आता जबाबदारीने काही करणे, निर्णय घेणे वगैरे ह्या गोष्टी माझ्या मामांनाच कराव्या लागणार होत्या. मला काका नव्हतेच. बावाजी तर दृष्टिहीन झालेले. एके दिवशी मामांनी दुकान उघडले. पूर्णपणे रिकामे आणि कळाहीन दुकान बघून मामांना धक्काच बसला. दुकानात ना सोने, ना नाणे, ना पावती पुस्तके. आमच्यावर विश्वासघाताचा जबरदस्त आघात झाला. लक्षात आले, कुंपणानेच शेत खाल्ले होते. दोष तरी कोणाला देणार? आमचे नशीबच फुटके.

ह्या आपत्तीमधून सावरायलाच हवे होते. थोड्याच दिवसानंतर आमच्या गिऱ्हाइकांचे हेलपाटे सुरू झाले. आम्ही दु:खातून बाहेर पडेपर्यंत लोकांनी कशीतरी कळ काढली. कोणी म्हणे, गजाननरावांकडे माझे इतके तोळे सोने आहे, त्याचे मी अमुक दागिने करायची ऑर्डर दिली होती. कोणी म्हणे, माझी इतकी रक्कमच त्यांच्याकडे होती. कोणी म्हणे, माझे दागिने तयार होते पण मी ते नेले नव्हते; ते त्यांच्याकडेच होते. गंमत म्हणजे, त्यांच्याकडे ज्या पावत्या असत, त्यावर दाजींची सही असे. त्यामुळे खरेखोट्याची शहानिशा करण्याचा प्रश्नच नव्हता. लोकांची ही अशी देणी देऊन टाकणे भागच होते. सगळा प्रकार झाला तरीसुद्धा दुकानातल्या नोकरांपैकी कोणीही तोंड दाखवले नाही. पाणी नक्की कुठे मुरतंय, त्याचा मोठ्यांना अंदाज आला.

माझ्या आईच्या अंगावर वीस-बावीस तोळे सोने होते. दाजींनी मोठ्या हौसेने घातलेले. लोकांची तोंडे गप्प करायची तर पैसे आणायचे कुठून? ते सोने मोडण्याशिवाय पर्यायच नव्हता. आईने एक-एक करून अंगावरचे सर्व दागिने देऊन, देणे कमी केले. घरातली चांदीची भांडी, देवाची उपकरणी घेणेकऱ्यांच्याच घशात गेली. सोने-चांदी घरात काहीही राहिले नाही. इतक्यावर भागले नाही. मग त्या बदल्यात घरातल्या वस्तू पण लोक नेऊ लागले. केवळ वसुली, इतकाच त्यांचा हेतू. त्यामुळे कोणत्याच गोष्टीचे लोकांना वावडे राहिले नाही. लोकांनी लोखंडी कॉट, ॲल्युमिनियम शिडी, टेबल फॅन अशा सगळ्या गोष्टी नेल्या. बदल्यात आम्हाला शिव्याशाप दिले ते वेगळेच.

घरातल्या अशा किमती वस्तू देऊन आई व आत्या लोकांचे व्यवहार संपवीत होत्या. आम्ही भावंडे तर लहानच होतो; पण आईच्या पाठीमागे माझी आत्या मात्र खंबीरपणे उभी राहिली. वास्तविक तीसुद्धा सुशिक्षित नव्हती, पण

प्रतिकूल परिस्थितीशी टक्कर देण्याची हिंमत तिच्यात होती. मग आईला पण धीर आला. पुढे मग 'मऊ लागलं की कोपरांनी खणायचे' म्हणतात ना, तोच अनुभव येऊ लागला. जे लोक आमच्याकडून मोबदला म्हणून काही वस्तू, पैसे नेत होते, तेच इतरांना प्रवृत्त करत, सांगत, ''फळणीकरांकडे असे बहाणा करून मागायला गेले, की काहीतरी मिळतंच. तुम्ही पण हात धुऊन घ्या.'' ह्या प्रकारात झाले असे— ओळखीचे, अनोळखी, ज्यांचे खरेचंच व्यवहार होते ते, नव्हते ते अशा सर्वांनीच मिळाल्या संधीचा फायदा घेऊन आमचे घर साफ केले. 'देणाऱ्याने देत जावे, घेणाऱ्याने घेत जावे', ह्या उक्तीचा लोकांनी असा विपर्यास केला. शेवटी काय मामा-मावश्या तरी त्यांचे संसार सोडून किती मदत करणार? आभाळच फाटले होते, त्याला ठिगळं तरी किती आणि कशी लावणार?

0 0 0

दाजींच्या निधनानंतर आलेल्या ह्या आपत्तीतून जरा कुठे घर सावरू लागले, तोच ज्यांच्या आडनावात काना, मात्रा, वेलांटी नाही— म्हणजे दया, माया, क्षमा नाही— असे जरा मी उपहासानेच म्हणतोय, ते श्री. अरमरकर नावाचे सावकार गृहस्थ घरी आले. ते आता नक्की कोणत्या हेतूने आले आहेत, ह्याविषयी आई आणि आत्या साशंकच झाल्या. दुधाने तोंड पोळल्याने आता ताकदेखील फुंकून पिण्याची वेळ आली. सत्त्वपरीक्षा खरे तर इथूनच पुढे सुरू झाली. त्या श्री. अरमरकरांनी दाजींच्या सहीची एक प्रॉमिसरी नोट आणली होती आणि त्यानुसार गजाननराव फळणीकर त्यांची काही रक्कम देणे लागत होते. त्यांच्या करारानुसार त्या रकमेच्या बदल्यात आम्हाला आमचे राहते घर त्यांच्या नावे द्यावे लागणार होते. हे ऐकल्यावर तेव्हा काही बोलाचाली झालीही असेल; पुरावा होता कुठे? काही इलाज चालणार नव्हता, हे तर दिसतच होते. घरची मोठी माणसे हादरून गेली. आधीच दाजी गेल्यामुळे आम्ही पोरके झालो होतो. आमचे पितृछत्र हरपले होते आणि आता डोक्यावरचे छप्पर जायची वेळ आली. आता हे विंचवाचे बिऱ्हाड घेऊन जायचे तरी कुठे? आईला तर विश्वासच वाटेना. तसे तिचे म्हणणेही बरोबरच होते. तिच्या मते, दाजींनी जर घर गहाण वगैरे ठेवले असते, तर आईला म्हणा किंवा आत्याला, कोणाला त्याची कल्पना तरी दिली असती. निदान त्यांच्या कानावर तरी घातले असते. पण तसे तर काहीच नव्हते. वास्तविक ते श्री. अरमरकर दाजींचे चांगले मित्र होते. त्यांच्या बैठकीतले. त्यांच्या गप्पा, त्यांचे हास्यविनोद मलासुद्धा चांगले आठवतात. सगळ्यात जवळचा मित्र हा जवळचा

शत्रूसुद्धा असतो, त्याचाच हा वस्तुपाठ.

0 0 0

नुसताच विचार करत बसून किंवा आग पाखडून काय होणार? ह्यातून मार्ग तर काढायलाच हवा होता. आईने, आत्याने श्री. अरमरकरांकडे काही मुदत मागून घेतली. आम्ही भाड्याचे घर शोधायला सुरुवात केली. आमची घरची परिस्थिती आसपासच्या लोकांना माहिती झाली होतीच. कदाचित आम्ही भाडे देऊ की बुडवू, ह्या शंकेने लोक जागा देताना बिचकतसुद्धा असतील. शेवटी शोधाशोध करून कशी तरी एक दहा बाय दहाची खोली मिळाली. तिला पत्र्याची शेड होती. लवकरच त्या भाड्याच्या खोलीत राहायला जायचे ठरले. लोकांनी पुष्कळसे सामान लुटून नेले होतेच. उरलेले सामान पोती, पिशव्या, बोचकी भरून वाहून नेले. एका अर्थी सामान हलवणे सोपे गेले. आम्ही आठ जण त्या खोलीत राहायला लागलो. खरेच की, आम्ही आठ जण तरी कसे म्हणू? नववा सदस्य होताच ना सोबतीला - दारिद्र्य!

आज वयाच्या पन्नासाव्या वर्षी त्या वेळच्या परिस्थितीचा विचार करताना मला नेहमी जाणवते की, आईला ते राहते घर सोडताना किती यातना झाल्या असतील. आई व दाजी दोघांच्या सहजीवनातील कितीतरी सुखदुःखाच्या आठवणी त्या वास्तुशी निगडित असतील.... त्या दोघांनी घर विकत घेताना भविष्याची किती मनोहर स्वप्ने रंगवली असतील.... आनंदाच्या कितीतरी क्षणांच्या त्या घराच्या भिंती साक्षीदार असतील.

आवक जवळजवळ नाहीच. घराचे भाडे होते काहीतरी शंभर रुपये. खाणारी तोंडे आठ. तीही वाढत्या वयाची. जगण्याची लढाई खऱ्या अर्थी सुरू झाली. घर चालविण्यासाठी अर्थार्जनाचा मार्ग शोधायला हवा होता. मग आत्यानेच एका चांगल्या घरचे स्वयंपाकाचे काम धरले. स्वयंपाकाबरोबरच त्या घरची भांडीही ती घासे. तिला पगार होता महिना वीस रुपये. त्या घरच्या मालकिणीला कधी तरी दया येई. मग थोडे फार अन्नही मिळे. पण इतक्यात भागणार तरी कसे? माझा धाकटा भाऊ आता सहा-सात महिन्यांचा झाला. त्याला घरी ठेवून मग आईही घराबाहेर पडली. तिने काही घरची भांडी घासण्याची कामे मिळवली. धन-कनकसंपन्न अशी ती, मानाने जगत होती. नियतीने तिला पिलांच्या चोचीत दाणा-पाणी भरवण्यासाठी दुसरा उपायच ठेवला नाही. आई काय किंवा आत्या काय, दोघींनाही शिक्षण नाही; मग दुसरे करणार तरी काय?

अनेकदा परिस्थितीच माणसांना घडवते, नाहीतर बिघडवते. तसा मीसुद्धा परिस्थितीनेच अकाली प्रौढ झालो. मला आईबरोबर मदत करायला जावेसे वाटे. आई भांडी घासे. मी ती धुऊन ठेवी. आई पुढच्या घरी भांडी घासायला जाई. तिच्या मागे मी जातच असे. ह्या पद्धतीमुळे आई चार कामे जास्त करू शकली. साहजिकच थोडे पैसे, अन्न जरा जास्त मिळू लागले. कधी ताजे, कधी शिळे अन्न मिळे. मालकलोक जे अन्न देत, त्यासाठी ते त्यांच्याच घरातली भांडी देत. आई दुसऱ्या दिवशी कामाला जाताना ज्याची त्याची भांडी परत करत असे; पण कधी कधी काय होई, लोकांची भांडी लगेच दुसऱ्या दिवशी परत करणे जमत नसे. ती माणसे मग संतापत, अपमानास्पद बोलत. म्हणत, ''भिकारडे ते भिकारडे! ह्यांना काम द्या, त्याचे पैसे द्या. गरज म्हणून अन्न द्या आणि उपकार म्हणून वर भांडीही द्या. इतके केल्यावर भांडी वेळेवर आणायला होतं काय?'' हे ऐकून मनाला अतोनात यातना होत. आम्ही अठराविश्वे दारिद्र्याचे धनी होतो, हे खरेच; तरी अतोनात कष्ट पण करत होतो. तरी असे अपमान सहन करावे लागत. असे अपमानित जगण्यापेक्षा मरण बरे वाटे. गरजवंताला अक्कल तर नसतेच, पण मान-अपमान तरी कुठे असतो? मग दुसऱ्या दिवसापासून घरातून निघतानाच घरची एक मोठ्ठी परात घेऊन आई बाहेर पडे. कोणी भात, भाजी, चपाती, भाकरी जे शिळेपाके देत; ते त्या परातीतून आई आणे. पदराखाली झाकून निगुतीने, घरचे दारचे मिळून संध्याकाळी वाटणीला येईल तेवढा अन्नाचा भाग; बाकी पोटभरेतो पाणी— अशी आमची गुजराण चालली होती. बावाजीसुद्धा काठी टेकत टेकत घराजवळच्या साईबाबांच्या मंदिरापर्यंत जात. त्यांचा वेळही जात असे. ते दृष्टिहीन होते, तरी त्यांचा घरातल्यांना काही त्रास नसे. ते स्वत:चे सर्व व्यवहार स्वत:च करत. मुंगीने मुंगीप्रमाणे, हत्तीने हत्तीप्रमाणे असे आम्ही आपल्या कुवतीनुसार धडपडत होतो, झगडत होतो परिस्थितीशी.

आपल्या आजूबाजूला सगळेच वाईट वृत्तीचे नसतात. काही देवमाणसे पण असतात. तसेच श्री. पदीर नावाचे दयाळू गृहस्थ होते. त्यांना आमची फारच कणव येई. आमच्यासाठी काहीतरी करावे, असे वाटे. त्यांचे एक भजनी मंडळ होते. एकदा ते म्हणाले, ''विज्या, आमच्या मंडळाची भजने गुरुवारी आणि शनिवारी असतात. ज्याच्या घरी भजन असेल तिथे तू तबला, पेटी आणि टाळांचे पोते नेऊन ठेव. भजन सुरू झाल्यावर कंटाळा आला तर तिथेच झोपत जा. मध्यंतरात चहा-पोहे होतात. तुला ते देत जाऊ. कधी घरच्यांनाही खायचे देता येईल.'' हे मला

त्यांनी सुचवल्यावर मी विचार केला, बरे झाले. घरात पैसे नव्हतेच. खाण्याचे पण वांधे होते. थोडी फार मदत होईल पोटाची खळगी भरायला. मी लगेचच तयार झालो. एका घरापासून दुसऱ्या घरापर्यंत एकदा तबला नेला. एकदा डग्गा. पुढच्या फेरीत नेली पेटी. तीस टाळांच्या जोड्यांचे पोते नेताना मात्र चांगलीच दमछाक झाली. 'कुणाच्या खांद्यावर कुणाचे ओझे', अशी अवस्था. ते पोते खाली ठेवत–ठेवत कसा तरी त्या नियोजित घरापर्यंत पोचलो. वय असेल अवघे सात–आठ वर्षांचे. दमलोही होतोच. भजने ऐकताना झोपच लागली. माझे मुटकुळे कोणीतरी एका बाजूला उचलून ठेवले. मधेच झोपलो असेन कदाचित. थोड्या वेळाने जाग आली. पदीर लोकांना सांगताना ऐकले. "गजानन अचानक गेला आणि बिचाऱ्या पोरांची अन्नान्न दशा झाली. आपण आपल्यातले जास्तीचे किंवा आपल्या वाटणीचे–सुद्धा थोडे फार त्यांना देत जाऊ. पोरं तरी खातील बिच्चारी!" आता हे सारे आठवत असताना मनाची उलघाल होते. दाजींनी ज्यांना आश्रय दिला, आपलेपणाने वागवले; त्यांनी आमच्या पाठीत खंजीर खुपसला आणि हे जे कोणी तसे परके आहेत, त्यांचा जीव आमच्यासाठी तिळतीळ तुटत होता. त्यांना आमची कणव येत होती.

आता त्या भजनी मंडळात सामान पोहोचवण्याचे काम नित्याचेच झाले. थोडे फार मला स्वत:ला खायला मिळेच, तर कधी धाकट्या भावंडांसाठीही ते नेता येई. तो आनंद होताच. मला मात्र ह्या पलीकडे जाऊन तिथल्या हार्मोनिअमचे विलक्षण आकर्षण वाटायला लागले. ती पेटी गायकाच्या बरहुकूम गाते कशी? गायकाच्या स्वरांचा पाठलाग कशी करते? तिच्यातून नेमके सूर निघतात कसे? अशा गोष्टींविषयी माझ्या मनात कुतूहल जागे झाले. मध्यंतरात लोक खाणे–पिणे करायला उठत. मी हळूच पेटीपाशी सरके. ती जशी येईल तशी वाजवून बघे. तंद्रीत आलो की पेटीचा आवाज वाढे. साहजिकच मोठ्यांच्या गप्पांत व्यत्यय येई. मग कोणीतरी जोरात अंगावर खेकसे. तेवढ्यापुरता मी वरमून जाई. पुन्हा तेच. हे असे वरचेवर घडे.

एकदा अशीच मोठ्यांची चर्चा रंगात आली होती. मी नेहमीप्रमाणे माझ्याच नादात पेटी वाजवत होतो. त्या पेटीच्या आवाजाचा मंडळींना बहुतेक त्रास झाला असावा. कदाचित कोणी मला हाकदेखील मारली असेल, पण मी भानावर होतो कुठे? भजनी मंडळाचे नेहमीचे तबलजी श्री. दिलीप लोणारे— ते रागीट होते. त्यांनी हा प्रकार बघितला. त्यांना भान राहिले नाही. त्यांनी तबला लावायची स्टीलची हातोडी होती, तीच जोराने फेकून मारली. ती माझ्या उजव्या पायाच्या नडगीवरच बरोबर लागली. तो घाव वर्मी बसला. मी जोरात विव्हळलो. रक्ताचा पाट वाहू लागला.

पायाचे आतले हाड दिसत होते. ती जखम खोलवर होती. प्रथमोपचार झाले. मग मात्र त्यांनीच ठरवले, ह्याचे इथे येणे बंद करून टाकू या. आपण ह्याच्या कुटुंबावर उपकार करायला जातोय, पण ह्याचा ताप वाढत चाललाय. मी सगळे ऐकले होते. परिस्थितीने, भुकेने बऱ्याच गोष्टी शिकवल्या. नकळत माणसांची पारख करता येऊ लागली. आपले कोण, परके कोण; कळायला लागले. आम्ही गरिबीच्या बदल्यात स्वाभिमान विकला नव्हता. त्या वयातही माझ्यात तो जागृत होता. मीही मंडळात न जाण्याचाच निर्णय घेतला. त्या दिवशी भजनी मंडळ सुटले ते बहुतेक कायमचेच.

0 0 0

पेटीची ओढ मात्र कमी झाली नाही. पेटी वाजवायला शिकायचीच, ही खूणगाठ मनाशी पक्की बांधली. दारिद्र्याने पिचलेल्या आम्हाला अशी कुठलीही रंगीत, सुरेल स्वप्ने बघायची परवानगीच नव्हती. मग अधुरी राहील, अशी आस भगवंत निर्माणच का करतो; कळत नाही? एकीकडे माझी शाळाही सुरू होती. शाळा सकाळची असे. तिमाडे नावाचा माझा एक शाळासोबती होता. त्याच्या घरी मी नेहमी जात असे. त्याची लाकडाची वखार होती. एकदा सहज माझी नजर त्या वखारीत ठेवलेल्या हार्मोनिअमकडे गेली. तिच्यावर बरेच सामान रचून ठेवले होते. तिच्या स्वरांवर विचित्र रंगांनी रंगवलेले होते. अडगळीत टाकलेल्या त्या हार्मोनिअमची अगदी दुर्दशा झाली होती. मी ती पेटी बघितली आणि आपल्यासाठी मागावी, असे वाटू लागले. चोराची नजर बोचक्यावर, तसाच प्रकार; पण धीर होत नव्हता. ते देतील की नाही? 'उंदराच्या पोराला लोखंडाचे व्यवहार हवेत कशाला? आधी अभ्यास नीट कर.' असे काहीतरी बोलतील. माझी कानउघाडणीच ते करतील, असेच मला वाटे. नंतर त्या मित्राकडे नेहमी जाऊन माझी जरा भीड चेपली. थोड्याशा संकोचाने, जरा धैर्य एकवटून मी ती पेटी तिमाडेच्या वडिलांकडे मागितली. 'त्या पेटीत काही तथ्य नाही. ती वाजत तर जरासुद्धा नाही' वगैरे सांगून त्या पेटीच्या वास्तवरूपाचे वर्णन त्यांनी केले, पण त्याबरोबर "तरीही तू ती आत्ताच घेऊन जा. इथली अडगळ तरी कमी होईल." असेही म्हणाले. कोणीतरी ही अडगळ मोठ्या कौतुकाने नेतंय, ह्याचाच त्यांना अपार आनंद झाला. मी मात्र मनोमन सुखावलो. माझे पेटी वाजवायला शिकण्याचे स्वप्न पूर्ण होणार, अशी आशा वाटू लागली. त्या पेटीवरचे सामान मी अन्यत्र व्यवस्थित रचून ठेवले. तिला सहर्ष घरी घेऊन आलो. घरातल्यांची प्रतिक्रिया अपेक्षेप्रमाणे, अर्थातच नाराजीचीच झाली. घरचे रागावलेही. इथे खायला पुरेसे मिळत नाही, आणि ह्याला पेटी

शिकायचे डोहाळे लागलेत, ही त्यांची भावना वस्तुस्थितीला धरूनच होती. माझ्यापुढे मात्र तिला वाजती कशी करायची, हा पेच होता.

इच्छा आहे तिथे मार्ग आहेच. कधीतरी कानावर पडले होते— शुक्रवार तलावाजवळ 'भांडारकर हार्मोनिअमवाले' म्हणून दुकान आहे. तिथे पेटी दुरुस्तीची कामे होतात. पण तिथपर्यंत पोचणार कसा? ते अंतर सहा-सात किमी. इतके तरी नक्कीच होते. जिद्दीने जायचे ठरवले. ती पेटी मोठ्या ममतेने आईच्या जुन्या साडीत नीट गुंडाळली. अगदी जपून, मोठ्या मुश्किलीने घेऊन गेलो. मुश्किलीने म्हणजे माझ्याही वजनापेक्षा जास्त वजनाची ती पेटी ठेवत, उचलत, थांबत कसा तरी दुकानापर्यंत पोहोचलो. घरच्यांना ह्या कशाची कल्पना नव्हतीच. असण्याचे काही कारण नव्हतेच म्हणा.

पेटीचे बाह्यरूप बघून कोणाचीही नैसर्गिक प्रतिक्रिया झाली असती, तशीच श्री. भांडारकरांची झाली. ती अवस्था बघताच भांडारकर सहजच म्हणाले, ''अरे, कशी दुरुस्त होणार ही? हिच्यात काही अर्थ राहिलेला नाही. स्वरांच्या पट्ट्या रंगवून त्यांची पार वाट लागली आहे. हवा जातेय. खूपच जुनी दिसतेय ही.'' ऐकले खरे, पण माझ्या चेहऱ्यावरची निराशा मी लपवू शकलो नाही. पेटी शिकण्याची माझी आंतरिक तळमळ त्यांना जाणवली असावी. शेवटी 'पेटी दुरुस्त झाली का असा तगादा लावायचा नाही', ह्या अटीवर ती किमान वाजवण्याइतपत करून देण्याचे त्यांनी आश्वासन दिले. पेटी दुरुस्तीच्या पैशाचे काय, हा त्याचा प्रश्न पूर्ण ऐकायच्या आतच 'मी ते पैसे नक्की देईन', असा मी त्यांना विश्वास दिला. एक महिन्यानंतर त्यांनी मला परत बोलावले. मी मनाशी पेटी वाजवत घरी आलो. आनंदविभोर अवस्थेत. एक महिन्याची प्रदीर्घ प्रतीक्षा, एवढेच माझ्या हाती होते. त्या संपूर्ण महिन्यात नेहमीची सगळी कामे करत होतो तसा पेटीचा विचार पण करत होतो. किती मनोरथे रचली मी त्या काळात! तो एक महिना मला युगासारखा वाटला, पण स्वप्नरंजनात मात्र मजेत गेला.

महिना संपला. त्याच दिवशी मी दुकानात दत्त म्हणून हजर. बराच वेळ कोणी मला 'तुझे काय काम आहे?' वगैरे विचारेल, अशी वाट बघण्यात गेला. प्रत्येक जण आपल्या आपल्या कामात व्यग्र. इथे माझ्यासारख्या पोराकडे लक्ष द्यायला वेळ कोणाला होता? मला त्या दुकानाचे मालक एकदाचे नजरेस पडले. मला तर वाटत होते, मला बघताच क्षणी ते दुकानातल्या नोकराला हाक मारतील आणि सांगतील, ''अरे, ती कोपऱ्यातील पेटी द्या बरं ह्या मुलाला, केव्हाचा

ताटकळत उभा आहे तो.'' पण तसे काहीच घडले नाही. मग मीच अधीरतेने विचारले, ''काका, माझी पेटी दुरुस्त झाली का हो?'' उत्तराऐवजी मला त्यांच्या चेहऱ्यावर दिसली फक्त कमालीची अलिप्तता. अनोळखीपणा. मला नवल वाटले. तरीही मी, ''ती हो माझी पेटी,'' अशी खूण सांगायचा प्रयत्न केला. आता ते ओरडलेच, ''कुठली पेटी? इथे माझ्याकडे रोज शंभर पेट्या दुरुस्तीला येतात. ती तुझी म्हणून लक्षात ठेवायचे, इतकेच का मला काम आहे? का तिच्यावर तुझा फोटो चिकटवलाय? की नाव कोरलंय?'' हे ऐकले. मनातून थोडा हिरमुसला झालो. तरीही शांतपणे त्यांना 'त्या' जुन्या पेटीची, तिच्या बेंगरूळ रूपाची आठवण करून दिली. ते सगळे ऐकल्यावर काहीशा हेटाळणीच्या स्वरात ते ओरडलेच. ''ते डबडे होय, ते कुठे आहे, कोण जाणे? ह्या पेट्या दुरुस्त करू की तुझे फुटके डबडे?'' त्या पेटीचा सारखा डबडे, डबडे हा उल्लेख माझ्या मनाला झोंबत होता; पण दगडाखालचा हात सहिसलामत सोडवून घ्यायचा तर थोडी फार साखरपेरणी करणे भागच होते. मी अत्यंत नम्रपणे पुन्हा विचारले, ''मग मी परत कधी येऊ?'' त्यांचे अत्यंत कोरडेपणाचे उत्तर—''ये महिन्यानी'' मी रिकाम्या हाताने, पण खेदयुक्त अंत:करणाने तसाच घरी आलो. मनात पेटीची आठवण काढत, ती उत्तम वाजवण्याची स्वप्ने रंगवत.

रोज आईबरोबर मदतीला जाणे, जमेल तसे शाळेत जाणे वगैरे दिनक्रम सुरू होताच. संमिश्र मानसिक अवस्थेत हा एक महिना ढकलला. पुन्हा दुकानात गेलो. मनात आशा-निराशेची आंदोलने सुरू झाली. एक मन म्हणे, 'श्री. भांडारकर दयाळू आहेत. ते पेटी नक्कीच तयार ठेवतील.' दुसऱ्या मनाची कुरघोडी होई, ते म्हणे, 'शक्यच नाही. मागचा तुझा अनुभव इतका बोलका आहे की ती पेटी त्यांच्या विस्मरणातसुद्धा गेली असेल.' पुन्हा मागचाच सिलसिला. मी आशाळभूतपणे दुकानात उभा. श्री. भांडारकर इतर गिऱ्हाइकांशी प्रेमाने बोलत. विचारपूस करत. चहापाणीसुद्धा मागवत. मला चहापाण्याचे तर जाऊ देच, माझी साधी विचारपूससुद्धा नाही की माझ्याकडे लक्ष देणे नाही. अर्थात मी कोण होतो इतकी साधी अपेक्षा करायला? मी उपेक्षेचाच धनी!

अखेरीस माझा त्यांना कंटाळा आला असेल किंवा थोडी दया आली असेल. कदाचित ही 'बला' कायमची टळावी, असेही वाटले असेल. परिणामी त्यांनी त्यांच्या नोकराकरवी, त्यांच्याही अडगळीत पडलेली ती पेटी मागवली. तिच्या स्वरपट्ट्या ब्रशने साफ केल्या. चिकटपट्टीने जुजबीच डागडुजी केली. कुठे काही खिळे ठोकले. तिच्यातून जेमतेम सात सूर निघतील इतपत बंदोबस्त केला.

ती माझ्या ताब्यात दिली आणि माझे तोंड बंद केले. कदाचित भविष्यात हा मुलगा उत्तम हार्मोनिअम वाजवेल, असे काही ईश्वरी संकेत त्यांना मिळाले असतील का? माझ्या मनातला प्रश्न मी त्यांना विचारू शकलो नाही. तो अनुत्तरितच राहिला.

मोठ्या उत्साहाने ती पेटी घेऊन घरी आलो. कधी एकदा ती मी मनसोक्त वाजवतो, असे मला झाले. तसे काही शास्त्रशुद्ध वाजवायचा माझा सराव नव्हता. तसे शिक्षण नव्हते. नुसते अर्थहीन स्वर वाजवत होतो. बराच वेळ झाला. घरातले वातावरण तापले. मोठ्या भावाची परीक्षा होती. पेटीच्या कटकटीमुळे त्याच्या अभ्यासात व्यत्यय येत होता. शिवाय ह्या नादात मी नेहमीप्रमाणे आईबरोबर मदतीला गेलो नाही. तिचाही पारा चढला. अनावर रागाने भावाने ती पेटी उचलली आणि अगदी कसलाही विचार न करता समोरच्या अंगणात भिरकावून दिली. आधीच अर्ध्या जीवाची ती. तिचे तीन तेराच वाजले. तिच्या तीन फळ्या तीन दिशांना उडाल्या. मी ओक्साबोक्शी रडलो— जणू मलाच काही दुखापत झालीय! मी तिला परत एकत्र जमवले. तिला वाजती करण्यासाठी मी केलेली धडपड वाया गेली. ज्याचे जळते, त्यालाच कळते ना! भावाची आणि माझी चांगलीच मारामारी जुंपली, हे वेगळे सांगायलाच नको. खरी गंमत पुढेच आहे. अंगणात शेजाऱ्यांनी काही धान्य वाळत घातले होते. ती पेटी पडली त्यात. पेटी वाचण्यासाठी त्याचा उपयोग झाला, पण धान्य इतस्तत: विखुरले आणि मग शेजाऱ्यांचे आणि आमचे भांडण. शेजाऱ्यांचा राग ओढवून घ्यायचे ते एक निमित्त झाले, इतकेच.

आता ही पेटी पुन्हा दुरुस्त करणे हे काम आले. दुपारच्या वेळात बहुतेक वेळा मी एकटा असे. त्या वेळेचा सदुपयोग केला. मी काही तारा, खिळे-मोळे जमा केले. त्यांचा यथायोग्य वापर करून पेटी वाजती केली. देवाचे मनोमन आभार मानले. आता ती वाजवण्याचा प्रयास जोरात सुरू झाला. कोणतेही गाणे ह्या पेटीतल्या सुरावटीबाहेर नाही. योग्य स्वरांवर आवश्यक दाब पडावा लागतो, इतकेच; हे लक्षात आले आणि स्वरशोध सुरू झाला. अशा प्रयत्नांनी एक धून वाजली. ती तर खूपच ओळखीची वाटली. हे कोणते बरे गाणे? पुन:पुन्हा वाजवून पाहिल्यावर मग लक्षात आले. हे गाणे 'केशवा माधवा'! सुरावटीची ओळख पटली. त्या क्षणी झालेला आनंद खरोखरच शब्दातीत आहे. असा आनंद अनुभवण्याचाच विषय. प्रयत्न सुरूच ठेवला. संपूर्ण गाणे वाजवता येऊ लागले. मग काय, घरी येणाऱ्या प्रत्येकालाच त्याची इच्छा असो अगर नसो; माझे 'वादन' ऐकवण्याचा छंद जडला. माझी जणू एकलव्यासारखी स्वरसाधना सुरू झाली. सर्वांना त्याचे कौतुक

वाटे. एखादी गोष्ट शिकण्याची मनापासूनची अनिवार इच्छासुद्धा आपला गुरू होते बहुतेक! मग अशीच हिन्दी-मराठी प्रसिद्ध गाणी शिकू लागलो. वाजवू लागलो. आता स्वरांची ओळख पक्की होऊन संगीतसाधना अधिक जोमाने सुरू झाली.

सुरांची साथ जितकी आणि जशी पक्की होत होती, तितकीच दारिद्र्याची साथ दृढ होत होती. नागपुरात उन्हाळ्यात विहिरी असतात त्यापेक्षा जास्त खोल खणून घेतात. माझी आत्या नेहमीचे काम करत असे. आता ती त्या खोदकामावर 'बिगारी' म्हणून जाऊ लागली. घरातले खाण्याचे हाल संपले नव्हतेच. नेहमीच अर्धपोटी राहावे लागत असल्याने आत्या अशक्त झाली. तिथे ती पूर्ण क्षमतेने काम करू शकत नसे. मग त्या मुकादमाच्या शिव्या खाव्या लागत. 'मजुरी मोजून घेताना लाज वाटत नाही, मग काम करताना कुचराई का?' असा त्या मुकादमाचा व्यावहारिक विचार. त्याचेही बरोबरच असे म्हणा; घरच्या परिस्थितीशी त्याचे देणे-घेणे काय?

एकदा घरी काही तरी वाण्याकडून आणायचे म्हणून पैशांची गरज होती. आई-आत्याची कुठे डबे, कुठे पुरचुंडी वगैरे ठिकाणी शोधाशोध सुरू होती. बावाजींना काहीतरी सुगावा लागला. त्यांनी न बोलता चिल्लर स्वरूपात काही रक्कम आई-आत्याकडे दिली. ती वेळ निभावल्याने तेव्हा हायसं वाटले. काही दिवसांनी माझ्या मित्राकडून मला समजले, ते धक्कादायक तर होतेच; शिवाय अतिशय लाजिरवाणे-सुद्धा होते. त्याने बावाजींना साईबाबा मंदिरापाशी भीक मागताना पाहिले होते. बावाजी साईबाबा मंदिरापर्यंत जात असत, हे तर माहिती होतेच. पण मंदिराबाहेर उभे राहून सर्वसामान्यांना न रुचणारा मार्ग त्यांनी परिस्थितीमुळे स्वीकारला होता. मंदिरा बाहेरचा अर्थार्जनाचा त्यांचा 'हा' मार्ग समजल्यावर मनाला अत्यंत यातना झाल्या. आपण आंधळे झाल्यामुळे काही करू शकत नाही. आपली तरुण सून आणि मुलगी घराबाहेर पडल्या, ते पैसे मिळविण्यासाठी. कोवळ्या वयाचा नातू धडपडतो ते पैसे मिळविण्यासाठी. ही खंतच बावाजींना छळत होती.

ह्या ना त्या रूपाने प्रत्येकाचेच प्रयत्न सुरू होते. माझे मामा तुमसरला असतात. त्यांनी बहिणीचा भार काही प्रमाणात तरी हलका करायचा म्हणून मला शिक्षणासाठी तुमसरला नेले. तिथल्या शाळेत माझे नाव घातले. पण मी करंटाच, मला तिथे करमेना. काही तरी युक्ती केली आणि नागपूरला पळून आलो. मोठा भाऊ शिकत होता. बहीण आणि धाकटा भाऊ अजून शाळेत जात नव्हते.

0 0 0

दिवस उगवे तसा मावळे. परिस्थितीत फारसा बदल होत नव्हता. सर्वांचा

दिनक्रम नेहमीप्रमाणे सुरू होता. माझी शाळाही सुरू होती. मला शाळेत अनेक गोष्टी समजत. शाळेच्या मधल्या सुट्टीत मित्रांकडून काही तरी रंजक माहिती मिळे. कधी एखाद्या चित्रपटाविषयी असे. कधी क्रिकेटविषयी. सामान्यज्ञानात विशेष भर पडे ती शाळेत. मुलांच्या गप्पांतून मुले सांगत, मुंबईला गेले की माणसे मोठ्ठी होतात. श्रीमंत होतात. सिनेमात जाता येते. हीरो होता येतं. खूप प्रसिद्धी मिळते. वगैरे. ते वयच वेडे. मित्रांचे हे वक्तव्य माझ्या मनावर खोलवर बिंबले. मलाही त्या मुंबईविषयी अतिशय ओढ वाटायला लागली. मुंबईची केवळ कल्पनेतली झगमगती दुनिया मला खुणावू लागली. मला स्वप्ने पडत— आपण मोठ्ठा हीरो झालो. श्रीमंत झालो. आई, आत्या, धाकटी भावंडे सुखाने राहू लागली. अवघा आनंदी आनंद झाला. स्वप्नातलेच स्वप्न वाटावे, असे हे सारे. सगळे खरे, पण मी मुंबईला जाणार तरी कसा? कोण पाठवणार मला मुंबईला? घरातले खायचे एक तोंड कमी करायचे असेल, तर मग घरातून पळून जाण्याशिवाय दुसरा पर्यायच नव्हता.

घरातून पळून जाण्याचे विचार मनात सतत घोळायला लागले. मनाची विलक्षण चलबिचल झाली. मनात संघर्ष सुरू झाला, पण प्रत्यक्ष त्या निर्णयाप्रत लवकर पोहचलो नाही. एक महिना लागला. आणि एक दिवस मनाने कौल दिला, 'विजय आज तुला घर सोडायचे आहे.' अखेर त्या निर्धाराप्रत पोहोचलो. आमच्या कुटुंबाची गजाननमहाराजांवर नितांत श्रद्धा. मी घरातून निघताना घरातल्या देवांना, गजाननमहाराजांना, आत्या, आई, बावाजींना मनोमन नमस्कार केला. क्षमासुद्धा मागितली आणि मोठ्या कठोर निश्चयाने घर सोडले. गजाननमहाराजांची पितळी मूर्ती आणि पोथी घेऊन बाहेर पडलो. मानसिक आधार म्हणून केवळ. मुंबईला जायचे म्हणजे मग रेल्वे, बस काहीतरी करायला हवी होती; पण त्या तिकिटासाठी पैसे कुठे होते? गजाननमहाराजांची मूर्ती विकायचे वेडे विचार मनात येऊ लागले. मी गजाननमहाराजांची मनापासून क्षमा मागितली. स्वत:ला अत्यंत नीच वृत्तीचा म्हणून दोष दिला आणि परिस्थितीच्या नावाखाली स्वत:ची सुटकाही करून घेतली. ती मूर्ती मनाचा हिय्या करून भंगारवाल्याला विकली. त्याचे काहीतरी दहा-बारा रुपये आले असावेत. ते खिशात होते. स्वत:ला खूप श्रीमंत समजलो त्या वेळी.

मुंबईला जाण्यासाठी म्हणून नागपूर रेल्वे स्टेशनवर जाऊन बसलो. कोणी ओळखीपाळखीचे भेटेल का, अशी मनात सतत धाकधूक होतीच. चोरट्या नजरेनेच जरा इकडे-तिकडे पाहिले. एका ठिकाणी बसलो. जरा स्थिरावलो. अश्रूंचा बांध एकदमच फुटला. आज आपण घर सोडले. आईच्या मायेच्या पंखाखालून लांब

चाललो. आत्याच्या प्रेमाच्या उबदार पदराखालून बाहेर पडलो. हीरो बनायला, श्रीमंत व्हायला निघालो खरा; पण कशी असेल मुंबई? मला राहायला कोण जागा देईल? खायला प्यायला काय मिळेल? मी कुठे ह्याचा विचार केला होता? कोणी तरी मोठ्ठे व्हायचे; आई, आत्या, बावाजी, धाकटी भावंडे ह्यांना सोन्याचे दिवस दाखवायचे—ह्याशिवाय मनात दुसरे काही नव्हते. थोडा वेळ गेला. आता थोडा सावरलो. पण विचारचक्र सुरूच. घरचे कुठे शोधतील? काय करत असतील घरचे? दाजी तर कायमचे गेले; आज सर्वांचा लाडका मी घर सोडून चाललोय. नंतर समजले की त्यांनी मित्र, नातेवाईक ह्यांच्याकडे चौकशी केली; पण पोलिसांत रीतसर तक्रार नाही केली. दोन-चार दिवसांनी घरच्यांनी शोध थांबवला. अखेर कंटाळून.

मुंबईला जाणारी रेल्वे आली. तिची धकधक ऐकली. माझ्या हृदयाची धडधड वाढली. अखेर रेल्वेत बसलो. गाडी सुरू झाली. जणू वर्तमानाला मागे लोटत, भविष्यकाळाकडे ती धावत होती. नागपूरहून मुंबईकडे पळत होती. परतीचे मार्ग माझे मीच बंद केले. पतंगाचे दोर मीच कापून टाकले.

तिकीट नसल्यामुळे डब्यात कुठेतरी अंग चोरून बसलो. माझ्याकडे विशेष कोणाचे लक्ष नव्हते. गाडीतले लोक काही तरी खात होते. आपल्याच नादात गप्पा मारत होते. मी मात्र काहीसा बावरलेला, हळवा झालेला. अनेकदा मनात येई, 'नाहीतरी तिकीट काढलेलेच नाही, गाडी थांबताच पळून जावे नागपूरकडे वायुवेगाने. पट्कन आईच्या कुशीत शिरावे.' पण त्या क्षणी केवळ कल्पनेतली ती नितांतसुंदर मुंबापुरी डोळ्यांसमोर नाचू लागे. घरी परत जाण्याचा विचार झटकला जाई. पुन्हा मनात घरच्या अनंत आठवणींचे मोहोळ उठे. मन कमालीचे अस्वस्थ होई.

भुसावळ आले. गाडीत तिकीट चेकर आला. माझ्याकडे तिकीट नव्हतेच. त्यांनी मला खाली उतरवले. उतरलो, मुंबईला जाणाऱ्या दुसऱ्या गाडीत बसायचे ठरवले. तिकीट नसले तरी जिद्द होती ना! अशातच मध्यरात्र झाली. पोटात भुकेने कावळे ओरडू लागले. जवळचे थोडेफार असलेले पैसे संपले होते. शेगावला जाऊन महाराजांचे दर्शन घेऊन आलो. पुन्हा दुसऱ्या गाडीत चढलो. पुन्हा तिकीट चेकर आला. त्याची थोबाडीत खाल्ली. पोटातल्या भुकेला तीही पुरली. पुन्हा खाली उतरलो. ते स्टेशन होते इगतपुरी. सकाळपर्यंत तिथेच थांबलो. नळावरचे पाणी पोटभर पीत होतो. त्याने कशी भागणार भूक? भूक भागतच नव्हती. पण कोणाकडे तोंड वाकडे करून काही खायला मागायचे धाडस कुठे होत होते? दरिद्री जरूर होतो पण भिकारी नव्हतो ना!

स्टेशनवर एक कुटुंब छान गोल करून बसलेले. त्यांचे हास्यविनोद सुरू होते. जेवणही सुरू होते. भुकेने कासावीस झालेल्या माझी नजर सहजच त्यांच्याकडे जात होती, त्या अन्नाकडे जात होती. त्याची मात्र मला लाज वाटत होती. माझे गोरे गोमटे रूप बघून मी कोणी बुभुक्षित किंवा लाचार पण दिसत नव्हतो. त्यामुळे आपण लहान मुलांना कसे सहजतेने विचारतो, तितक्याच सहजतेने त्यातल्या कोणी मला विचारले, ''बाळ, केळं खाणार का?'' अर्थात मी तरी कुठे मोठा होतो? मला मनातून खूप बरे वाटले. ते चेहऱ्यावर मात्र दाखवले नाही. बहुतेक लाज वाटली. मी ते केळे घेतले. तेवढाच पोटाला आधार वाटला. न मागता मिळालेल्या केळ्याने सुखावलो. पुन्हा अश्रुप्रवाह सुरू झाला. घरच्या आठवणींनी पोटात कालवाकालव सुरू झाली.

इगतपुरीला पुन्हा मुंबईकडे जाणाऱ्या गाडीत बसलो. संध्याकाळ झाली. कातरवेळ नेहमीच हुरहूर लावणारी असते. मनातून खूपच एकटे-एकटे वाटत होते. मुंबईला तर कसेही करून जायचेच होते. स्टेशनामागून स्टेशने जात होती. कधी माणसांचा लोंढा खेचाखेच करत गाडीत चढे, तर कधी लगबगीने उतरे. मी मात्र होतो तिथेच बसून होतो. सोबत होती अखंड आठवणींची. प्रवास सुरू होता. बराच वेळ गेला. रात्र तर केव्हाच सरली. सकाळी कधी तरी एकाएकी लोकांचा गलका सुरू झाला—''मुंबई आलीऽ मुंबई आलीऽऽ'' क्षणभर गोंधळल्यासारखे झाले. गाडीतून उतरलो. आता खरोखरच उघड्या आभाळाखाली आलो होतो. मी उतरलो ते स्टेशन दादर होते. मी नागपूरहून निघताना कुठे उतरलो की 'मुंबई'ला गेलो असे होते, हे माहिती नव्हते. त्यामुळे पुष्कळ लोक 'मुंबई' म्हणून उरतले, तिथे मीही उतरलो. दादर स्टेशन केवढे तरी मोठ्ठे वाटले. अफाट गर्दी, माणसांची वर्दळ, धावपळ, गाड्यांची ये-जा, डगलेवाल्या हमालांची चाललेली पळापळ, त्यांचा पाठलाग करणारे प्रवासी... हे सगळे स्तिमित होऊन पाहत होतो. तेवढा वेळ छान गेला. एकदम भानावर आलो. वाटले, आता इथून सटकायला हवे. तिथेही चेकरने अडवले. तिकीट नाही म्हणून बसवून ठेवले. चेकर तरी किती वेळ पहारा करणार? त्याला इतरांची तिकिटे तपासायची होती. त्याचा डोळा चुकवून निसटलो.

0 0 0

आता काय करायचे? दशदिशा मोकळ्याच होत्या. वाट फुटेल तिकडे चालत राहिलो. पण चालणार तरी किती? काही तरी ठरवून करायलाच हवे होते. मग कोणी सद्गृहस्थ हेरून काम मागू लागलो. कोणी म्हणे, वडा-पावच्या गाडीवर

विचार. हा इतकासा मुलगा, नऊ-दहा वर्षांचा; काय काम करणार, असेही कोणी म्हणे. कोणी प्रेमाने "बेटा, तू क्या काम करेगा? भागकर आया हो तो घर चले जाओ." असा प्रेमळ सल्ला देई. पण मी घरी परत जायला आलोच नव्हतो.

असेच कोणी सुचवल्यावरून चर्नी रोड चौपाटी शोधत शोधत तिथे पोहोचलो. तिथली माणसं, मुलं बघून खूप मजा वाटली. तिथे बरेच लोक आपल्या कुटुंब-कबिल्यासह येत. तिथे बरीच खायची-प्यायची दुकाने दिसली. इथे काही काम मिळेल, थोडे पोटाला पण मिळेल, असे वाटले. मी तिथे पोहोचलो तेव्हा दुपारचे चार वाजले असतील. चौपाटीवर हळूहळू गर्दी सुरू झाली. समोर ह्या टोकापासून त्या टोकापर्यंत पसरलेला पाण्याचा साठा दिसला. त्यालाच 'समुद्र' म्हणतात, हे तेव्हाच समजले. अथांग सागराचे आयुष्यातले ते पहिले दर्शन! त्याचे ते अथांगपण दोन चिमुकल्या डोळ्यांत मावत नव्हते. मन एका परीने आनंदले. कोणी घोडागाडीत फिरताना दिसे. कोणी भेळपुरी खाताना. कोणी नारळ पाण्याचा आस्वाद घेई. अशी सर्वांची चैन सुरू होती. हे सुख आपल्या नशिबी नाही, असे सारखे मनात येई. तिथे एक 'फार्मफेअर' नावाचे भेळपुरीचे व कोल्ड्रिंकचे दुकान होते. त्याच्या पायरीवर गंमत बघत बसलो. आपल्याला काही खायला मिळणार नाही, हे मनाशी पक्के होतेच. पण इगतपुरी स्टेशनवर समजले होते, खाणाऱ्याकडे बघत बसले की खायला मिळते. कधी दया म्हणून, कधी मेल्याची नजर नको लागायला म्हणून.

भेळपुरीच्या दुकानांची रांगच रांग होती. तिकडे चक्कर मारायची आणि जे खाणारे लोक असतील, त्यांच्याकडे चोरट्या नजरेने बघायचे. त्या लोकांच्या लक्षात येतंय असे वाटले की, लगेच नजर दुसरीकडे वळवायची. असे करताना एका गृहस्थाचे लक्ष माझ्याकडे गेले. तो बहुतेक पारशी असावा. त्याला ते आवडले नाही. त्याने मला तिथून हुसकावून लावले. सगळे लोकच नसतात दयाळू. असेच तिथे फिरायला, मजा करायला आलेल्या एका कुटुंबातील एकाने मला पाहिले. मी नुसताच उभा होतो. कदाचित माझ्या पोटातील आगीचे प्रतिबिंब चेहऱ्यावर उमटले असेल. माझ्या डोळ्यांत कारुण्यही दिसले असेल त्याला. काय वाटले कोण जाणे! त्याने विचारले "कुछ खाएगा क्या?" मी नुसत्या मानेनेच संमती दिली. नजरेने 'हो' म्हटले. त्याने माझ्यासाठी एक अख्खी प्लेट शेवपुरी मागवली. माझा तळीराम खाऊन जरा शांत झाला, तृप्त झाला. त्या सद्‌गृहस्थाचे आभार तरी कोणत्या शब्दांत मानायचे? मी भारावलेला. मला कळेना. आता खाणे तर झाले. पाणी प्यायचे होते. तिथे 'पिने का पानी', 'पिने का पानी' म्हणून काही जण पाणी विकत

होते. काही जण ते विकत घेत होते. पीतही होते. म्हणजे मला पाणी प्यायचे असेल, तर ते आता विकत घ्यावे लागणार. चर्नी रोड चौपाटीवर एक रुपया ग्लास पाणी मिळे. पण मी कुठून देणार होतो रुपया? मनात आले, समोर हा महासागर आहे, त्याचेच पाणी प्यावे. गेलो त्याच्याजवळ. ओंजळीत घेतले पाणी. प्यालो. पण ते गिळतो कुठला? क्षणभर तोंडातदेखील ठेवता आले नाही. द्रवरूप मीठच ते, इतके खारट. तहानलेल्याची तहान भागवण्याचे सामर्थ्य त्या असीम जलाशयात नाही, ह्या वास्तवाची जाण असण्याचे ते वयच नव्हते. मला कोणी तरी नंतर बिर्ला ऑडिटोरिअमच्या जवळ म्युन्सिपालिटीचा नळ असल्याचे सांगितले. तिथे जाऊन अगदी तृप्त होईपर्यंत पाणी प्यायलो. पुढे विलक्षण योगायोगाने त्याच बिर्ला ऑडिटोरिअममध्ये माझा मा. सुनील गावसकरांच्या हस्ते सत्कार झाला. असे माझे त्या बिर्ला ऑडिटोरिअमबरोबरचे नाते जुने आणि दृढ आहे; तितकेच जिव्हाळ्याचे आहे.

रात्र झाली. आता प्रश्न—झोपायचे कुठे? त्याच 'फार्मफेअरच्या' पायरीवरच अंग टाकले. बहुतेक लगेचच शांत झोप लागली. माझ्यासारखेच अनेक जण तिथे झोपणारे होते. मी पण घरून पळून आल्याचे कोणाच्या तरी लक्षात आले. फारशी चौकशी वगैरे झाली नाही. कारण कोण कुणाला काय विचारणार? प्रत्येकाची कथा वेगळी, पण व्यथा एकच. सगळेच समदुःखी. दुसऱ्या दिवशी परत तेच. लोकांची गर्दी. खाणाऱ्यांची गर्दी. पिणाऱ्यांची गर्दी. पण ह्या वेळी मात्र मी खाणाऱ्यांच्या तोंडाकडे आशाळभूतपणे, ओशाळवाणे पाहायचे नाही, हे पक्के केले. त्यापेक्षा तिथे काही माझ्याजोगते काम मिळते का, ते विचारायचे ठरवले. माझे बारीक निरीक्षण सुरू होते. तिथे काही जण माझ्याच वयाची, तर काही माझ्यापेक्षा मोठी मुले होती. ती पडेल ते काम करत. कोणी भेळेसाठी बारीक कांदा कापत. कोणी एकसारखे कागद कापत. कोणी दुकानाजवळ एक टोपली ठेवलेली असे— लोक भेळपुरी, पाणीपुरी खात; रिकाम्या प्लेट्स त्या टोपलीत ठेवल्या जात— ती टोपली लांबच्या कचरा कुंडीपाशी नेत. तिथे त्या प्लेट्स साफ करत. ह्या विशिष्ट कामासाठी मात्र त्यांच्यात एक प्रकारची चुरस असे. ही स्पर्धा कशासाठी, हे मी शोधायचे ठरवले. त्या कचराकुंडीजवळ ती मुले जात. त्या रिकाम्या प्लेट्सला चिकटलेले, लोकांनी अर्धवट खाल्लेले जे उष्टे असेल, ते ती एकत्र करत. त्याचे समान वाटप करत. ते खात. असे आपले पोट भरत. ती भरलेली टोपली पळवण्याची ती मुले घाई करत, त्याचे हे कारण. हे सगळं बघून खरेतर शिसारी आली. पोट भरण्यासाठी अस उष्टे खाणे मनाला पटेना. मी ते खाल्ले तर... उष्ट्या पत्रावळीवर

कावळे तुटून पडतात, मग त्यांच्यात आणि माझ्यात फरक तो काय? पण पराकोटीची भूक भल्याभल्यांची विवेकबुद्धी भ्रष्ट करते. मी तर लहान होतो; अपवाद कसा ठरणार? अंतिम विजय भुकेचाच झाला. त्या सर्व मुलांची पोटाची खळगी भरण्यासाठी चाललेली केविलवाणी धडपड दिवसभर नुसता पाहत राहिलो. पण पोटात भुकेचा आगडोंब उसळल्यावर त्या मुलांच्यात सामील झालो; पण ती मुले कसली दाद देतात.

मग मात्र मी दुकानाच्या मालकालाच विचारले. त्याचा माझ्यावर विश्वास बसलाय असे वाटले नाही, पण माझी त्याला दया निश्चितच आली. दुसऱ्या दिवसापासून मग मी त्या टोपली रिकामी करण्याच्या कामावर रुजू होणार होतो. मोबदला ठरला— एक भेळपुरीची अख्खी प्लेट. तीसुद्धा अगदी ताजी. स्वत: काम करणार, कसलीही लाचारी न करता मला काम मिळणार, स्वत:च्या कष्टाचे चार घास खाता येणार म्हणून विलक्षण आनंद झाला; पण त्या रात्रीचे काय? हे सगळे दुसऱ्या दिवसापासून ठरलेले. पोटात नुसती जन्माची आग उसळली होती. मी त्या दुकानदाराच्या परवानगीने टोपलीतील प्लेट्स साफ करायला नेल्या. नुसत्या वासानेच जिभेला पाणी सुटले. मन मात्र त्यातले ते उष्टे खाण्यास धजत नव्हते. मनाचा कौल मानला नाही. त्या प्लेटमधली एक पुरी उचलली. खाल्ली. बरी वाटली. असे करता करता उष्टे का होईना, पण पोटभर खाणे झाले. म्युन्सिपालिटीच्या नळावर पाणी प्यायलो. पण आज खंत वाटते ती ह्याचीच, त्या वेळी मूळच्या संस्कारांचा, परिस्थितीने असा दारुण पराभव केला.

दुसऱ्या दिवसापासून तर मालकानेच ते काम करायला सांगितले होते. त्यामुळे त्या मुलांनी दादागिरी करायचा प्रश्नच नव्हता. दुकानाजवळची ती टोपली भरेपर्यंत मग मी चौपाटीवर नुसतीच चक्कर मारून येई. मला तिथली येणारी माणसे, मजा करणारी, खेळणारी, हट्ट करणारी मुले, छान-छान वाहने, ह्यांची फार मौज वाटे. टोपलीकडे लक्ष तर असेच. ती भरली की रिकामी करे. गरजेनुसार खाणे सुरू होतेच. मालकाकडे काम करणारी माझ्या आधीची तीन मुले आणि मी आमच्यात खाण्यावरूनच बहुतेक असेल, पण मारामारीचा प्रसंग आला. एक तर खाण्यात आता होणारी माझी भागीदारी त्यांना मान्य नव्हती. शिवाय माझ्या कामावर मालक खूष होता, कारण टोपलीतील प्लेट्स साफ करायचे काम मी मनापासून आणि नीटनेटके करत असे. म्हणजे मी कानामागून येऊन तिखटसुद्धा झालो. अखेर मालकांनी मध्यस्थी करून आम्हा चौघांत ते उच्छिष्ट वाटण्याचे काम माझ्यावरच सोपवले आणि भांडण मिटले. मी 'फार्मफेअर' ह्या दुकानासमोरील

मोकळ्या भागाचे साफसफाईचे कामदेखील करत असे. त्या बदल्यात शिळे पाव मिळायचे. ते आसवांत भिजवून खायचे. समुद्रात मनमुराद डुंबायचे. भेळपुरीवाल्याचे उकडलेले बटाटे सोलून द्यायचे. डोळ्यांतून पाण्याच्या धारा लागल्या तरी कांदे सोलून द्यायचे. त्याचे दोन रुपये सरत्या संध्याकाळी मिळायचे. अशी भेळपुरी का होईना, ती मात्र पोटभर मिळू लागली.

मी ज्या 'फार्मफेअर' नावाच्या दुकानदाराचे काम करत होतो, त्याला आता बऱ्यापैकी दिवस झाले. तो मालक आणि त्याचा भाऊ माझ्या चांगल्याच परिचयाचे झाले. एक दिवस तो मालक मला म्हणाला, ''कल मेरी छुट्टी है, छोटू दुकान संभालेगा। मै दिनभर घर मे आराम करना चाहता हूँ। आज रात मेरे घर आना। घर का खाना खा लेना। बहोत दिनसे तूने अच्छा कुछ नहीं खाया होगा। तो घर का खाना खा के थोडा घुमकर भी आना।''

घर सोडल्यापासून पहिल्यांदाच कोणी तरी घरचे, प्रेमाने जेवायला बोलवत होते. बरे वाटले. त्याच्याकडच्या काम करणाऱ्या इतर पोरांना न बोलावता त्याने मलाच जेवायला बोलावले, म्हणून स्वत:च्या नशिबाचा हेवासुद्धा वाटला. त्या रात्री दहा वाजता दुकान बंद झाले. त्याच्याबरोबर एक-सव्वा तास बसने प्रवास केला. कोणत्या तरी एका स्टॉपवर उतरलो. एक तर सगळा नवखा भाग. त्यात रात्रीचे अकरा वाजून गेलेले. मला काही समजत नव्हते. त्याच्या मागोमाग चालत राहिलो. सुमारे दहा-बारा मिनिटांनी एका टेकडीवरील त्याच्या पत्र्याच्या झोपडीवजा बैठ्या घरात शिरलो. त्या घरात एक होते चुरमुऱ्याचे पोते, शिवाय एक मध्यमवयीन स्त्री. बहुतेक ती त्याची बायको असावी. मला न समजणाऱ्या, अपरिचित भाषेत तो तिच्याशी काहीतरी बोलत होता. मला अवघडल्यासारखे झाले. मी काय करू ते समजत नव्हते. थोडा वेळ तसाच तणावपूर्ण अवस्थेत गेला. ती स्वयंपाक करू लागली. तिने ॲल्युमिनियमच्या खोलगट ताटात भात-भाजी, पराठे वाढले. आमच्या दोघांच्या पुढ्यात ती ताटे सरकवली, पण जरा घुश्श्यातच. आमचे जेवण न बोलता सुरू होते. ती न जेवता नुसती बोलतच होती. बऱ्याच दिवसांनी पोटभर ताजे अन्न मिळाल्याने मी चांगलाच सुस्तावलो. मालकानेही बिछाना टाकला. तो त्यावर निजला. मी भिंतीच्या कडेला निजलो. त्याची बायको दाराजवळ निजली. आधीच दिवसभर काम केल्याने आणि रात्री उशीर झाल्याने भरल्यापोटी मी तत्काळ गाढ झोपी गेलो. काही वेळाने काहीसा दचकून मी जागा झालो. त्याने माझ्या अंगावर हात टाकला होता. मला तो स्पर्श काही वेगळेच सांगून गेला. मी काही बोलायचा

प्रयत्न केला, पण नीचाने माझे तोंड दाबून बंद केले. मी चांगलाच घाबरलो. माझा त्याला निकराचा विरोध सुरू झाला. त्याने एक थोबाडीत लगावली. माझा विरोध शिथिल झाला. अत्यंत बेशरमपणे त्याने माझ्या पँटलाच हात घातला. त्या नरपशूच्या पंज्यातून सुटण्याची माझी केविलवाणी धडपड सुरू झाली. अगदी अगतिक झालो. शक्तिहीन झालो. त्याने त्याचा दुष्ट हेतू सफल केला. काहीच न घडल्याच्या आविर्भावात तो निर्लज्जपणे खोलीबाहेर पडला. काही वेळाने पुन्हा आला. माझ्यापासून काही अंतरावर पुन्हा झोपला. भेसूर घोरणे सुरू झाले. आता माझे सुरू होते मूक रुदन. जाणवत होत्या त्या जीवघेण्या वेदना. त्या नतद्रष्ट क्रूरकर्म्याविषयीचा मनात होता अनावर संताप. ह्यापलीकडे मी काय करू शकत होतो? 'हरिणीचे पाडस व्याघ्रे धरियेले' अशी माझी अवस्था. शेवटी अत्यंत प्रयत्नपूर्वकच मी झोपलो.

पुन्हा थोड्या वेळाने कोणाचा तरी हात पोटावर पडला. मी सावधच झोपलो होतो. पूर्ण जागा झालो. भीतीने दरदरून घाम फुटला. वाटले, आता पुन्हा तो लांडगा तुटून पडणार. पण त्या वेळी विपरीतच होते. तो 'हात' मघाशी मनसोक्त जेवण वाढणाऱ्या बाईचा होता. मला ती दोघे मिळून ठार मारतील, अशीच भीती वाटायला लागली. त्या बाईने मघाशी नवऱ्याने केलेलेच दुष्कृत्य सुरू केले. मी सर्व शक्ती एकवटून उठून बसलो. शरीर अगोदरच प्रतिकार करू लागले होते. तिचा नवरा आता ह्या वेळी घरात नव्हता. तो बाहेर गेल्याचे मला समजले नाही. मी लघवीला जायच्या निमित्ताने त्या राक्षशिणीच्या हातून सुटका करून घेतली. मनाने खूप वेगाने पळून जायचे ठरवले; पण पायात शक्ती कुठे होती? पाय पूर्णपणे गळून गेले होते. हळूहळू पावले टाकत त्या अंधाऱ्या रात्री रस्त्याचा अंदाज घेत तिथून सटकलो. एक स्टेशन गाठले. ते गोरेगाव होते. विनातिकीट चर्चगेट गाठले. पुन्हा कधीही त्या चौपाटीवर फिरकायचेदेखील नाही, असा निश्चय केला. चर्नी रोड चौपाटी मला दुरावली, मी तिला...

0 0 0

पुढे बऱ्याच काळानंतर माझे लग्न झाले. मी साधनासोबत मुंबईला गेलो. त्या चर्नी रोड चौपाटीवर जायचे भय वाटले. तो क्रूरकर्मा तिथे असेल. तो मला ओळखेल, असे वाटत होते. पण प्रत्यक्षात मात्र तिथे नव्हते ते भेळपुरीचे दुकान, ना तो दुष्ट मालक. मला हायसे वाटले. वीस वर्षांत बराच बदल झाला होता त्या चौपाटीवर! तसाच माझ्या आयुष्यातसुद्धा.

तर, चर्नी रोड चौपाटीकडे कायमची पाठ फिरवली, पण जाणार कुठे?

काही दिवस फुटपाथवर काढले. अंग तापाने फणफणले होते. मिळाले तर खात होतो. तसेच दिवस ढकलत होतो. मी त्या मालकाच्या भीतीने चौपाटी सोडली हे खरेच, तसाही तिथल्या दिनक्रमाचा कंटाळा पण आला होता. काय होई— काही काही दिवसांनी पोलीस व्हॅन येई आणि माझ्यासारख्या मुलांना पकडून नेई. बालसुरक्षा गृह ही कारवाई करत असे. ती मुले सुधारगृहात नेली जात. त्यांचा हेतू चांगला आहे, असे मात्र तेव्हा वाटत नसे. तेव्हा हा त्यांचा छळ आहे, असे वाटे. आपल्या स्वातंत्र्यावर गदा आणायचा त्यांना काय अधिकार, असेसुद्धा वाटे. ज्यावेळी ती गाडी येई, त्या वेळी आम्हाला लपता भुई थोडी होई. त्या फार्मफेअरमधला एक वृद्ध मला बऱ्याच वेळा म्हणत असे, ''किती दिवस तू उष्टे खाऊन जगणार? त्यापेक्षा तू महालक्ष्मी मंदिर किंवा मुंबादेवी मंदिर अशा ठिकाणी का जात नाहीस? तिथे मोठे मोठे शेठ लोक येतात लाडू, पेढे, पुरी-भाजी, जिलेबी वाटतात.'' मला ह्या सगळ्याचा मोह पडला. त्या मंदिरांपाशी जाऊन नक्की काय केले की, ही मेवा मिठाई मिळते ह्याचा मात्र विचार करावासा वाटला नाही.

0 0 0

पत्ता शोधत-शोधत अखेर मुंबादेवीच्या देवळाजवळ येऊन पोहोचलो खरा, पण तिथल्या त्या जगाचे दर्शन भयावह होते. तिथे कोणी बाया, मुले, अंध, अपंग, महारोगी, अंगावर मळ साचलेला, कपड्यांच्या चिंध्या झालेल्या— असे अनेक जण चक्क भीक मागत होते. बापरे! अशी इथे बसून भीक मागायची? ही पोट भरायची कल्पनाच मनाला भावली नाही. असे बसून हात पसरणे मला जमणार नाही. मागच्या काही दिवसांपासून मी असहाय, अगतिक नक्की झालो होतो; पण भीक नव्हती मागितली. त्या मंदिराच्या प्रवेशद्वारासमोर दोन्ही बाजूंनी भिकाऱ्यांची रांग लागली होती. मी नुसता बघत होतो. मनात हो-नाहीचे द्वंद्व सुरू झाले. एक मन ठामपणे सांगे, 'तुला भीक मागणे जमणार नाही.' लगेच दुसरे ग्वाही देई, 'का जमणार नाही? तू ठरवलंस तर नक्की मागशील.' अनेक जण इथे पुण्य मिळवण्याच्या हेतूने अन्नदान करतात. कोणी पैसेही देतात. म्हणजे इथे खायलाही मिळते आणि पैसाही मिळतो. मग काय वाईट आहे?

तरीही रांगेत बसायचा धीर होत नव्हता. गरिबीने पिचलो असलो तरी संस्कारांचे लेणे होतेच. मुळातल्या सधन सुसंस्कृत घरातला सुसंस्कारित मुलगा मी, सार्वजनिक नळावर पाणी पिऊन तो दिवस ढकलला. ही रात्र संपली की उद्या उगवणार; मग उद्याचे काय? उद्या उजाडला. मोतीचुराचे लाडू भिकाऱ्यांना वाटले

जात होते. प्रबळ भुकेने माझी सदसद्विवेक बुद्धी पुरती गारद केली; पण त्यात माझा दोष कुठे होता? कुठल्याही जिवंत प्राण्याप्रमाणे जगण्यासाठी हे आवश्यक आहे, म्हणून करत होतो. घाबरत, संकोचत रांगेच्या शेवटी उभा राहिलो. बळ एकवटून हात पुढे केला. हातावर कोणी लाडू, कोणी पेढा, पैसे देई. हातावर पडेल ते देवाचा प्रसाद म्हणून स्वीकारत गेलो. पैसेसुद्धा चांगले पाच-सहा रुपये इतके जमा झाले. खरे सांगतो, ते पैसे बघितले आणि घर आठवले. घराच्या आठवणींनी मनात काहूर माजले. रडायला यायला लागले. एका घरंदाज घरचा मी— दाजींचा लाडका भोऱ्या मी— वितभर पोटाची खळगी भरण्यासाठी भीक मागत होतो. माझ्या बालबुद्धीला ह्यापेक्षा वेगळे काही सुचत नव्हते. आपण सवयीचे गुलाम. पुढे-पुढे हात पसरायला पण लाज वाटेनाशी झाली. तरीही अजून 'ए बाय, ए माय, ए दादा' असं तोंड वेंगाडून हाक मारायला जमत नव्हते. अखेर काही दिवसांनी तेही अंगवळणी पडले. शेवटी परिस्थितीच माणसाला शिकवते. रात्री दुकाने बंद झाल्यावर त्या फळ्यांवर अंग टाकायचे. सार्वजनिक नळावर सर्व प्रातर्विधी आटपायचे. मग देवळासमोरच्या रांगेत येऊन नंबर लावायचा. रांग लावावीच लागे. तोही त्या जगाचा अलिखित नियमच. कारण रांगेचा फायदा सर्वांना. असा दिनक्रम सुरू झाला.

सर्व आटोपून मी जेव्हा रांगेत येई, तेव्हा रांग भली मोठ्ठी वाढलेली असे. साहजिकच माझा नंबर बराच मागे जाई. अन्नदान किंवा धनदान करणारे जे लोक असत, त्यांच्या जवळचे ते अन्न रांगेतल्या पहिल्या काही लोकांच्यात संपून जाई. 'फर्स्ट कम फर्स्ट सर्व्ह' हा न्याय तिथेही. शेवटची नुसतीच आशाळभूत नजरेने पाहत राहात. आर्जवं करत. इथेसुद्धा मक्तेदारी. शिरकाव होणे अवघड. थोड्याशा दांडगाईनेच रांगेत पुढच्या बाजूला प्रवेश मिळवला. जम बसवला. भिकाऱ्यांच्या दादाला, भाई भिकाऱ्याला लाच दिली आणि माझी जागा पक्की केली. जणू रांगेत 'अढळ स्थान' पटकावले. मुंबादेवीच्या दर्शनाला जायची मात्र हिंमत झाली नाही. बाहेरच्या फरशीवर भीक मागत नवीन आयुष्य सुरू झाले. मला पक्के कळून चुकले की, मी आता पट्टीचा भिकारी झालो. आता घराचे दरवाजे कायमचे बंद झाले. माझे मीच करून घेतले.

सगळे भिकारी पोत्यावर बसत. मिळालेले पैसे पोतं उघडून मांडीखाली ठेवत. रात्री दुकानाच्या फळीवर झोपायला तेच पोते उपयोगी पडे. उन्हात, पावसात, थंडीत त्या एकमेव पोत्याचाच आधार. ते पोतं मिळवणंसुद्धा चैनच. एका वखारवाल्याकडे ते पोतं पाच रुपयाला मिळे. अर्थात हेसुद्धा एका सहकारी भिकारी

मित्राकडूनच शिकलो. अगदी व्यावसायिक भिकारी झालो. दुकानाच्या फळकुटावर पाऊस असो, थंडी-वारा असो शांत झोप लागायची. उद्याची भ्रांत नाही. कसलीही चिंता नाही. फक्त अधून-मधून अस्तित्व टिकवण्यासाठी झगडावे लागे.

आता रोज काही तरी नवीन पदार्थ मिळायला लागला. पोट भरण्याइतपत मिळत असे. असेच एकदा एक शेठजी देवळात आले. त्यांच्याबरोबर लाडूच्या टोपल्या घेऊन नोकर-चाकर होते. त्यांनी मुंबादेवीला लाडवांचा नैवेद्य दाखविला. उरलेले सगळे लाडू भिकाऱ्यांना वाटायचे होते. त्यांनी प्रवेशद्वाराजवळच्या, रांगेतल्या, काही रांगेबाहेरच्या भिकाऱ्यांना लाडू वाटायला सुरुवात केली. एका रांगेत लाडू वाटून झाले. आता टोपलीतले सगळे लाडू संपतील की काय, असे वाटायला लागले. रांगेतले पुढचे लोक उठून टोपलीत डोकावून बघायला लागले अधीरतेने. मीसुद्धा तेच करत होतो. माझ्या बाजूला एक महारोगी होता. माझ्यानंतर त्याचा नंबर होता. हळूहळू टोपलीतला शेवटचा लाडू मलाच मिळाणार, हे आता स्पष्ट झाले. तो महारोगी संतापला. त्याने मला कोपराने ढकलून खाली पाडले. स्वत: पुढे सरसावला. मी खाली पडल्यामुळे साहजिकच अखेरचा लाडू त्यालाच मिळाला. मी तरी कसा गप्प बसणार? मी त्याला चांगलेच चोपून काढले. तोही खाली पडला. वास्तविक त्या लाडवावर माझा हक्क होता. लाडू मलाच मिळायला हवा होता. हे सर्व पाहून तो शेठजी संतापला. त्याने मलाच बेदम मारले. माझा ओठ फाटला. ''म्हाताऱ्या-कोताऱ्यांना मारतो. गुंडगिरी करतो. ह्याला हुसकवा इथून. साल्याला बसू देऊ नका.'' वगैरे त्याने पुष्कळ आरडाओरडा केला. माझ्या मनाला-सुद्धा जखम झाली. मनात रागही खदखदत होता. अन्नावर माझा हक्क होता. समाजाच्या कुठल्याही स्तरात जा— गरीब-श्रीमंत, सुशिक्षित-अशिक्षित— 'बळी तो कान पिळी' ह्याचाच अनुभव येतो. स्वत:ला सिद्ध करावेच लागते.

घर सोडून किती दिवस झाले होते; नक्की स्मरत नाही. माझ्या अंगावर आता लज्जारक्षणार्थ फक्त फाटकी चड्डी राहिली होती. केस अमाप वाढले होते. मूळच्या गोऱ्या रंगाचा बोऱ्या वाजला होता. किती तरी दिवसांत आरशात स्वत:चा चेहरा पाहिला नव्हता. आता तर मीच मला परका झालो होतो.

असाच एक प्रसंग आजही डोळ्यांसमोर ताजा आहे. कोणी व्ही.आय.पी. देवीच्या दर्शनाला येणार होते. कडेकोट बंदोबस्त होता. असे कोणी येणार असले की भिकाऱ्यांना तिथून हाकलून देण्यात येई. भिकाऱ्यांनाही ते नवे नव्हते. त्याचीही त्यांना सवय होतीच. पोलसांची नजर असेपर्यंत सगळे जण कुठे कुठे पांगत असत.

पोलिसांची पाठ फिरली रे फिरली, की सगळेच परत आपापल्या जागेवर येत. त्या दिवशी असेच झाले. ठरल्याप्रमाणे मध्यरात्र झाल्यावर एकदम पळापळ झाली. मला काही समजेना. मी तिकडे लक्ष न देण्याचे ठरवले. आडवा होण्याचा प्रयत्न करत होतो. तोच काही कळायच्या आत पोलिसांचा दांडू असा काही डोक्यात बसला की, माझ्या डोळ्यांसमोर अंधारीच आली. माझे डोके चक्क फुटले. इतका तो जोरात लागला. त्यातून रक्ताचा पाट वहायला लागला. असह्य वेदना झाल्या. आयुष्यभराचे पाणी जणू डोळ्यांतून गेले; इतका रडलो. पोलिसांना दया येण्याचे कारणच काय? ते त्यांचे काम करायचा प्रयत्न करत होते. माझी ही अवस्था त्यांच्या कर्तव्यपूर्तीचे चोख उदाहरण होते. तसाच तिथे ग्लानीत पडून होतो. दुसऱ्या दिवशी सकाळी रस्ता झाडायला येणाऱ्या एका माऊलीला माझी अवस्था बघवली नाही. तिने दोन झाडूवाल्यांच्या मदतीने सेंट जॉर्ज हॉस्पिटलमध्ये नेऊन माझ्यावर उपचार केले. वीस दिवस मी तिथे राहिलो. तिथली एक ख्रिश्चन नर्स माझ्यावर पुत्रवत् माया करी. माझी सेवा मनापासून करी. स्वत:च्या डब्यातले चार घास मला प्रेमाने खाऊ घाले. ती मला नेहमी समजावे, ''बाळ, असा भीक मागत इथे राहू नकोस. आपल्या घरी जा. तुझ्या घरचे तुझी वाट पाहत असतील.'' पण मला परत जायचेच नव्हते. अजून माझे हीरो बनण्याचे, श्रीमंत होण्याचे ध्येय पूर्ण झाले नव्हतेच ना! सेंट जॉर्जमधे मला नुसत्या माणुसकीचाच नाही, तर माणसातील देवत्वाचा सुखद अनुभव आला. 'देव तारी त्याला कोण मारी' ही म्हण माझ्यावरून तर आली नसेल ना?

मी पक्का आणि पूर्ण वेळ भिकारी झालो, त्याला आता जवळपास दोन वर्षे होत आली. दारिद्र्याचे चटके सोसत होतो. ह्या जगातले वैविध्यपूर्ण आणि कल्पनातीत अनुभव घेत होतो. निरनिराळ्या वृत्तीची माणसे भेटत होती. सर्व भोवताल माझे मन टिपकागदासारखे टिपत होते. त्या अर्थी माझे जगणे नक्कीच समृद्ध होत होते.

पण कुठल्या वळणावर माणसाला कोण भेटेल आणि त्याचे चिमुकले जीवन उजळून जाईल; सांगता येत नाही. साधारणपणे अडतीस वर्षांपूर्वीची ती घटना माझ्या डोळ्यांसमोर लख्खपणे होती. एक उंचेपुरे आकर्षक व्यक्तिमत्त्वाचे गृहस्थ आपली पत्नी आणि दोन मुलांसह मुंबादेवी देवळासमोर गाडीतून उतरले. साहजिकच आम्हा सर्वांच्याच नजरा त्यांच्याकडे गेल्या. ते आता काय काय आम्हाला वाटतील, असे वाटले. हावरटपणाची सवयच झाली होती ना! त्यांनी रांगेतल्या प्रत्येकालाच काही दिले, असे नाही. कोणाकोणाच्या हातावर मात्र

काहीबाही ठेवले. आमच्या समोरून ते दर्शनाला गेले. जाताना माझ्याकडे मात्र ते जरा निरखून म्हणा किंवा रोखूनच पाहत होते. मला ती त्यांची नजर जरा वेगळी वाटली. असे का बरे असेल? मी त्यांना कोणी चोर-लफंगा वाटलो की माझ्यातले काही वेगळेपण त्यांच्या नजरेत भरले? मी मनातून पुरता घाबरलो आणि त्यांच्यापुढे हात पसरला नाही. म्हणजे इच्छा असून धाडस झाले नाही. दर्शन करून परत येताना अगदी अनपेक्षितपणे त्यांनी माझा हात पकडून मला रांगेबाहेर खेचले. ती पकड पराकोटीची घट्ट होती. क्षणार्धातच मी समजून चुकलो. कितीही धडपड केली तरी आता सुटका नाही. एकीकडे त्यांचा शिव्यांचा भडिमार सुरू होता. बहुतेक सगळ्या 'भ'च्या बाराखडीतल्या शिव्या देऊन झाल्या. ''मादरच्योदऽऽ भीख माँगता है। कहाँ से भागकर आया है?'' वगैरे बोलून झाले. मी आता काहीही खोटे बोलणे शक्यच नव्हते. मी सगळे खरे सांगून टाकायचे ठरवले. मला ते मोठे पोलीस अधिकारी वाटत होते. मग उगीच कशाला खोटे बोलायचा धोका पत्करायचा?

त्यांनी मला त्यांच्याच गाडीत बसवले. रस्त्यातच माझे सगळे बोलणे आणि एकीकडे रडणेसुद्धा सुरू होते. माझी कर्मकहाणी सुरू असतानाच माटुंगा पोलीस ठाणे आले. मी खाली उतरलो. संमोहित झाल्यासारखे त्यांच्या मागे गेलो. त्यांनी मला पोलीस स्टेशनमधे बसवले. पोलिसांना त्यांनी काहीतरी सांगितले. ते तिथून निघून गेले. माझ्यासारखीच आणखी तीन-चार तरी पोरं तिथे बसली होती. पोलिसांची गाडी येई. त्यातून काही पोरं उतरत. असे थोड्या-थोड्या वेळाने सुरू होते. संध्याकाळच्या साडेपाचपर्यंत अशीच घरटी चुकलेली, दिशा हरवलेली दहा-बारा चिमणीपाखरे तिथे जमली. मीही त्यापैकीच नव्हतो का? मधून-मधून पोलीस उगीचच सगळ्यांना धमकावत. शिव्या देत. काहीतरी भीती घालत. मी ते सगळे काहीसे धास्तावून, काही कुतूहलाने बघत होतो. सगळे त्रासदायक मात्र वाटत होते. तरी आता पळून जाणे शक्यच नव्हते.

माटुंगा पोलीस चौकीत माझ्या हाताच्या पंजांचे ठसे उपचार म्हणून घेतले गेले. माझी सर्व माहिती विचारली गेली. घरच्या परिस्थितीपासून आजपर्यंत जे जे घडले होते ते-ते मी अगदी प्रामाणिकपणे सांगून मोकळा झालो. डोक्यावरचे ओझे उतरल्यासारखे वाटले. पुन्हा मी चिंतेत— आता काय होणार? आम्हा सगळ्यांना पोलिसांच्या गाडीत भरले. अवाढव्य उंचच उंच दरवाजे, बुलंद भिंती असलेल्या ठिकाणी नेऊन ठेवले. कोणीतरी म्हणाले, ह्याला 'तुरुंग' म्हणतात. पुन्हा कोणी अनुभवी मुलाने माहिती पुरवली, ''हा डोंगरीचा तुरुंग आहे.''

हे जग म्हणजेच बंदीशाला आहे. तुरुंग आहे आणि आपण सारे वाट चुकलेले पथिक आहोत, हे त्रिकालबाधीत सत्य आता समजते. पण तेव्हा तुरुंग म्हणजे चोर, दरोडेखोर, खुनी अशा गुन्हेगारांना केवळ शिक्षा म्हणून कोंडून ठेवायची जागा; इतकीच व्याख्या माहिती होती. मग मला इथे आणण्याचे कारणच काय? माझा गुन्हा तरी कोणता? पोट भरण्यासाठी भीक मागणे, हा गुन्हा असेल तर भुकेलेल्याला पुरेसे अन्न न मिळू देणारा समाज गुन्हेगार होत नाही का? म्हणजे आई जेवू घालेना, बाप भीक मागू देईना— हे असेच झाले. पण काही असले तरी पुरता अडकलो. आता मागे फिरणे शक्यच नव्हते.

मी तुरुंगात प्रवेश केला. डोळ्यांतले पाणी साथ सोडत नव्हते. त्या पाण्यामुळे काही स्पष्ट दिसत नव्हते. माझ्याबरोबर अनेक जण होते खरे, पण मी मनातून एकटा. निराधार झालो होतो. गर्दीत असून एकाकी. जरा धीर करून नजर वर उचलली. डोळ्यांपुढून लख्ख वीज जमकून जावी तसे झाले. मला मुंबादेवीच्या देवळासमोरून, भिकाऱ्यांच्या रांगेतून खेचून आणलेले ते गृहस्थ समोर उभे होते. आता त्यांची मुद्रा सौम्य भासली. मोठ्या प्रेमाने त्यांनी मला जवळ घेतले. माझ्या पाठीवरून ममतेने हात फिरवू लागले. त्या स्पर्शात काय जादू होती, ती कळली नाही. पण मला माझी आई, बावाजी, दाजी भेटल्याचे अनामिक सुख मिळाले. असा तो वत्सल स्पर्श. त्यांनी माझी अगदी आपलेपणाने चौकशी केली. ह्या देवदूताचे नाव श्री. यशवंत रामकृष्ण काळे, बाल सुधारगृहाचे हाऊसमास्टर. माझे तेच पुनर्जन्मदाते. 'फिरूनी नवा जन्मेन मी' अशी उभारी देणारा आधारवड. त्यांचा तो परीसस्पर्श झाला म्हणून ह्या विजय फळणीकर नामक लोखंडाचे सोने झाले. देवत्व सिद्ध करण्यासाठी म्हणून काही माणसे पृथ्वीवर असतात, तसेच असावेत श्री. काळेसाहेब. मी त्यांना गुरूच मानतो. अगदी आजसुद्धा भारतात कुठेही असलो तरी त्यांचे लाख मोलाचे आशीर्वाद घ्यायला जातोच— प्रत्येक गुरुपौर्णिमेला. जसे जडशीळ पाषाणातला नको असलेला भाग नेमकेपणाने दूर करून त्याची सुडौल, सुघड पाषाणमूर्ती बनवण्यासाठी कुशल शिल्पी भेटावा लागतो, तसे आजच्या 'विजय फळणीकराचे' जे रूप समाजासमोर आहे, त्याचे अवघे श्रेय 'ह्या' शिल्पकारालाच जाते, काळेगुरुजींना. माझ्या आकारहीन मातीच्या गोळ्याचा 'घाटदार घडा' त्यांनीच बनवला. मी स्वत:ला 'घडा' दोन अर्थी म्हणतोय. दुसरा अर्थ म्हणजे माझी रासही 'कुंभच' आहे, बरं का!

अखेर आम्हाला जिथे आणले होते ते डोंगरीचेच तुरुंग होते, पण आम्हाला

सर्वांना मात्र तुरुंगात राहावे लागणार नव्हते. त्याच आवारातल्या बालसुधारगृहामधे आम्हाला ठेवण्यात आले. तिथले उपचार सुरू झाले. तिथे खरेच बिघडलेली, चुकून वाममार्गाला लागलेली मुले घडवली जातात. ते घडवण्याचे, दुरुस्तीचे काम आमच्या बाह्य रूपापासूनच सुरू झाले. माझे अमाप वाढलेले केस अगदी पूर्ण कापून झीरो कट झाला. कळाहीन मळक्या शरीराला दोन-तीन वर्षांत प्रथमच अंघोळीला तेल, साबण आणि भरपूर पाणी मिळाले. दिवाळीच्या अभ्यंग स्नानाची आठवण देणारा तो प्रसंग. माझ्या लेखी ती खरंच दिवाळी होती. गणवेष म्हणून का होईना, निळसर शर्ट आणि खाकी हाफ पँट असे नवे कोरे कपडेसुद्धा मिळाले. नंतर अगदी खरेच सांगतो, 'सांग दर्पणा कसा मी दिसतो?' असं आरशाला विचारून त्यात बघायचा मोहसुद्धा झाला. मला मिळालेल्या नवरूपाने मी हरखून गेलो. खऱ्या अर्थी माझा कायापालट झाला.

इथेही माटुंगा पोलीस चौकीसारखीच सर्व वैयक्तिक माहिती, हातापायाच्या पंज्यांचे ठसे वगैरे उपचार झाले. इथेही सर्व सत्य सांगून टाकले. त्या सुधारगृहात मी सुरक्षित राहणार होतो. दोन्ही वेळा पोटभर जेवण मिळणार होते. ती हमी मिळाली; पण पळून जायचा प्रयत्नच काय, जरा विचारसुद्धा मनात येऊन चालणार नव्हता. मनात हज्जारदा येई, 'माझं स्वातंत्र्य हिरावून घेण्याचा काय अधिकार होता त्या गृहस्थांना? भीक मागत का होईना, मी मुक्त होतो. स्वच्छंदी होतो.' पण नियतीच्या मनात काही वेगळेच होते. हेच गृहस्थ पुढे मला दीपस्तंभासारखे मार्गदर्शक ठरणार आहेत, ह्या भविष्याची मला पुसटशीदेखील तेव्हा कल्पना नव्हती.

सुधारगृहात आलेल्या प्रत्येकाची नैसर्गिक अवस्थेत वैद्यकीय तपासणी केली जाते. त्यांच्या नियमाप्रमाणेच वागावे लागते. त्यांना दिनक्रम ठरवून दिला जातो. त्यांना काही व्यवसायाभिमुख प्रशिक्षण देऊन व्यग्र ठेवले जाते. म्हणतात ना, 'रिकामे मन सैतानाचे घर.' आधीच काही ना काही कारणांनी वाट चुकलेले हे वाटसरू. त्यांना सन्मार्गावर आणण्यासाठी त्यांच्याकडून काही विधायक कामे करून घेतली जातात. उद्या ती मुले उघड्या आकाशाखाली येणार. त्यांना स्वकष्टाने पोट भरण्या-इतपत व्यावसायिक शिक्षण दिले जाते. त्याचे स्वरूप लघु-उद्योगाचे असते. तसा मला बटण क्लास मिळाला. मी तेही काम मनापासून करीत असे.

पळायची संधी मिळणारच नव्हती म्हणून असेल कदाचित; पण मन हळूहळू रमायला लागले. आपल्यावर झालेले संस्कार वज्रलेपासारखे असतात. ते कधीच पुसले जात नाहीत. माझी चांगली वागणूक बघून तिथल्या व्यवस्थापकीय विभागात

काम करणारे श्री. गुंजीकर म्हणून अधिकारी होते, त्यांनी मला इतर काही न करता त्यांच्याच ऑफिसमधे 'बॉय' म्हणून काम करायला मागून घेतले. योगायोगाने ते— सुद्धा नागपूरचेच होते. काही थोडक्या दिवसांतच मी त्यांचा लाडका झालो. ते सर्वांजवळ माझे मनापासून कौतुक करत. मग मी प्रत्येक अधिकाऱ्यालाच त्यांच्या कामासाठी हवाहवासा वाटू लागलो. इतका, की त्या अधिकारीवर्गाचा एक टी क्लब होता. त्या क्लबात चहासुद्धा मला करावा लागे. प्रत्येकालाच माझ्या हातचा चहा आवडू लागला. ते पूर्वजन्मीचे ऋणानुबंधच असावेत. पण सुधारगृहाचे मुख्य साहेब म्हणजे श्री. काळेसाहेबांची माझ्यावर विशेष मर्जी होती. त्यांच्या सहवासाने असेल, किंवा वातावरणच बदलल्याने माझ्यातला 'मी' मला आता सापडू लागल्याने असेल; मलाही त्यांच्याविषयी अपार प्रेम वाटू लागले. माझे कसे आणि किती चांगले करता येईल ह्यासाठी त्यांची सतत धडपड असे. एकदा ते म्हणाले, ''विजय, ह्या इथे जे शंकराचे मंदिर आहे, त्या शंकराची तू रोज पूजा करत जा. पाणी, फुले, उदबत्ती असे जे काही पूजेचे साहित्य लागते, ते माझ्या घरातून नेत जा.'' माझ्या श्रद्धेचाच तो विषय. मी मनापासून रोज पूजा करू लागलो. मागे वळून बघताना आज माझ्या लक्षात येते की, मलाच रोज पूजा करायला सांगण्यात काळेगुरुजींचा विशेष हेतू असावा. पूजेसारखे पवित्र काम सांगून मी त्यांच्या विश्वासाला पात्र ठरलो, हे मला समजले. मग आता माझा आत्मविश्वास वाढावा, मन एकाग्र करता यावे, विचारांना विकारांचा वास लागू नये, आजूबाजूच्या कोलाहलातील अभूतपूर्व शांतता मला अनुभवता यावी, असेच काळेसाहेबांचे सद्हेतू असावेत पूजा करायला सांगण्यामागे.

रोज सकाळी लवकर उठावे. स्वतःचे व्यवस्थित आवरावे. स्वच्छ कपडे घालावे. भांग पाडावा. मग अत्यंत टवटवीत मनाने देवपूजा करावी. ती झाली की मग श्री. गुंजीकरसाहेबांच्या ऑफीसमध्ये जावे. तिथे साफसफाई करावी. नित्याची कामे करावीत— असा छान दिनक्रम सुरू झाला. मला कोणतेही साहेब त्यांच्या कामासाठी बोलावून घेत. कोणाचे काही काम अडले की ते हक्काने मला बोलवत असत. साहजिकच 'जिथे कमी तिथे मी' अशी माझी व्यापक भूमिका झाली.

दर महिन्याला बालन्यायालय असते. त्या न्यायालयापुढे मग प्रत्येकाला आणून त्याच्या स्वतःच्या काही अडचणी किंवा त्या मुलाविषयीच्या काही तक्रारी-विषयी निवाडा होतो. त्याची प्रगती तपासली जाते.

सुधारगृहाच्या पद्धतीप्रमाणे दर महिन्याला भरणाऱ्या बालन्यायालयात मला उभे राहवे लागले. इंजिनिअर आडनावाच्या बाई न्यायाधीश म्हणून काम करत

होत्या. ''तुला घरी जायचे आहे का?'' असे न्यायाधीशांनी मला विचारले. काहीही झाले तरी घर ते घरच. मी होकारार्थी उत्तर दिले. मग आमच्या नागपूरच्या पत्त्यावर संपर्क साधला गेला. काही दिवसांनी मोठ्या भावाचे पोस्टकार्ड आले. अर्थात पत्र जरी भावाने लिहिले होते तरी मजकूर आईने सांगितला होता. भावाने लिहिले होते ''विजय जर खाऊन-पिऊन तिथे सुखी असला तर त्याला तिथेच राहू दे. आमचेच इथे खाण्याचे हाल चालले आहेत, त्यात आता त्याची भर नको. त्याला तुम्ही 'माणूस' म्हणून घडवा. त्याचे तुम्हीच काही भले करा.'' न्यायालयाच्या तारखेच्या वेळी श्रीमती इंजिनिअर बाईंसमोर ते पत्र सादर करण्यात आले. त्यांच्या त्वरित लक्षात आले— घरचे इतक्यात ह्या मुलाला ताब्यात घेण्यास उत्सुक नाहीत. मग मात्र त्या सुधारगृहाची जितकी म्हणून मर्यादा होती तितके दिवस मला तिथे ठेवून घ्यायचे ठरले, पण मी मात्र नाराज झालो. म्हणजे घरच्यांना मी आता नकोसा झालो होतो तर! मी स्वत:हून घर सोडले होते ना, आता आलीया भोगासी! ह्यातून पुन्हा काही तरी चांगलेच घडणार असेल, असा सकारात्मक विचार करून स्वत:ची समजूत घालायचे ते वय तरी कुठे होते? मग माझा पण तिथे चांगलाच जम बसला. सुधारगृहाच्या चौदा अधिकाऱ्यांच्या मर्जीतला झालो होतो. माझे भले कसे करता येईल ह्यासाठी सगळेच झटत. त्यांच्या डब्यातला एखादा विशेष पदार्थ मला खाऊ घालत. सर्वांचेच माझ्यावर विशेष प्रेम जडले.

काळेसाहेब रोज संध्याकाळी सुधारगृहातल्या मुलांसाठी संस्कारवर्ग घेत. आपल्या खास ओघवत्या, रसपूर्ण शैलीत बोधपर कथा सांगत. रोज नवी कथा. तिचे तात्पर्य नवे. तीन वर्षांत एकाही कथेची पुनरावृत्ती झाली नाही. त्यामुळे काळे-साहेबांचा वर्ग कोणी सहसा चुकवत नसे. सगळे त्या नव्या कथा ऐकायला आतुर असत. प्रत्येक कथाच ऐकणाऱ्याच्या काळजावर कायमची कोरली जाईल, अशी त्यांची वाणी प्रवाही होती. कथनशैली विलक्षण होती. बालगुन्हेगार असो किंवा माझ्यासारखा पळून आलेला असो; सर्वच जण त्या त्यांच्या कथा जणू प्राण कानात ओतून, सर्वांगाचे कान करून ऐकत असत. प्रत्येक कथेचे मूल्य किंवा तात्पर्य सांगितले जाई. आजही काळेसाहेबांनी सांगितलेल्या कथा, त्यांची शिकवण एखाद्या कसोटीच्या क्षणी, एखाद्या अवघड वळणावर दीपस्तंभासारख्या मार्गदर्शक ठरतात.

सुधारगृहात एक मूर्ती म्हणून अधिकारी होते. ते हरहुन्नरी होते. त्यांच्या काही कल्पना असत. त्यांना काळेसाहेब साथ करत आणि मग त्यातून आम्हा मुलांचे सांस्कृतिक कार्यक्रम बसवले जात. मला अनेकदा हीरोचे काम मिळे. मग

त्यासाठी मी माझ्या बुद्धीनुसार नेपथ्यही करत असे. तिथे मी शाळेतही जात होतो. अभ्यासात रमलो. गाण्याचे अंग होते. आवडही होती. नाटकात, अभिनयात रमत असे. सगळ्यात भाग घेऊ लागलो. सलग तीन वर्षे आंतरशालेय स्पर्धेत डोंगरीच्या शाळेला नाटकाचे बक्षीस मिळत गेले. मग सुमारे तीन हजार पोरांचा हीरो व्हायला वेळ लागला नाही. मुंबईला हीरो होण्याच्या महत्त्वाकांक्षेने आलो होतो, ती इच्छा डोंगरीच्या शाळेत अंशत: पूर्ण झाली.

काळेसाहेब आर. डी. बर्मनच्या वाद्यवृंदामध्ये मुख्य हार्मोनिअमवादक होते. त्यांच्या घरी मी हक्काने जात-येत असे. त्यांच्या घरी गेल्यावर त्यांचा हार्मोनिअम मला मनमुक्त वाजवायला मिळे. नागपूर येथे माझी जी संगीतसाधना अपुरी राहिली होती, ती पुन्हा नव्या दमाने पूर्ण करण्याची सुवर्णसंधी मला काळेगुरुजींकडे मिळाली. गुणी माणसालाच दुसऱ्यांच्या गुणांची पारख होते, हेच खरे. श्री. काळेगुरुजींनी बसवलेल्या गीतात माझा सहभाग निश्चित असे. ते स्वत: नाटकांच्या संहिता लिहीत. त्या नाटकातदेखील प्रमुख भूमिका करण्याची संधी मलाच मिळे. असे अभिनयाचे, वादनाचे शास्त्रशुद्ध मार्गदर्शन मला काळेसाहेबांकडून मिळाले. माझ्या अंगभूत गुणांना योग्य खतपाणी मिळाले. त्या अर्थीही ते माझ्या जीवनाचे खरे शिल्पकार आहेत.

मी आता सातवी पास झालो. सुधारगृहाच्या नियमानुसार आता मला ते सोडावे लागणार होते. मनात संमिश्र भावनांचे कल्लोळ उठले. मी आता इथल्या वातावरणात रमलो होतो. सगळे मनासारखे, आवडीचे करता येत होते. मला इथेच रहायला मिळाले असते, तर आवडलेच असते, पण नियमांची बांधिलकी मानावीच लागणार होती. म्हणजे आता पुन्हा नागपूर. घरातल्यांनी मला स्वीकारायला हवे. ते मला स्वीकारतील? लोक माझ्याकडे कुठल्या नजरेने बघतील? मला पुन्हा घरी रमता येईल? असे विचारतरंग मनात उमटत होते. सुधारगृहाच्या प्रथेप्रमाणे माझा एस्कॉर्ट निघाला. काळेसाहेबांनी स्वत: काढला. माझ्या पाठवणीला ते स्वत: येणार होते. ते स्वत: मला माझ्या आईच्या हाती सुखरूप सुपूर्द करणार होते. मला नागपूरपर्यंत पोचवायला स्वत: श्री. काळेसाहेब, श्री. गुंजीकरसाहेब, श्री. आंदुरेसाहेब वगैरे येणार होते.

अखेर एक दिवस तो नको असलेला निरोपाचा क्षण आला. निरोप देताना सर्वच भारावले. माझे तर कुठेच लक्ष लागत नव्हते. नागपूरला जाऊन मी आता काय करू? माझे सगेसोयरे मला पुन्हा भेटतील; पण जीवनाची नक्की दिशा काय

असेल? तिथल्या रमाबेन नावाच्या माऊलीने मला एक स्वच्छ पायजमा-कुडता भेट म्हणून दिला. देताना म्हणाली, ''विजय बेटा, हा पायजमा-कुडता नवा नाही, पण माझ्या मायेचे, प्रेमाचे प्रतीक म्हणून मला तो तुला द्यावासा वाटतोय.'' कोणी काय, कोणी काय भेटवस्तू देऊन त्यांच्या भावना माझ्यापर्यंत पोचवायचा प्रयत्न केला. वास्तविक सुधारगृहाच्या नियमांना धरून ह्या गोष्टी नव्हत्या, पण मी नियमांना अपवाद होतो. ह्या सुधारगृहात आल्यापासून मला मौलिक असे शिक्षण मिळाले. जगण्याची नवी वाट मिळाली. चिरंतन संस्कारांत भर पडली. जे निर्व्याज प्रेम मिळाले, त्याची तुलनाच होऊ शकत नाही. निरोपाचा उपचार पूर्ण झाला. तीन वर्षांनंतर त्या भव्य बुलंद दरवाज्याबाहेर पडलो. रस्त्यावर अगणित वाहने दिसली. यापूर्वी जेलच्या भिंती आतून वाहनांच्या आवाजाचा आणि दिवाळीतल्या फटाक्यांचा जल्लोष अनुभवला होता नुसता कल्पनेच्या कानांनी आणि डोळ्यांनी. तसे आम्ही शाळेतर्फे नाटकांच्या स्पर्धांसाठी वगैरे बाहेर गेलो होतो, पण ते पारतंत्र्यातले स्वातंत्र्य म्हणून. जाळीची बंद गाडी, पहारेकरी— अशा खास तैनातीत. पण आज पुन्हा एकदा उघड्या आकाशाखाली आलो. 'दश दिशा मोकळ्या तुजसी' ह्या मस्तीत. भोवतालच्या वास्तवाचे शहाणे भान आले ते नागपूरला पोचल्यावरच. आता माझे अस्तित्व टिकवायचे तर होतेच; शिवाय सापडलेला 'स्व' विकसित करायचा होता.

0 0 0

पाच वर्षांनी नागपुरात पुन्हा पाऊल ठेवले. तो पूर्वीचा कालखंड चित्रफितीसारखा सर्रकन डोळ्यांपुढून सरकला. नागपुरात आलो, पण एकदम घरी गेलो नाही. नागपूरच्या सुधारगृहात गेलो. तिथे मला नेण्यासाठी माझा मोठा भाऊ आला. रीतसर स्वाक्षरी वगैरे करून मला ताब्यात घेतले. मी भावाबरोबर घरी परतलो. चुकलेले वासरू सुखरूप गोठ्यात परत आले, इतका सप्रेम आनंद घरच्यांना झाला. आई, आत्या दोघींच्या डोळ्यांना आनंदाश्रूंच्या धारा लागल्या. आई मला सारखे जवळ घेत होती. नाना प्रश्न विचारत होती. कुठे होतास इतके दिवस? काय करत होतास? काय खातपीत होतास? कुठे राहिलास? आमची आठवण झाली नाही का? आमच्यावर इतका का रागावलास? किती किती आणि काय काय विचारले की, मागच्या सगळ्या दिवसांचा विरह संपेल, असे तिला झाले असावे. त्या दोघींनी श्री गजाननमहाराजांना दंडवत घातले. चिमटीभर साखर त्यांच्या पुढ्यात ठेवली, कारण मी सुखरूप आलो होतो. मी जरा स्थिरावलो. घरची परिस्थिती फारशी बदलली नव्हती. म्हणजे पूर्वीपेक्षा तुलनेने पैसे जास्त मिळत होते, पण

त्याच प्रमाणात महागाई वाढली होती. त्यामुळे 'किती चालले भराभर तरी दोन्ही पावले बरोबर' हेच वास्तव होते. संघर्ष संपणार नव्हता, हे दिसत होते. मी पण नव्या दमाने, नव्या अनुभवाने नवी लढाई लढायला सिद्ध झालो.

घरातल्या इतरांचे रूटीन आता ठरले होते. त्यांचे उद्योगधंदे सुरू होते. पण मी काय करायचे, हा नवा प्रश्न होता. इतके दिवस मी नसण्याची त्यांना सवय होती. माझे शिक्षण पुढे सुरू ठेवायचे ठरले. राष्ट्रीय विद्यालयात माझे नाव घातले गेले. शाळा घरापासून पाच-सात किमी इतकी दूर होती. शाळेला थोडी फी होती. शाळेत जाताना कधी जेवणाचा डबा मिळे, कधी नाही. रोजच्या खर्चातील किमान खारीचा वाटा उलायचा म्हणून रोज शाळेत जाण्यापूर्वी राजगिऱ्याचे लाडू विकत असे. तेवढेच चार पैसे गाठीला जमत.

एव्हाना मी मुंबईहून परत आल्याची बातमी सर्वश्रुत झाली. श्री. काळे-साहेबांच्या तालमीत शिकून मी उत्तम पेटी वाजवू लागलो आहे, ही गोष्ट भजनी मंडळातल्या गायकवाडबुवांनी श्री. पदीरांच्या भजनी मंडळात सांगितली. त्यांनी भजनी मंडळात माझे खूप कौतुक केले. नकळत मी वाट पाहतच होतो. लवकरच ती स्वतःला सिद्ध करायची सुवर्णसंधी चालून आली. त्या भजनी मंडळाचा कुठे तरी 'सप्ताह' ठरला. त्यांचे नेहमीचे जे पेटीवाले होते, त्यांना काही अडचण आली. ते उपलब्ध होऊ शकणार नव्हते. गायकवाडबुवांनी 'हुकमी एक्का' म्हणून माझे नाव सुचवले. साहजिकच श्री. लोणारे तबलजींचा त्यांच्या ह्या प्रस्तावाला विरोध झाला. पूर्वी हातोडी मारून मला जखमी केल्याने त्यांचेच मन त्यांना खात असावे. दुसरे म्हणजे, मी इतका तरबेज झालो आहे किंवा नाही ह्याविषयी त्यांच्या मनात कदाचित शंका असेल. तरीही इतरांनी आग्रह धरल्याने भजनात मी पेटी वाजवली. ऐकणारे चकित झाले, मुग्ध झाले. काळेसाहेबांकडे पेटीवादनाचा झालेला सराव, उपजत असलेली समज आणि ह्या वाद्यावर असलेले मनापासूनचे प्रेम ह्यामुळे त्या भजनीबुवांना साथ करण्यात मी कुठेही कमी पडलो नाही. सर्वांना खूप कौतुक तर वाटलेच, पण माझे तथाकथित विरोधक श्री. लोणारे ह्यांनी अगदी अनावरपणे मला कडकडून मिठीच मारली. ''आज तू खरोखरच गजाननरावांचा पोरगा शोभलास. तुझ्या हातात खरोखरच काही दैवी जादू आहे. तूच आता गुरुवार-शनिवार भजनांना पेटीची साथ करायला येत जा,'' असे आमंत्रण आणि मनमोकळी दादही दिली. असा मी अत्यंत मानाने, कायमचा निरोप घेतला होता त्या भजनी मंडळाचा कायमचा पेटीवाला झालो. माझी कॉलर ताठ झाली. जिथे

अपमान झाला होता, तिथेच पुन्हा सन्मान झाला. ही नियतीचीच खेळी; दुसरं काय? कौतुकाबरोबरच बिदागी मिळू लागली, ती वेगळीच.

मी मुंबईहून परत नागपूरला गेलो. नव्या उमेदीने काही पैसे मिळविण्याची खटपट करू लागलो. आई-आत्याची कामे सुरू होतीच. भावंडं मोठी होत होती. बावाजी मात्र आता थकल्याचे जाणवत होते. हळूहळू त्यांची प्रकृती खालावतच होती. वास्तविक त्यांना तसा काही आजार झाला नव्हता, पण केवळ म्हातारपण हेच कारण होतं. काही दिवसांतच ते अंथरुणाला खिळले. त्यांचे सर्व नैसर्गिक विधी जागेवरच होत. मी मोठ्या आनंदाने त्यांची सर्व प्रकारची सेवा करत असे. त्यांना भेटायला कोणी नातेवाईक, कोणी परिचित येत; ते त्यांना औषधपाण्यासाठी किंवा काही खावेसे वाटले तर असू देत म्हणून पैसे देत. ते सर्व पैसे बावाजी त्यांच्या उशीखाली ठेवत.

अशातच एके दिवशी त्यांचा शेवट जवळ आल्याचे जाणवायला लागले. त्यांना घरघर लागली. त्यांनी मला जवळ बोलावले. म्हणाले, ''इज्या, मी आता काही जगत नाही. माझी एक इच्छा तू पूर्ण कर, मला गजाननमहाराजांची पोथी ऐकव. त्या पोथीचे पारायण कर. शिवाय आणखी एक गोष्ट तुला सांगतो, मी गेल्यावर माझ्या उशीखाली जे काही पैसे आहेत, ते तुलाच घे. ते तुझ्याचसाठी ठेवले आहेत.''

मी लगेच अंघोळ वगैरे केली आणि सलग साडेचार तास बसून त्या 'गजानन विजय' ह्या एकवीस अध्यायी पोथीचे पारायण केले. बावाजींनी ते कान देऊन ऐकले. आईने भाकरी-पिठलं हा नैवेद्य केला. तो प्रसाद घेऊन बावाजींनी कायमचे डोळे मिटले.

गजाननमहाराजांची पोथी ऐकण्यासाठीच त्यांनी जणू प्राण कानांत साठवले होते.

वास्तविक लहानपणी मी त्यांना खूप त्रास देत असे. द्वाडपणा करून त्यांना सतावत असे. आम्हा सर्वांसारखाच त्यांनी पण चार पैसे मिळावेत म्हणून गोळ्या-बिस्किटे विकायचा प्रयत्न केला होता. मी त्यातली गोळ्या, बिस्किटे त्यांच्याही नकळत पळवत असे. ते भजनाला जात तेव्हा तिथे मिळालेला चिवडा किंवा काही खाद्यपदार्थ ते खिशातून घरी आणत, ते पण मी पळवून खात असे. तरी त्यांचे माझ्यावर विलक्षण प्रेम होते.

आमच्या नागपूरला आग्यारामदेवीची दर वर्षी मोठी जत्रा भरते. भाविकांची त्या देवीवर विलक्षण श्रद्धा आहे. काहीतरी करण्याची जी धडपड सुरू होती, त्यातलाच

एक प्रयोग ह्या जत्रेच्या वेळी केला. नवरात्रात नऊ दिवस तिथे मोठी जत्रा भरते. बरेच भाविक देवीच्या दर्शनाला येतात. नवस फेडतात. मी आईला म्हणालो, आपण पण जत्रेच्या ठिकाणी काही तरी विकायला घेऊन जाऊ. जसे की फुले, विड्याची पाने, हळद, कुंकू, साखरफुटाणे, उदबत्ती वगैरे. साहजिकच हे सगळे विकत आणायचे तर काही भांडवल हवे होते. आम्ही वाण्याचे द्यायचे म्हणून काही तरी वीस रुपये बाजूला ठेवले होते. तेच पैसे वापरून हे सर्व साहित्य विकत आणू आणि मग विक्रीनंतर नफा आपला काढून घेऊ आणि ते वीस रुपये वाण्याचे त्याला देऊन टाकू, ह्या कल्पनेने आईसुद्धा लगेच तयार झाली.

मी मोठ्या उत्साहाने सर्व खरेदी केली आणि जत्रेच्या ठिकाणी सर्व साहित्य घेऊन गेलो. आणि पाहतो तो काय— आधीच तिकडे इतकी दुकाने उभारली होती; शिवाय सर्व अगदी भरलेली होती! प्रत्येकाने आपल्या ऐपतीनुसार ती सजवली होती. मला मात्र तेथे कुठेही जागा नव्हती. मग मी काय केले. जिथे लोक वाहने लावत होती, तिथे अगदी शेवटच्या बाजूला एका गटाराशेजारीच माझी पथारी पसरली. माझ्या दृष्टीने कलात्मकतेने सर्व वस्तू मांडून ठेवल्या आणि बसलो भाविकांची वाट पाहत. जो तो येई तो माझ्याकडे नुसती नजर टाके. बहुतेक वेळा त्या नजरेत 'ह्यात काही अर्थ नाही' हाच भाव मला दिसे आणि लोक पुढे जात. त्या अत्यंत नीटनेटकेपणाने सजवलेल्या आकर्षक दुकानाकडेच लोक गर्दी करत. सकाळ गेली, दुपार गेली. आता मी कंटाळलो तर होतोच; पण फुले, हार, विड्याची पानेसुद्धा सुकून गेली. त्याबरोबर माझा चेहराही सुकत गेला असणार. हळूहळू संध्याकाळ झाली आणि माझे दुकान उचलून घरी जाण्याची वेळ आली. साखरफुटाणे, बत्तासे सर्व आम्हालाच संपवावे लागले आणि वीस रुपयांवर नफा कसला; ते मुद्दलसुद्धा बुडाले. 'शेवटी तेलही गेले, तूपही गेले; हाती धुपाटणे आले' ही म्हण अनुभवली.

शाळा सांभाळून पोटासाठी काही करणे शक्य होत नसे. शिक्षण पण पूर्ण करायचे होते. पैसा पण मिळवणे तितकेच आवश्यक होते. मग काही तरी पर्याय शोधायला हवा होता. माझे नाव मग रात्रशाळेत घातले. सकाळचा वेळ काही करण्यासाठी मोकळा मिळे. कोणी सुचवल्यावरून कधी पाव विकले, कधी बटाटे विकले. नफा अगदी नगण्य असायचा, पण ती स्वकमाई लाख मोलाची वाटायची. घरातली मीठ-मिरचीची तरी गरज भागत होती. माझा मोठा भाऊ 'राधा ऑफसेट'मध्ये महिना चाळीस रुपये पगारावर नोकरी करत असे. आईची होतील तितकी कामे सुरू

होतीच. आत्या मात्र आता महिना तीस रुपयांवर एका शाळेत शिपायाचे काम करू लागली. असे आम्ही सगळेच संसाराचा गाडा यथाशक्ती रेटत होतो. छोटी भावंडे शिकत होती.

रात्रशाळेत नाव घालण्यापूर्वी मी महिना निश्चित पगारासाठी एखादी नोकरी करत होतो. 'लोखंडी पूल' भागातल्या 'श्री वॉच हाऊस' हे सिंधी माणसाचे घड्याळाचे दुकान होते. तेथे वीस रुपये महिना पगार ठरला. त्यात पाणी भरणे, साफसफाई करणे, चहा मागवणे, इ. कामे होतीच. शिवाय पडेल ते काम मी करत होतो. पडेल ते काम— मिळेल ते दाम, हे तत्त्व अंगीकारले होते. सकाळी शाळा, परस्पर मग दुकानात जाणे, घरी येणे ही सगळी माझी जवळपास दहा-अकरा किमी इतकी पायपीट होई. शाळा करून दुकानात जायला उशीर होई. वेळेवर दुकानात न गेल्याने मालकाची बोलणी खावी लागत. मालकाला काय देणे-घेणे होते? मी कुठून आणि कशा परिस्थितीत कामाला येतो त्याविषयी? त्याला तो देत असलेल्या पगाराचा मोबदला कामाच्या स्वरूपात हवा होता, इतकेच. आणि इकडे आईची अपेक्षा मी शिक्षण सोडूनच द्यावे आणि पूर्ण वेळ नोकरी करावी. शिक्षणापेक्षा पैसाच मिळाला तर तिला बरा वाटत होता. मला जाणवत होते, हे आई बोलत नव्हती. परिस्थिती तिला बोलवत होती. सगळ्यांची होणारी फरफट, उपासमार, अपमान आणि अगतिकता तिला हे बोलायला लावत होती. मला आणि माझ्या मोठ्या भावाला शिक्षणाचे मोल माहिती होते म्हणून जिद्दीने एकीकडे शिक्षणही सुरू ठेवले होते. 'कमवा आणि शिका' हे तत्त्व सुरू होते. मला शाळेतून दुकानात पोचायला उशीर होत असे; शिवाय बरंच लांबचे अंतर कापून पायी घर गाठायचे म्हणून दुकान लवकर सोडावे लागे. हे मालकाला पटले नाही. तो म्हणे, "एक तर तू पूर्ण वेळ काम कर, नाही तर नोकरी सोड. मला दुसऱ्या एखाद्या गरजवंताला तरी काम देता येईल." ही रोजची कटकट सहन होत नव्हती. शेवटी त्या नोकरीला रामराम ठोकला.

रात्रशाळेत नाव घातल्याने मला सकाळी 'सुयोग क्लॉथ स्टोअर्स' ह्या कापडाच्या दुकानात काम करता येई. रात्रशाळेला फी पण नव्हती. म्हणजे सगळे एकूण बरे वाटत होते. फायद्याचे होते.

शाळेत जायचे ते अनवाणी पायाने. चपलांची चैन परवडणारी नव्हती. एक फुलस्केप वही, पेन आणि फडक्यात गुंडाळलेली भाकरी. ती भाकरी मी दुकानात दुपारी खात असे, बऱ्याचदा कोरडी. कधी कालवणासोबत, तर कधी उष्ण आसवांत

भिजवून. दुःखात सुख इतकेच होते की, ते दुकानाचे मालक सहृदय होते. त्यांना माझी सर्व ओढाताण समजत होती. मला दुकानातून ते जरा लवकर सोडत. इथूनही शाळा बरीच लांब होती. जवळजवळ सहा-सात किमी इतकी. दुकानातले पडेल ते काम, मग शाळेपर्यंतची पायपीट यामुळे मी अगदी थकून-भागून शाळेत जाई. तोपर्यंत शाळेची रोजची प्रार्थना होऊन जाई. शाळेचे मुख्याध्यापक जरा जास्तच कडक होते. शाळेच्या नित्याच्या प्रार्थनेला सर्व मुलांनी हजर राहिलेच पाहिजे, हा त्यांचा नियम होता. तो नियम पाळणे मला जमत नसे. महिन्यात पाच-सात वेळा तरी हा नियम मोडल्याने मला छड्यांचा प्रसाद मिळाला. शाळेतले अन्य शिक्षक मात्र चांगले होते. त्यांना सर्व मुलांच्या परिस्थितीची जाणीव होती. एक तर दिवसभर नोकरी-उद्योग करणारेच रात्रशाळेत नाव घालत. त्यांच्या ज्ञानलालसेचे कौतुक काही शिक्षकांना वाटे. शिवाय त्या शाळेत शिकवणारे जे शिक्षक असत, तेसुद्धा दिवसभर कुठे दुसरी नोकरी-व्यवसाय करत. त्यामुळे त्यांना आमची दुःखे समजू शकत होती. ते शिक्षक आमची परिस्थिती समजून घेत. विषय समजेपर्यंत शिकवत. मला त्या शिक्षकांचे फार उपकार वाटतात. त्यांची परतफेड करणे शक्य नाही, असेच वाटते. कारण दिवसभर शरीर थके. साहजिकच मेंदूला शीण येई. मग विषयांचे आकलन पटकन होत नसे. तरीदेखील ते शिक्षक अत्यंत चिकाटीने, न रागावता, न कंटाळता शिकवत. शाळेत होईल तितकाच अभ्यास. तसा दिवसा अभ्यासाला फार वेळ नसेच. तरीसुद्धा मी नववी चांगल्या मार्कांनी पास झालो.

दहावीत पुन्हा नवा प्रयोग. कापडाच्या दुकानातली ही नोकरी झेपत नव्हतीच. आता दैनिक 'महाविदर्भ' मध्ये पेपरचे गठ्ठे गाडीवर चढवण्याचे काम करू लागलो. कोणतेही काम करण्याची आपली तयारी असली की कामे मिळत जातात. ह्या दैनिक 'महाविदर्भ' मध्ये मी अगदी चहा सांगण्यापासून प्रिंटिंग मशिनला पेपर फीड करणाऱ्या ऑपरेटला मदत करण्यापर्यंत अक्षरशः जे पडेल ते काम खुशीने करत गेलो. आपण कुठेही वावरत असलो तरी आपले डोळे आणि कान उघडे ठेवले, तर अनेक गोष्टी सहज शिकता येतात. मी इथे काम करता-करता छपाईचे सगळे तंत्र आणि मंत्र शिकून घेतले. आजपर्यंतच्या जगण्याने शिकवले होते, 'जे-जे उत्तम उदात्त उन्नत आहे, ते टिपकागदाप्रमाणे टिपून घे. जगणे असेच समृद्ध होत जाते.' अशा अस्थिर संघर्षमय परिस्थितीत दहावीसुद्धा पास झालो. दै. 'महाविदर्भ' मधली नोकरी सुरू होती. पगार आता चक्क तीन आकडी मिळू लागला. रुपये चारशे इतका. इतके पैसे एकदम हातात आल्यावर झालेला आनंद केवळ शब्दांत नाही

सांगता यायचा. स्वत:च्या घाम गाळून केलेल्या कमाईचे मोल करणे सहज जमते का?

पंधरा वर्षांपूर्वी वीस रुपये पगारावर आत्या ज्या शाळेत काम करत होती, तिथे तिचासुद्धा पगार आता अठराशे रुपयांवर पोचला होता. घरात आता तीन हजार वगैरे आवक सुरू झाली. पुन्हा आमच्या जीवनातल्या सोनेरी पर्वाची सुरुवात होणार, अशी आशा वाटू लागली. घरात आता सर्वांनाच दोन्ही वेळेला पोट भरून खाता येत होते. मोठा भाऊ आता स्वत:च्या पायावर उभा होता. त्यामुळे ह्याच काळात कधी तरी त्याचे लग्नही झाले. माझी वहिनी भंडाऱ्याची. एका अर्थी घरात 'लक्ष्मीचा प्रवेश' झाला.

मानसिकदृष्ट्या मी सुस्थिर होण्यासारखी परिस्थिती आली. कलाक्षेत्राची माझी तहान वाढत होती. नाटके दिग्दर्शित करणे, त्यांचे नेपथ्य करणे, त्यात भूमिका करणे अशी विविधरंगी कामे करण्यात मी मनापासून रमत असे. असेच नागपूरच्या कॉटन मार्केटमधल्या 'कामगार कल्याण'चे एक विनोदी नाटक बसवण्याचे काम आदरणीय पाठकबाईंनी माझ्यावर सोपवले. ते यशस्वी झाले. असेच सगळे आवडते छंद जोपासून मनाला ताजे, टवटवीत ठेवत होतो. आनंद घेत होतो. पण त्या आनंदालासुद्धा कष्टाची किनार होती. 'एक धागा सुखाचा, शंभर धागे दु:खाचे' ह्या जरतारी वास्तवाचा आम्ही अनुभव घेत होतो. आमच्या सर्वांचे आदराचे, प्रेमाचे स्थान आमची आत्या. त्या काळच्या रूढीप्रमाणे तिच्या पतीनिधनानंतर ती आधारासाठी म्हणून तिच्या माहेरी आली. बिचारी आगीतून उठून फुफाट्यात, अशी तिची अवस्था झाली. आमच्या दाजींच्या अकाली निधनानंतर तीच आमच्या घराचा आधारस्तंभ बनली. इकडे कष्ट उपसता उपसता ती चंदनासारखी झिजत होती. आता कुठे सुखाचे किरण घरात डोकावू लागले, तोच तिला कॅन्सर सारख्या असाध्य व्याधीने ग्रासले. घरावर दु:खाचे सावट पसरले. साहजिकच तिची शाळा बंद झाली. तिला जीवघेण्या वेदना होत. तिच्यावर निरनिराळ्या ठिकाणी उपचार सुरू होते, पण दिवसेंदिवस ती खंगत होती. कमजोर होत होती. कधी कधी तिला रक्त द्यावे लागे. त्या वेळी आमचे रक्ताचे नातेवाईक आणि माझे मित्र मदत करत.

ह्याच काळात मोठ्या भावाने वहिनीसह वेगळा संसार थाटला. आत्या आजारी. आई थकली. ती कामे करू शकत नव्हती. आत्याचा पगार बंदच होता. घरातली खऱ्या अर्थी जबाबदार व्यक्ती मीच होतो. जसे चालत्या बैलाला अधिक फटके बसतात, तसेच मी जबाबदारी घेणारा होतो म्हटल्यावर मोठा भाऊ अलिप्त

राहू लागला. मी त्याला दोष देत नाही. एकेकाचे नशीब असते, इतकेच. पुन्हा एकदा खर्चाची तोंडमिळवणी करताना नाकी दम येऊ लागला.

नागपूर दूरदर्शन केंद्र नव्यानेच सुरू झाले होते. ते सिमेनरी हिल्स ह्या भागात होते आणि त्याचे प्रशासकीय कार्यालय 'सिमेंट रोड' नागपूर येथे होते. तिथे सगळे निर्माते बसत. सगळेच निर्माते वेगवेगळ्या सांस्कृतिक चळवळीशी जोडलेले होते. सांस्कृतिक क्षेत्रात भरीव काम करणारे होते. मला ही सुवर्णसंधी वाटली आणि मी स्वत:च काही धाडस दाखवून त्या निर्मात्यांना भेटायला गेलो. त्यांना सांगितले की, ''मी स्वत: उत्तम पेटी वाजवू शकतो, गाणी लिहून त्यांना चाली देऊ शकतो; तर काही गरज पडली तर मला जरूर कळवा.'' त्यांना माझ्याविषयी काहीतरी विश्वास वाटला. ते म्हणाले, ''आपली लिहिलेली गाणी ऐकवा.'' मी माझ्या चाली त्यांना ऐकवल्या. श्रीमती प्रतिभाताई पांडे ह्या तिथल्या अधिकारी मॅडमनी मला आठ दिवसांनी परत बोलावले. माझी गाणी, चाली त्या सर्वांना आवडल्या. मी त्यांना स्वरचित 'महाराष्ट्र गीत' ऐकवले.

सुजलाम सुफलाम सस्यश्यामलाम महाराष्ट्र देशा । जय जय महाराष्ट्र देशा ।
इथे नांदला धर्म खरोखर । इथे निपजले ऋषी मुनिवर ।

असे ते गीत नागपूर दूरदर्शनवरून प्रसारित झाले. ते लोकांना अतिशय आवडले. पुढे ते गाणे अनेक शाळांनी प्रार्थना म्हणून स्वीकारले. आजही सुमारे दोनशे ते अडीचशे शाळांतून हे गीत श्रद्धेने गायले जाते.

अशीच मी अनेक बालगीते, नाट्यछटा, वगैरे लिहिल्या. त्यांना पण प्रसिद्धी मिळाली. 'रातच्या पारी' ह्या नावाचे अंधश्रद्धेवर आधारित नाट्य लिहिले. ते श्री. राज कुबेर ह्या प्रथितयश दिग्दर्शकाने दिग्दर्शित करून सादर केले. वास्तविक मी अगदी जुजबी शिकलेला, पण समाजातल्या अनिष्ट प्रथा मोडून काढण्याची आंतरिक तळमळ मात्र मला होती. माझ्या काही कथा दिवाळी अंकांतून प्रसिद्ध झाल्या. आकाशवाणीवर प्रायोजित कार्यक्रमांचीसुद्धा निर्मिती केली.

'महाराष्ट्र देशा' हे गीत प्रतिभाताई पांडेंना इतके आवडले की, त्या गाण्याचे त्यांनी भव्य सादरीकरण करायचे ठरवले. आठ स्त्रिया आणि आठ पुरुषांना मराठमोळा पारंपरिक पोशाख दिला. नेपथ्याची कल्पना माझीच होती. नागपूर दूरदर्शनने त्याचे चित्रीकरण केले. ह्या गाण्यामुळे प्रतिभाताई पांड्यांसारख्या कलासक्त, रसिक, रसज्ञ आणि सुजाण निर्मातीबरोबर छान ओळख झाली. प्रतिभाताईंना नवनिर्मितीचा, नावीन्याचा ध्यास असल्यामुळे त्यांनी माझ्याकडून अनेक प्रकारची, विविध

प्रसंगांवरची गाणी लिहून घेतली. अर्थात त्या गाण्यांनाही मीच चाली देत असे. चांगल्या ठिकाणी रसिकांसमोर त्यांचे प्रकटीकरण आणि चित्रीकरणसुद्धा होत असे. परमेश्वरी कृपेने आणि माझ्या प्रामाणिक प्रयत्नाने ते सर्वच कार्यक्रम रसिकांना मनापासून आवडले, लोकप्रिय झाले. 'विजय फळणीकर' ह्या धडपड्या तरुणाची रसिकमनात एक खास प्रतिमा निर्माण झाली.

नागपूर दूरदर्शनच्या अनुभवाच्या आधारावरच माझी पुणे बालचित्रवाणीत मंचसहायक म्हणून निवड झाली. शिवाय सतत धडपडत राहायच्या माझ्या स्वभावामुळे मी नागपूर दूरदर्शनवर त्यांचे सेट लावून देणे, त्यांची काही गाणी बसवून देणे वगैरे छोटे-मोठे उद्योग करत होतो. नागपूर दूरदर्शनला होतो. तेव्हा मी अविवाहित होतो. वय वेडे होते. तारुण्याच्या मस्तीत होतो. मनासारखे काम करायला मिळणारी नोकरी होती. मी तर जगज्जेता झाल्याच्या खुषीत होतो. दूरदर्शनमधे अनेक प्रकारची माणसे येत. त्यात काही तरुणी असत. कधी कधी देखणेपणा ही त्यांची जमेची बाजू असे. त्या वयात त्याची भुरळ नक्की पडे. अशीच माझी एका रूपमतीशी ओळख झाली. ओळखीचे रूपांतर प्रेमात झाले. नागपूरमधल्या शाळेत ती नोकरी करत होती. तिच्या शाळेचे काही सांस्कृतिक कार्यक्रम माझ्या मदतीने बसवायचे होते. आम्ही एकमेकांच्या प्रेमात पडायला ते निमित्त पुरेसे होते. कालांतराने लग्नाच्या आणाभाका झाल्या. दोघांच्याही घरच्यांची परवानगी घ्यायची गरज वाटली नाही, कारण विरोध झाला असता तरी जुमानणार कोण होते? ते दिवस गुलाबी स्वप्नात रमण्याचे आणि भावी जीवनाची सुखस्वप्ने रंगवण्याचे होते.

मधूनमधून मीच तिला, 'आपण लग्न कधी करायचे?' असे विचारत असे. कारण मला लफडे करायचे नव्हते, लग्नच करायचे होते. ती मात्र पराकोटीच्या थंडपणे म्हणायची, "करू रे सावकाश; काय घाई आहे?" मला मात्र ह्या गोष्टीचे नेहमीच नवल वाटायचं की, वास्तविक मुले फसवतात म्हणून मुलींना बंधनात अडकावयाची घाई असते. त्यासाठी त्या आग्रही असतात. इथे मात्र उफराटेच होते. असेच काही दिवस गेले आणि अचानक एके दिवशी माझ्या जवळच्या विश्वासू मित्राने तिचे लग्न दुसऱ्या कोणाबरोबर ठरल्याची बातमी आणली. मी तडक वायुवेगानेच तिच्या घरी गेलो. ही खरी गोष्ट आहे का आणि असलीच तर तू असे का केलेस, हे खडसावून विचारले. माझ्या शब्दांत तिची कानउघाडणी केली आणि प्रयत्नपूर्वक त्या प्रेमप्रकरणावर पडदा टाकला.

ह्या प्रेमभंगाच्या पार्श्वभूमीवर खरेच लग्न करण्याची ईर्षा उत्पन्न झाली आणि

मुली पाहायला सुरुवात केली. जी पहिली मुलगी पाहिली, ती साधना फाये आणि तिच्याबरोबर जन्मजन्मांतरीच्या बंधनात कायमचा अडकलो. आत्याला दवाखान्यात ठेवले होते. तिला ती आता काही दिवसांचीच सोबती आहे ह्याची जाणीव झाली. तिने 'विजयचे लग्न करा', असा धोशा लावला. तिच्या दृष्टीने तिचे बरोबरच होते. मी मात्र अजून लग्नाचा विचारसुद्धा करत नव्हतो. कशाच्या जीवावर लग्न करणार होतो? दैनिक 'महाविदर्भ'मध्ये मी पत्रकारिता करत होतो. स्वतंत्रपणे लेख देत होतो. जाहिरातींच्या कॅप्शन्स बनवत होतो, पण दुसऱ्याची मुलगी घरात आणायची म्हणजे आपले काही तरी ठोस उत्पन्न असायला हवे, हे मला माहिती होते. त्यासाठी मला अजून काही तरी करायला हवे होते. हा माझा विचार मी सर्वांना बोलून दाखवला. पण कोणाला काही पटले असल्याचे जाणवले नाही. त्यांच्या मते, मुलगी बघितली तरी लगेच कुठे लग्न जमते? पसंती, पत्रिका, इतर मागण्या अशा गोष्टी असतातच ना! लग्न ठरणे म्हणजे अडथळ्यांचीच शर्यत. त्यात काही दिवस नक्कीच जातील. तेवढ्या काळात तुला मनाजोगती नोकरी मिळेल. आत्याचा पण आग्रह आहे. तुझी आई पण थकली. तेव्हा बघ जरा, विचार कर वगैरे.

शेवटी काही नातेवाइकांच्या आग्रहाने भंडाऱ्याच्या श्री. फाये ह्यांची मुलगी बघायला गेलो. घरच्या कोणालाही बरोबर नेले नाही. माझ्या मित्रांना मात्र नेले. मैत्रीचे नाते तसे समजून घेणारे असते. उगीच कोणा नातेवाइकाला बरोबर न्या, मग तिथे मान-अपमान काही तरी फालतू गोष्टींचा बाऊ होणार. बभ्रा होणार. त्यापेक्षा मित्रच नेलेले बरे, हा माझा विचार. श्री. फायेंना माझी घरची आर्थिक परिस्थिती, माझी वैयक्तिक पूर्वपीठिका, माझे शिक्षण, सध्याची नोकरी वगैरे सत्यकथन केले. इतक सगळे ऐकून श्री. फाये ह्यांना त्यात काहीच गैर वाटले नाही. त्यांचा कुठल्याच गोष्टींना आक्षेप नव्हता. त्यांना मी त्यांच्या 'साधना' नावाच्या मुलीसाठी अनुरूप वाटलो. फाये ह्यांच्या इतर नातेवाइकांना मात्र हे काहीही पटले नव्हते. त्यांच्यात चक्क नाराजी होती. अर्थात साधनाचे वडील डेप्युटी कलेक्टर होते. म्हणजे त्यांना त्यांच्या तोलामोलाचा जावई नक्कीच मिळेल, ही नातेवाइकांची खात्री. त्यांच्या घरी लक्ष्मी पाणी भरत होती. त्यात साधना 'पहिली बेटी धनाची पेटी', अशी लाडाकोडात वाढलेली. तिच्या भावी जोडीदाराविषयीच्या अपेक्षा विशिष्ट असणार, उंचावलेल्या असणार. मग आमच्यासारख्या अतिसाधारण कुटुंबाशी सोयरिक जुळावी तरी कशी? हे सगळे मला नक्की माहिती होते. मला फार काही घाई वगैरे नव्हतीच. साधनाची पसंती असेल तर पुढचा विचार. त्यामुळे लग्न जेव्हा करायचे असेल

तेव्हा ते अगदी साधेपणाने करावे, असे सुचवून घरी परत आलो. अप्रत्यक्षपणे माझा 'होकार' मात्र मला त्यांच्या नकाराची खात्रीच होती. तरीसुद्धा केवळ उत्सुकता म्हणून त्यांच्या रीतसर उलटटपालाची वाट पाहणे सुरू झाले.

अस्थिरता हाच जणू माझ्या जीवनाचा पाया होता. दैनिक 'महाविदर्भ'मधे कामगार आणि व्यवस्थापन ह्यांच्यात काहीतरी वाद सुरू झाला. वास्तविक मी एकमार्गी नोकरी केली असती तर पुढचे संकट टळले असते, पण मी कामगारांच्या बाजूने अर्थातच व्यवस्थापनाविरुद्ध लढा दिला आणि नोकरी गमावून बसलो. अत्यंत प्रामाणिकपणे माझी नोकरी गेल्याची वार्ता भंडाऱ्याला श्री. फायेंना कळवली. मला माझे ते आद्य कर्तव्य वाटले आणि अपेक्षेप्रमाणे दोन दिवसांतच त्यांच्या 'नकाराचा' निरोप आला. त्यांचे काहीही चूक नव्हते. बाकीची परिस्थिती बेताची होती. पण मुलाला नोकरी तरी पक्की हवी, हा मुलीच्या पालकांचा विचार बरोबरच होता.

आता पुन्हा नव्या दिशेने अर्थार्जनाचा प्रयत्न सुरू. मला एकदम आठवण झाली— माझा एक श्री. श्याम आस्करकर नावाचा मित्र आहे. त्याने मला बऱ्याच दिवसांपूर्वी सुचवले होते की, त्याचा भाऊ कॅनरा बँकेचा व्यवस्थापक आहे आणि काही व्यवसाय वगैरे करायचा असेल, तर त्याच्या ओळखीने कर्जाचे काम होऊ शकते. त्या वेळी मी बहुतेक नुसतेच ऐकून ठेवले होते. पण प्रत्यक्ष कृतीच्या दिशेने काही हालचाल केली नव्हती. पण 'गरज ही शोधाची जननी' म्हणतात ना! मी खूप विचार करून झेरॉक्स मशिनसाठी चाळीस हजार रुपयांचे प्रपोजल कॅनरा बँकेकडे दिले. झेरॉक्स मशिन घ्यायची कल्पना त्या वेळी चांगली वाटली. श्री. आस्करकरसाहेबांनी लक्ष दिल्याने माझे ते प्रपोजल लवकरच मंजूर झाले. माझी त्यासाठी जागेची शोध-मोहीम सुरू होती. ती जागाही चांगली मोक्याच्या जागी मिळाली. एके दिवशी सुमुहूर्तावर अयोध्यानगर भागात 'फळणीकर झेरॉक्स' सुरू झाले. त्याच वेळी मी गिऱ्हाईकांच्या सोईसाठी जणू 'एक खिडकी योजना' सुरू केली. लोकांना तत्पर सेवा हवी असते. त्यासाठी ते पैसे द्यायला तयार असतात. मी लाईट बिल भरणे, प्रिंटिंग करून देणे, नाटकांची तिकिटे काढून देणे अशा सेवा एकाच छत्राखाली देऊ लागलो. या गोष्टी तशा बारीकशा, पण स्वत: करायला गेलं तर वेळ मोडणाऱ्या. ह्या सेवा योजनेला लोकांचा चांगला प्रतिसाद मिळू लागला. अयोध्यानगर भागात, जवळपास अनेक बँका, पोस्ट ऑफीस वगैरे असल्याने झेरॉक्स व्यवसाय चांगला चालू लागला. माझी आवक मनाजोगती सुरू झाली. मी मग हौसेने दुकान चांगले

सुशोभित केले. दुकानाकडे लोकांची नजर सहज वळत असे.

एकदा श्री. फाये (भंडाऱ्याचे) दुकानाजवळून चालले होते. नागपूरला तसे त्यांचे वरचेवर येणे होते. माझे त्यांच्याकडे लक्ष नव्हते. पण त्यांची नजर अभावितपणे 'फळणीकर झेरॉक्स' ह्या पाटीकडे गेली. त्यांना उत्सुकता वाटली. ते दुकानात आले. मागचा काही संदर्भ त्यांच्या मनात जागा झाला असेल. हाच तो 'विजय फळणीकर', त्यांची मुलगी पाहायला गेलो होतो वगैरे त्यांना खुणा पटल्या. एकूणच दुकानातली गिऱ्हाइकांची ये-जा, तिथले व्यवहार किंवा दुकानाचे देखणे रूप बघून त्यांना बहुतेक माझ्या सध्याच्या कमाईचा अंदाज आला. काही जुजबी गप्पा झाल्या. दुकानात मी काही चहा-पाणी मागवले. श्री. फाये मला म्हणाले, ''मला तुमच्या आईला भेटायचे आहे.'' मी म्हटले. ''काही काम आहे का? कशाच्या संदर्भात भेटायचे आहे?'' ते लगेच म्हणाले. ''अहो, आपली मधली बोलणी फिस्कटली ना, त्याच संदर्भात.'' त्यांनी मला दिलेला नकार त्यांना डाचत होता. एक तर स्वत: श्री. फाये ह्यांना मी चांगला होतकरू, हिमतीचा वाटत होतो. पण काही वेळा कुटुंबात एकट्याचे मत चालत नाही, तसे त्यांचे झाले. त्यांची इच्छा ऐकली आणि मनोमन माझा पुरुषी अहंकार सुखावला. मी त्यांना आईची भेट घडवून देण्याचे कबूल केले, पण त्या वेळी मनात एक योजना आखत होतो. त्यांना दुकानातच बसवले आणि तसाच पळतच घरी गेलो. सर्व परिस्थिती आणि श्री. फाये ह्यांचा हेतू आईला सांगितला. आईला म्हटले, ''तू त्यांना आता सांग की, तुमचं सगळं खरं आहे. पण आता तुम्हाला फार उशीर झाला. आम्ही ह्यापूर्वी तुमची वाट पाहिली आणि तुमचा नकार आल्यावर आम्ही मुलाची सोयरिक दुसरीकडे जमवली. आमच्या मुलाला मुलगी द्यायला बरेच जण उत्सुक आहेत.'' हे सगळे आईला पटवून दुकानात आलो. श्री. फायेंना घेऊन घरी गेलो. त्यांचे घरी यथायोग्य स्वागत झाले. पाहुणचार झाला. ''विजयरावांचे दुकान बघितले. अगदी छान झाले आहे.'' वगैरे कौतुक झाल्यावर म्हणाले, ''आमचा खरं म्हणजे 'होकार' आहे.'' दुकान बघून त्यांचे बदललेले मत त्यांनी मनाच्या मोठेपणाने सांगितले. पण त्या वेळी मी जे आईला पटवले होते, त्यातला चकार शब्दसुद्धा आई बोलू शकली नाही. बरं, स्वत: निर्णयही घेतला नाही. सर्व माझ्या मामांवर सोपवून मोकळी झाली. मानवी मन कसे असते ना, माझा नकाराने दुखावलेला 'स्व' जरा ताठच झाला. मग मीच 'नकार' देण्याचे ठरवले. माझ्या निर्णायक पवित्र्यापुढे आई काही करू शकली नसती, पण आत्या मधे पडली. ''आता माझे फारच थोडे दिवस

राहिलेत. मी जिवंत आहे, इतपत हिंडती-फिरती आहे तोच मला सुनमुख पाहिल्याचे समाधान मिळू दे. तुझ्या आईची पण शक्ती कमी होत चालली आहे. निदान तिचा तरी विचार कर.'' असे काहीसे तिने भावनिक खच्चीकरण केले. एक प्रकारे ती विनंतीवजा तंबीच होती. अखेर माझ्याकडून 'होकार' वदवून घेतला, तो असा.

अर्थातच श्री. फाये जिंकल्याच्या आनंदात घरी गेले. मग पुढची बोलणी, लग्न ठरवणे, मानपान वगैरे रीतीसाठी आम्ही भंडाऱ्याला जावे, असे ठरले. ह्या वेळी मात्र दाजींची मला खूपच आठवण झाली. दाजी असते तर ह्यासाठी कोणी पुढाकार वगैरे घ्यायचा, हा प्रश्नच आला नसता; पण नियतीला ते मान्य नव्हते. आता कोण जबाबदार व्यक्ती बरोबर न्यावी? मी ह्या विचारात होतो. आईला तिच्या माहेरच्या वडिलधाऱ्या मंडळींना न्यावे, असे वाटले. माझे मामा, मावशीचे यजमान वगैरेंना बरोबर नेऊन बोलणी करावीत, असे तिचे मत होते. मला ते पटत नव्हते. त्या मोठ्या मंडळींच्या मतांचा आदर मला करायचा होता; पण मला अगदी पारंपरिक पद्धतीने, मानपान वगैरे जोरात मिळवून, मुलीच्या वडिलांना सारखे नमवून लग्न करायचे नव्हते.

मी ह्यावर घरातल्यांना फारसा न पटलेला उपाय केला. माझा मित्र श्री. दिलीप खानापूरकर ह्याला घेऊन भंडाऱ्याला गेलो. मला रूढी-परंपरेने बोलणी अशी काही करायचीच नव्हती. लग्न सोहळ्याविषयी माझ्या कल्पना स्पष्ट होत्या. मला लग्न साधेपणाने, कोणताही डामडौल न करता करायचे होते. या उलट श्री. फाये मंडळी सर्वार्थाने बडी. पैसा, मनुष्यबळ, लौकिक आणि हौस. त्यांना जोरदार लग्न करायचे होते. तत्त्वत: मला ते मान्य नव्हते. मला एकच माहिती होते— सगळी सोंगे आणता येतात, पण मी पैशाचे सोंग कसे आणणार होतो? माझ्याकडे नव्हता मुबलक पैसा, नव्हते मनुष्यबळ, नव्हता मोठेपणा. माझ्याकडे फक्त होती नेक नियत, धडाडी आणि लाथ मारेन तिथे पाणी काढीन, ही हिंमत.

मी त्यांना स्पष्टच सांगितले की, ''मी साधनाला चांदीचे मंगळसूत्र, वर सोन्याचा मुलामा दिलेला हा मुख्य दागिना आणि एक शालू एवढेच घालू शकेन. माझी फक्त पन्नास माणसे येतील. लग्न अत्यंत साधेपणाने केलेले मला आवडेल. बँड, घोड्यावरून वरात, पुढे करवल्या नाचत वगैरे मिरवणूक नको. लग्नासाठी हॉल किंवा मंगल कार्यालय नको. घरासमोर मांडव घाला. लग्न अगदी फक्त धार्मिक विधीपुरतेच करा. मला काहीही दिखाऊपणा, भपका आवडत नाही. मलासुद्धा पोषाख म्हणून तुम्ही फक्त साधा पायजमा-कुडता आणि कोल्हापुरी चप्पल इतकेच

द्या.'' ही अशी जणू आचारसंहिताच त्यांना सांगितली. मनात आले-फाये 'मला आगाऊ आहे' असा शेरा देणार. पण मी माझ्या मतांशी ठाम होतो. माझी विचारांची पद्धत साधनाच्या आई-वडिलांना खूप आवडली. पण इतर नातेवाईक नाराज होते. त्यांना कदाचित वाटले असेल, हा आत्ताच इतका सगळ्या गोष्टी स्वतःच्या मनासारख्या करून घेतोय; तो काय विचार करणार आपल्या साधनाचा? लग्न काय नेहमी नेहमी होत नाही. एकदाच काय ती हौसमौज करायला काय हरकत आहे? सगळ्या प्रकारांनी त्यांना साधनाच्या संसाराची चिंता नक्कीच वाटली असणार.

अखेरीस इतक्या रंजक गोष्टीने गाजलेला आमचा विवाह ३० मार्च १९८६ रोजी सकाळी ६ वा.१० मिनिटांच्या गोपाल मुहूर्तावर संपन्न झाला. त्या दिवशी साधना फाये ही साधना विजय फळणीकर झाली आणि एका रोमांचकारी सहप्रवासाची सुरुवात झाली. साक्षीला आमचे नातेवाईक, आप्तजन होते. सकाळी ९ वाजता जेवणाच्या पंक्ती सुरू झाल्या. अकरा वाजता संपल्या. बारा वाजता साधनासह मी नागपूरच्या दिशेने प्रवास सुरू केला. मी खऱ्या अर्थी चतुर्भुज झालो. माझ्या आजपर्यंतच्या अनिर्बंध आयुष्याला गोड बंधन प्राप्त झाले. फळणीकरांच्या घरात पुन्हा एकदा लक्ष्मीचा प्रवेश झाला. माझ्यासारख्या कलंदर व्यक्तीचे पत्नीपद साधनाने स्वीकारणे आणि ते निभावून नेणे, ह्या दोन्ही गोष्टींबद्दल तिचे कौतुक करावे तितके थोडे वाटते. मला पण नवी जबाबदारी आली. खऱ्या अर्थी सहचारिणी मला लाभली. नव्या नवलाईचे मोरपंखी दिवस सुरू झाले. माझ्या दुकानाचा व्याप सांभाळून मी जेव्हा जमेल तेव्हा तिला फिरायला नेत असे. तसे नागपूर तिला नवे नव्हते. पण फळणीकरांच्या घरातले वातावरण, माणसे, रीतिरिवाज नवे होते. साधना खरे तर सधन कुटुंबात वाढलेली. आमच्या सामान्य घरात तिने सर्वांची मने जिंकून घेतली. सर्वांशी प्रेमाने मिळून-मिसळून वागू लागली. ते सुरुवातीचे दिवस स्वप्नवत भासले. कापरासारखे उडून गेले आणि वास्तवातला संसार सुरू झाला.

आमचे लग्न जमले तेव्हा एक गमतशीर योग जुळून आला. आम्हा दोघांची आडनावे 'फ' ह्या अक्षरापासून सुरू होणारी. साधनाच्या आईचे नाव पण लीलाबाई आणि वडिलांचे नाव गजानन. साधनाचे मामा, माझे मामा, तिचे आजोबा, माझे आजोबा ह्यांची नावे पण सारखीच.

लग्न झाले तेव्हा साधनाचे शिक्षण पूर्ण झाले नव्हते. तिने पुढे शिक्षण घ्यावे, नोकरी करावी, अशी माझी इच्छा होती. तिच्या नोकरीचा आग्रह इतक्यासाठीच होता की, तिने शिकावे. स्वायत्त व्हावे. तिचे नाव नागपूरच्या 'कमला नेहरू'

कॉलेजात घातले. तिला कॉलेजला सोडायला मी सायकलवरून जात असे. येताना मात्र ती चालतच येई.

एकीकडे कॉलेज सुरू होते. गृहिणीपद पण ती यशस्वीपणे सांभाळत होती. कॉलेजला जाताना ती सर्व घरकाम करे. स्वयंपाक करून जात असे. उरलेली कामे ती न कंटाळता, न दमता कॉलेजातून परत आल्यावर करत असे. माझी आई होईल तेवढी मदत करत असे. साधनाला मात्र आईकडून कोणत्याच कामाची अपेक्षा नसे. माहेरी तिने कधी स्वयंपाक केला असेल, असेही नाही. केलाच असला तर तो गॅसच्या शेगड्यांवर. तिचे माहेर संपन्न होते. सर्व सुखसोईंनी सुसज्ज होते. पण ती फळणीकरांकडे आल्यावर गॅसची शेगडी तर नव्हतीच; कोळशाची शेगडी, भुसा शेगडी ह्यांचा वापर स्वयंपाकासाठी करावा लागे. ते शेगड्या पेटवण्याचे तंत्र जमेपर्यंत तिचा जीव मेटाकुटीला येई. कोळसे शेगडीत भरताना हात काळेकुट्ट होत. धुराने डोळे लाल होत. डोळ्याला पाण्याच्या धारा लागत. मग ते डोळे पुसताना हाताचे काळे कुठे तरी चेहऱ्याला लागे. पण ती कधीही वैतागली नाही. कधीही नाराजीचा सूर लावला नाही. तिच्या अशा जमवून घेण्याने कदाचित तिला नेहमीच गृहीत धरले जाऊन तिच्यावर अन्याय तर झाला नाही ना, अशी मला नेहमी शंका येते. घरकाम, कॉलेज, अभ्यास वगैरे सांभाळून वेळ उरला की माझ्या मदतीला ती दुकानात पण येत असे. साधनाच्या ह्या 'साधने'च्या पैलूशिवाय माझे व्यक्तिमत्त्व अपूर्ण आहे.

कॉलेजला जाऊन उणेपुरे चार महिने होत आहेत तोच साधनाला बाळाची चाहूल लागली. साहजिकच कॉलेज बंद झाले. आता ती फक्त स्वत:ची काळजी घेई. घरकाम करे. जमेल तेव्हा मला दुकानात मदत. असे दिवस चालले होते. योग्य वेळी तिला भंडाऱ्याला पाठवले. साधनाचे दिवस भरत आले. नातू पाहायला मिळणार, ह्या एका आशेवर तग धरून आत्या शेवटचे दिवस मोजत होती. माझी नेहमीची कामे, इतर धावपळ सुरू होती. मधून-मधून साधनाची खुशाली समजत असे. मला भंडाऱ्याला जाणे जमत नसे. एक दिवस भंडाऱ्याहून माझ्या मेहुण्याने बातमी दिली—'श्री. विजय फळणीकर मुलाचे बाबा झाले.' तो दिवस अविस्मरणीय खराच. एक तर 'मी मुलाचा बाप' झालो म्हणून आणि ती तारीख होती 'एक एप्रिल'. मला तर सुरुवातीला खरेचंच असे वाटले की, माझा मेहुणा मला 'एप्रिलफूलच' करतोय की काय! मनात असंख्य गोष्टी येऊ लागल्या. कसे असेल आपले बाळ? कोणासारखे दिसत असेल? आमच्या संसारवेलीवरचे पहिले-

वहिले फूल. फायेमंडळी म्हणणार, अगदी साधनासारखा दिसतोय बेटा; तर फळणीकर मंडळीचे मत असणार की हुबेहूब विजय— जरा सुद्धा फरक नाही! ही झाली जनरीत; पण कसाही असला तरी तो आमच्या दोघांच्या रूपाचाच तो आरसा असणार, हे नक्की. मला माझी उत्सुकता गप्प बसू देईना. मी लगेच दुसऱ्या दिवशी त्या दोघांना भेटायला गेलो. त्या तान्हुल्याची इवली जिवणी, इवले डोळे, चिमुकल्या हाता-पायाचा मुलायम रेशमी स्पर्श, माझे आजवरचे सर्व कष्ट, दु:ख मिटवून गेला. आनंदातसुद्धा रडू येते ह्याचा पण अनुभव मी घेत होतो. मनातून खूप सुखावलो होतो. आनंदलो होतो. दाजींची खूप आठवण झाली. ते आज असते तर नातवाच्या जन्माचे त्यांना इतके काही कौतुक वाटले असते की सांगता येत नाही. दाजी तर नाहीतच, पण आत्याचेही नेत्र पैलतीरी लागलेले. तिची चिंता वाटण्यासारखीच परिस्थिती होती. मला कोणत्याही गोष्टीचा निर्भेळ आनंद मिळू द्यायचा नाही, हा तर नियतीचा लाडका खेळ होता.

आम्ही त्याचे नाव वैभव ठेवले. योग्य वेळी बारसे झाले. आमची खात्री झाली की, आजपर्यंतचे फळणीकर परिवाराचे कष्टाचे दिवस संपून घर 'वैभवशाली होणार'. घरातला पुत्रजन्माचा तो आनंद अवर्णनीय होता. आयुष्यात जे-जे आपल्याला साध्य करून घेता आले नाही, ते-ते सारे वैभवला मिळवून द्यायचे, ह्या कल्पनेतला तो आनंद असावा. आपण आजी-आजोबा होऊ. कृतार्थ जीवन जगून नातवाचे सुख अनुभवू— असा स्वार्थाची छटा असलेला तो आनंद होता. घरच्या परिस्थितीमुळे मी शिक्षण घेऊ शकलो नाही; तेव्हा वैभवला पाहिजे तेवढे शिकवायचे, मोठे करायचे... तो अगदी काही दिवसांचा असतानाच माझी अशी मनोराज्ये सुरू होती.

नागपूरच्या वर्तमानपत्रात पुणे बालचित्रवाणीची जाहिरात आली होती. मी अर्ज केला. मला मुलाखतीसाठी बोलावणे आले. मुलाखतीला जायचे तर निदान तिकिटापुरते पैसे हवे होते. ते गोळा केले. साधारण हजार रुपये. आरक्षित तिकीट कुठले; जनरल डब्यातून प्रवास करून पुणे गाठले. सोबत बालचित्रवाणीचे पत्र आणि प्रशस्तिपत्रे मात्र न विसरता घेतली होती. रात्रभर प्रवास झाला होता. स्टेशनवरच्या नळावरच ताजातवाना झालो, कारण पुण्यात ओळखीचे कोणीच नव्हते. स्टेशनवरच तयार होऊन बालचित्रवाणीचा पत्ता शोधत तिथपर्यंत पोहचलो खरा, पण तिथल्या उमेदवारांची गर्दी बघून मनावर खूप दडपण आले. एक तर त्या उमेदवारांत मुंबई-पुण्यासारख्या शहरी लोकांची संख्या मोठी होती आणि सर्वच जण अतिशय रुबाबात आलेले होते. म्हणजे सुटा-बुटात, हातात पॉश ब्रीफकेस

वगैरे असे. मी मात्र बिनइस्त्रीचा सुती झब्बा, लेंगा, खांद्याला लटकणारी शबनम, पायात कोल्हापुरी चपला असा साध्या वेषात.

तिथल्या मंडळींची आपसात चर्चा सुरू होती. कोणाला काही वर्षांचा अनुभव होता, कोणाचा कोणी प्रसिद्ध नट, दिग्दर्शक परिचयाचा होता, कोणाच्या ओळखीचा बालचित्रवाणीतला मोठा अधिकारी होता. त्यामुळे त्यापैकी प्रत्येकाला आपली नोकरी पक्की, ह्याचीच खात्री होती. हे सर्व मी बंद ओठांनी आणि उघड्या कानांनी ऐकत होतो. माझ्याजवळ ह्यापैकी काहीच नव्हतं, पण 'वेष असावा बावळा, परि अंतरी नाना कळा' असे माझे आहे, हे नक्की माहिती होतं. 'दोन' रिक्त पदांसाठी उमेदवार होते एकशेवीस. मला वाटले, ह्यांच्यापुढे माझा काय निभाव लागणार? पण प्रयत्न करायचा तर होताच. मी सकाळी साडेदहालाच तिथे हजर होतो. नाव पुकारलेला उमेदवार आत जाई आणि अक्षरश: दोनच मिनिटांत बाहेर येई. आत काय होत असे, ते मात्र कळत नव्हते. असे करताकरता माझा नंबर काही तरी संध्याकाळी पाचच्या सुमारास लागला. मी आत गेलो. माझी प्रशस्तिपत्रे पाहून झाली. मग मुलाखतीची सुरूवात झाली. चित्रीकरणाच्या क्षेत्रातले मला विविध प्रश्न विचारले गेले. अर्थातच मी त्यांची उत्तरे समाधानकारक दिली. ती त्यांना पटली होती. ते मला त्या अधिकाऱ्यांच्या प्रतिक्रियेवरून समजत होते. माझी मुलाखत अर्धा तास झाली. माझी मुलाखतीची तयारी प्रतिभाताई पांडे आणि श्री. चंद्रशेखर वऱ्हाडपांडे ह्यांनी चांगली करून घेतली होती. श्री. चंद्रशेखर वऱ्हाडपांडे हे नागपूर आकाशवाणीचे निर्माते होते.

मुलाखतीत मला शेवटचा प्रश्न विचारला गेला होता तो असा की, समजा, ही नोकरी तुम्हाला दिली गेली तर पुण्याला तुमची राहायची सोय आहे का? खरे तर माझी काहीच सोय नव्हती, तरीदेखील अत्यंत आत्मविश्वासाने मी त्यांना उत्तर दिले की, ''मी काहीही करून माझी सोय करीन, पण ह्या नोकरीची मला अत्यंत गरज आहे.''

असे सांगून तिथून बाहेर पडलो. मन हलके हलके झाले. थोडासा नाश्ता केला. नोकरी मिळावी म्हणून मनोमन परमेश्वराचा धावा सुरू होता. आतापर्यंतचा जगण्याचा संघर्ष संपावा आणि सर्वांसोबत विसाव्याचे क्षण वाट्याला येवोत, अशी मनापासून इच्छा होती. माझा अनुभव, प्रामाणिक प्रयत्न ह्यांचे योग्य मूल्यमापन जर त्या अधिकाऱ्यांनी केले, तर नोकरी मला नक्की मिळेल, ही खात्री होती. पुण्याहून रात्री दहा चाळीसला सुटणाऱ्या 'महाराष्ट्र एक्स्प्रेस'मध्ये बसलो, तो उत्कंठा आणि

प्रतीक्षा सोबत घेऊन. रात्री गाडीत डोळा लागला, पण बालचित्रवाणीची देखणी इमारत डोळ्यांपुढून हलत नव्हती. नोकरीचीच स्वप्नमालिका सुरू होती. मला जर पुण्यासारख्या ठिकाणी ही नोकरी मिळाली, तर माझ्यासारखा भाग्यवान मीच. माझे अवघे जीवनच पालटून जाईल, असे वारंवार मनात येत होते. अशाच भावावस्थेत नागपूरला परत आलो.

दुसऱ्या दिवसापासून नेहमीचे कामकाज सुरू झाले. बालचित्रवाणीच्या पत्राची पण नकळत प्रतीक्षा सुरू झाली. चार महिने झाले तरी प्रत्युत्तर नाही. मी मात्र नंतर उत्तराची आशाच सोडून दिली. नित्याच्या व्यवहारात पुन्हा रमलो आणि बालचित्रवाणी विसरून गेलो.

0 0 0

तान्हुल्याला भेटून परत आलो. मला आठवतंय त्याप्रमाणे दुसऱ्या दिवशी नेहमीप्रमाणे झेरॉक्स दुकान उघडले. दुकानात एक पोस्टाचे बंद पाकीट पडलेले दिसले. त्यात माझं सुदैव बंद होऊन आले होते, हे मला नंतर समजले. काही दिवसांपूर्वी मी पुण्याच्या बालचित्रवाणीत नोकरीसाठी अर्ज केला होता. माझी मुलाखतही झाली होती. वास्तविक नेहमीच्या व्यापात मी ते सर्व विसरूनही गेलो होतो. आज मला त्या बालचित्रवाणीतून हजर होण्यासाठी बोलावणे आले होते. मंच सहायक पदासाठी माझी नियुक्ती झाली. माझा आनंद गगनात मावेनासा झाला. मला वाटते, संकटे जशी हातात हात घालून येतात ना, तसे आनंदाचे प्रसंग पण पाठोपाठ म्हणा किंवा हातात हात घालून येतात पण इथे गंमत अशी झाली की, माझ्या हातात ते पत्र पडले तीच तारीख नेमणुकीची होती. मग तिथे त्याच दिवशी पोचणार कसा? म्हणजे सुदैव आणि सुसंधी समांतर होते. आता काय करू? असा थोडासा पेचात होतो, पण श्रीमती सरदेसाई मॅडम ह्यांनी सुचवल्यावरून त्या पाकिटावरच्या फोन नंबरवर त्वरित संपर्क साधला. त्या अधिकाऱ्यांना झाला प्रकार सांगितला. माझ्या सुदैवाने ते बालचित्रवाणीचे अधिकारी समंजस होते. त्यांनी माझ्यावर विश्वास ठेवला आणि त्यांच्या व माझ्या सोईची हजर होण्याची तारीख व वेळ ठरवली. मला जरा तयारी करायला वेळ मिळाला. पुन्हा साधनाला आणि छोट्याला बघून आलो. नोकरीची बातमी सासुरवाडीला दिली. नागपूरला आलो. आत्या हॉस्पिटलमध्ये होती. तिला वैभवचा जन्म आणि त्याच्या जन्माबरोबर मिळालेली नोकरी— दोन्ही गोष्टी सांगितल्या. आत्याला अत्यंत वेदना होत होत्या तरी ह्या गोष्टींचा आनंद तिच्या चेहऱ्यावर दिसत होता. घरी मोठ्या भावाला,

आईला भेटलो. एका पिशवीत दोन ड्रेस घेतले आणि पुण्याला आलो.

मी पुण्याला हजर होण्यासाठी गेलो आणि नोकरीपण सुरू झाली. मी नोकरी स्वीकारली; पण म्हणतात ना, 'राम भरोसे' अशी. कारण पुण्यात माझी राहायची सोय तरी कुठे होती? इतकी सोन्यासारखी मिळालेली संधी पण सोडणे शक्य नव्हते. एकूणच प्राप्त परिस्थितीशी सामना करायच्या माझ्या स्वभावाप्रमाणे ह्यातूनही मार्ग काढला. दिवस सगळा ऑफिसमध्ये जात असे. रोज दोन्ही वेळा जेवण असे पूर्ण घ्यायचे नाही. तेवढाच पैसा वाचायचा. कधी वडा-पाव खा, कधी भेळ-पुरी, असे उदरभरण सुरू होते. रात्र संभाजी पार्कमधे काढायची. त्या बागेतल्या एखाद्या बाकावर झोपत असे. उशाला कपड्यांची बॅग. पांघरायला जवळचेच काही तरी. नाहीतर वरती आकाश होतेच. साधना-वैभव, आई, आत्या यांची आठवण काढत, निळ्या आकाशातल्या चांदण्या मोजत झोप कधी लागायची, समजायचे नाही. बालगंधर्वजवळच्या सार्वजनिक नळाच्या ठिकाणी इतर नित्याच्या गोष्टी उरकायच्या— अशी कालक्रमणा सुरू होती. तसे तर काहीतरी खाऊन जीव जगवायचा, कुठे तरी राहून दिवस काढायचे, ही माझी पहिलीच वेळ नसल्याने त्याही परिस्थितीत आनंदात जगणे सुरू होते.

अर्थात ऑफिसमध्ये चालतच जात असे. एक तर माझ्यापाशी वेळ पुष्कळ होता. पैसा बेताचा होता. तो आपोआपच वाचत होता. ऑफिसमध्ये जाणे म्हणजे चांगली पृथ्वी प्रदक्षिणा घडत असे, कारण मला जवळचे योग्य रस्ते माहिती नव्हते. जे अंतर योग्य मार्गाने गेलो तर दोन अडीच किमी. इतके होते, ते मी उलट-सुलट फिरून चांगले पाच-सात किमी. करत असे. अखेर बालचित्रवाणीमध्ये पोचत असे. सुरुवातीच्या काळात हे बरे वाटत होते; पण असे किती दिवस चालणार? आता ऑफिसमध्ये पण ओळखी होऊ लागल्या होत्या. कोणाच्या ओळखीने काही सोय होते का, म्हणून पाहत होतो. स्वत: पण कोणी आपल्या ओळखीचे आहे का, ह्याचा विचार करत होतो. मेंदूला ताण देऊन आठवायचा प्रयत्न करत होतो. त्या दिशेने शोध सुरू झाला आणि एकदम लख्ख प्रकाश पडला. माझा श्री. प्रभाकर पाटील नावाचा मित्र, खूप वर्षांपूर्वीचा, पुण्यात राहतो असे ऐकल्याचे आठवले. पण त्याचा पत्ता कुठे होता? त्याला भेटायचे कसे? त्याचा संपर्क होणार कसा? तो मला ओळखेल का? माझी काही पार्श्वभूमी त्याला माहिती असली, तर तो मला कशा पद्धतीने स्वीकारेल? वगैरे शंका मला सतावीत होत्या. हवेतच बाण मारायचा ठरवला होता. मग अंदाजपंचे त्याचा पत्ता शोधायची मोहीम हाती घेतली.

पराजय नव्हे विजय / ७१

यश आले. प्रामाणिक प्रयत्नांना विलंबाने का होईना, यश येतेच, हा माझा अनुभव. त्याचा पत्ता मिळाला. आमची भेट झाली. इतक्या वर्षांनी त्याने मला ओळखले. त्याला झालेला आनंद त्याच्या चेहऱ्यावर स्पष्ट दिसत होता. तोच एका ठिकाणी पेइंग गेस्ट म्हणून राहत होता. त्यामुळे मला तिथे राहायला जागा मिळायची शक्यता धूसर झाली, कारण तिथल्या जागा आधीच भरलेल्या होत्या.

प्रभाकरला माझी अडचण समजली. त्याने मला एक युक्ती सुचवली. तो म्हणाला, "हे बघ विजय, मी सांगतोय हे चुकीचे आहे, नियमाविरुद्ध आहे. पण तुला मी आज अनेक वर्षे ओळखतोय. तू स्वतः अगदी प्रामाणिक आहेस, कष्टाळू आहेस. आपली मैत्री अनेक वर्षांपासून आहे. मधे आपली भेट वेगवेगळ्या कारणांमुळे होऊ शकली नाही, तरी ऋणानुबंध कायम आहेत. म्हणून मी स्वतःच्या जबाबदारीवर हा धोका स्वीकारतोय. तू असं करत जा, रोज रात्री दहा वाजता इथे येत जा. पहाटे चार वाजताच निघून जा. आमचे मालक शिस्तप्रिय आणि कडक आहेत. ते पहाटे चारनंतर उठतात आणि रात्रीचे दहा वाजलेले घड्याळात बघत नाहीत. लवकर झोपतात. तू त्यांच्या नजरेला पडला नाहीस म्हणजे काही वांधा नाही. मला तुझी सोय करता येईल. तू एकीकडे जागा शोधत राहाच."

मला जरा धीर आला. मी पडत्या फळाची आज्ञा मानून त्याच्या सर्व अटी मान्य केल्या. माझी एक बरोबर आणलेली बॅग त्याच्या खोलीवर नेऊन ठेवली आणि माझा दिनक्रम सुरू झाला. त्या मालकाचा आणि माझा पाठशिवणीचा खेळ किती दिवस विना अडथळा सुरू राहाणार होता, हे कोणालाच माहिती नव्हते. मी पहाटे चार वाजताच प्रभाकरची खोली सोडून बाहेर पडत असे. ती वेळ खरे तर इतकी प्रसन्न असे, पण माझ्यासारख्या दिशाहीन भटकणाऱ्याला भयाण वाटायची. तुरळक दूधवाले, पेपरवाले भेटायचे; पण कुत्री मागे लागायची. वेळेचे बरे असते, तो थांबत नाही आणि थांबवता येत नाही म्हणून जात असतो. अशीच नंतर मग ऑफीसची वेळ होई. मी पायपीट करून ऑफिसात पोहचे. दिवसभर कामात छान वेळ जाई. कशाकशाची म्हणून आठवण होत नसे. पण पुन्हा ऑफीस सुटल्यावर तोच कार्यक्रम. दिशाहीन भटकणे. पण त्या वेळी निदान माणसांची वर्दळ असे. तो वेळ पण छान जाई. इथेही मी परीक्षेला कसा उतरतोय, हे बघायची नियतीला बहुतेक लहर आली. कोणी हितशत्रूने चुगली केली, की योगायोगाने ते माहिती नाही; पण प्रभाकरच्या घरमालकाने हा लपंडाव रंगेहाथ पकडला. परिणामी, माझा तिथला निवारा सुटला. पुन्हा एकदा विजय फळणीकर तात्यासाहेब शिरवाडकरांच्या

नटसम्राटासारखे 'कोणी घर देता का घर?' म्हणत वणवण फिरू लागले.

पुण्यात अशी ही माझी वाऱ्यावरची वरात आणि तिकडे लांब साधना अन् आमचा छोटुकला वैभव. मन अनेकदा भरारी घेई आणि वैभवला डोळा भरून पाहून येई. हे असे 'तू दूर दूर तेथे, हुरहूर मात्र येथे' अशा अवस्थेत राहणे मनाला पटत नव्हते. माझे पण इकडे-तिकडे राहणे आता नको वाटत होते. एखादे भाड्याचे घर घ्यावेसे वाटत होते. घराचा शोध सुरू केला. एकदा घर निश्चित झाले की, मग साधना आणि वैभवला पुण्याला आणणे जमणार होते. निश्चित पगार मिळत होता. त्यामुळे भाड्याचे घर घेणे सहज शक्य होते. शोध घेता-घेता वारज्याला दोन खोल्या भाड्याने घेतल्या. वैभव काही महिन्यांचाच होता, तेव्हा त्याला व साधनाला घेऊन पुण्यात आलो— सुखी संसाराची, सुखी सहजीवनाची स्वप्ने रंगवतच.

आता नवा संसार थाटायचा तर भांडी-कुंडी आणायला हवी होती. नागपूरहून येताना थोडी फार भांडी घेऊन आलो होतो. बाकी लागतील तशी पुण्यात खरेदी करावीत, असे मनात होते. आता खरी परीक्षा साधनाची होती. छोट्या वैभवच्या लहरी सांभाळा, त्याचे शी-शू-संगोपन करा. त्यात स्वयंपाकाची भांडी बेताची आणि गरजेपेक्षा कमीच. म्हणजे लाटणे आहे, पण पोळपाट नाही. विळी आहे, पण किसणी नाही— ;अशा स्वरूपाची. स्वयंपाक करायचा त्यासाठी गॅस नाही, तर स्टोव्ह. पण साधना हिकमती. तिने काही कुरकुर न करता त्यातून मार्ग शोधला. तिने परात पालथी करावी आणि पोळपाटाची उणीव भरून काढून चपात्या लाटाव्यात. स्टोव्हची मर्जी सांभाळून तो मनासारखा पेटला की, मग स्वयंपाक करावा. घरात एकच छोटी मोरी होती. तिच्यातच अंघोळ, भांडी घासणे वगैरे उरकावे. त्या खोलीतल्या माळ्यावर मालकांनी त्यांची एक गादी गुंडाळून ठेवली होती, तीच नंतर आम्ही 'इदं न मम' न म्हणता खाली काढली. तिचा मनाजोगता वापर सुरू केला. स्वतंत्र संसाराचा 'श्री गणेशा' असा झाला. तशा अजून शेजारी-पाजारी फारशा ओळखी-पाळखी झाल्या नव्हत्या. दिसामासांनी वाढणाऱ्या वैभवच्या बाललीला बघताना दिवस कसे जात होते, ते कळत नव्हते.

वैभवला आणि साधनाला घेऊन पुण्यात आलो. नव्या जागेत सगळे जरा स्थिरावल्यासारखे झाले. आता तसे म्हणाल, तर काळजी होती फक्त आत्याची. ती मृत्युशय्येवर होती. मी मनाने बऱ्याच वेळा आत्याजवळच असे. शेवटी एकदा आत्या अत्यवस्थ झाल्याचा भावाचा फोन आला. वैभव आणि साधनाला घेऊन मी नागपूरला गेलो. वैभवला तिने डोळे भरून पाहिले. माझ्या बहिणीच्या मुलाला

पाहण्याची इच्छाही तिची पूर्ण झाली आणि एका कष्टभागी जीवाचा शेवट झाला. एका अर्थी ती जीवघेण्या यातनांतून सुटली. पण मला मात्र नेहमी वाटते की, आता माझ्या घरी चार दिवस सुखासमाधानात ती राहायला आली असती तर तिलाही बरे वाटले असते. आमच्या सुखी संसारात तिला तिच्या भूतकाळातल्या कष्टांचा विसर पडला असता; पण ते सुख भोगण्याचे तिच्या नशिबातच नव्हते आणि आमच्या नशिबात पाहण्याचे!

वैभव आणि साधनाला पुण्यात आणल्यावरचा बहुतेक तो पहिला पगार झाला असावा. ती रक्कम होती एक हजार ब्याऐंशी रुपये. मी अगदी खुषीत घरी गेलो. मनसुबे तर पुष्कळ रचले होते. साधनासाठी तिच्या आवडीची भांडीकुंडी घेऊ. घरासाठी काही खरेदी करू, वैभवसाठी खाऊ घेऊ, खेळणी घेऊ वगैरे... पण तो आनंद क्षणभंगुर ठरला. दुसऱ्याच दिवशी आम्ही तिघेही इतके आजारी पडलो की शेजारी राहणाऱ्या श्री. श्रीकांत देशपांडे ह्यांनी आम्हा दोघांना हॉस्पिटलमध्ये भरती केले; म्हणजे करावेच लागले. वैभवला मात्र त्यांनी स्वत:च्या घरी ठेवून घेतले. त्याचे औषधपाणी केले. त्याची काळजी घेतली. मला नेहमी हेच वाटत आलेय की, देव मूर्तीत आहे की नाही माहिती नाही; पण माणसांच्या अंतरात मात्र नक्की आहे. म्हणून तर फारशी ओळख नसताना श्री. देशपांड्यांना आमच्यासाठी काही तरी करावेसे वाटले. ईश्वरी कृपेने आम्हाला लवकरच बरे वाटून आम्ही घरी आलो.

मी नोकरीत छान रमलो होतो. पगार वाढत होता. इतरत्र चित्रीकरणाची कामे मनासारखी सुरू होती. वैभवमुळे घरी आलो की, दिवसभर दमलो असलो तरी तो थकवा पार पळून जायचा. वैभव आणि घरातली कामे ह्यात साधना पूर्ण गुंतून गेली होती. पण म्हणतात ना, हात दाखवून अवलक्षण— ही म्हण मी वेगळ्या अर्थाने सत्यात उतरवली. त्याचे असे झाले... ऑफिसमधल्या एका सहकाऱ्याने काही तरी थोडक्या कारणावरून मला 'आई'वरून शिवी दिली. अशी शिवी म्हणजे तो आपल्या आईचा अपमान असतो. शिवी देणे ही त्याची सवयच होती. त्या पूर्वीच्या एका प्रसंगात त्याने अशीच काहीतरी आगळीक केली होती. तेव्हाच मी त्याला माझ्या परीने गोड शब्दांत इशारा दिला होता. पण त्याने विचार केला असावा, 'हा नुसतीच तोंडी पाटीलकी करून गप्प बसेल. परक्या गावाहून आलाय. हा काय माझे वाकडे करणार?' ह्या वेळी मात्र मला ती शिवी, त्याचा तो उर्मटपणा सहन झाला नाही. एक तर कोणाचीही झाली, तरी आई आपले दैवत

असते. तिच्याविषयी मनात विलक्षण आदर आणि प्रेम असतो. तिच्यावरून शिवी देणे आणि ती मुकाट्याने ऐकणे, हे कोणत्याच सभ्य-सुसंस्कृत माणसाला पटणारे नाही. मी चक्क पेटलोच कारण हा अन्याय मला सहन होणारा नव्हताच. ऑफिसमध्ये जी सेट्स लावायची लाकडे पडलेली होती, त्यातले एक उचलले आणि त्याने त्याला बेदम चोपून समाचार घेतला. त्याच्या दुर्दैवाने त्या लाकडाच्या एका टोकाला एक खिळा होता. त्या मारण्याच्या जोशात तो खिळा त्याच्या डोळ्याला लागला आणि अक्षरश: त्याचा डोळा बाहेर आला. रक्त खूप गेले. साहजिकच ज्याचे रक्त वाहते, त्याच्या बाजूने मंडळी बोलू लागतात. ऑफिसमधल्या सहकाऱ्यांनी त्याचीच बाजू उचलून धरली. मी कायदा हातात घ्यायला नको होता. इतपत ठीक आहे, पण माझ्यावर झालेल्या अन्यायाचे काय? मी बदला घेतला म्हणून सर्व जण माझ्यावर खूप चिडले. ''हे सरकारी ऑफिस आहे; गावगुंडांची वसाहत नाही. इतके मारून त्याचा काय जीव घ्यायचा होता की काय? तुमच्याविरुद्ध आम्ही वर तक्रार करू. तुम्हाला तुमची नोकरी गमवावी लागेल.'' असे बोलून सर्व जण तोंडसुख घेत होते.

झाले होते विपरीत, पण त्यातून उपाय शोधायलाच हवा होता. त्याच्यावर माझा राग होता खरा, पण त्याच्यावर उपचार व्हायलाच हवे होते. त्याला ऑफीस-जवळच्याच जोशी हॉस्पिटलमध्ये भरती केले. तिथल्या उपचारांनुसार सगळ्या तपासण्या झाल्या. त्याचे डोळ्याचे ऑपरेशन करावे लागणार होते. मला नेहमी जशी संकटकाळी देवमाणसे भेटत गेली, तसे आमचे एक वरिष्ठ होते. त्यांनी आमच्या दोघांच्या बाजू समजून घेतल्या. त्यामुळे माझ्या नोकरीवर गदा आली नाही. ज्याला मी मारले होते, त्याची चूक पण त्या वरिष्ठांनी मान्य केली. नोटीस मात्र दोघांना मिळणार, हे स्पष्टच होते.

त्याच्या डोळ्याच्या शस्त्रक्रियेचा, औषध-उपचारांचा खर्च मलाच करावा लागणार, हे सूर्यप्रकाशाइतके सत्य होते. तो महिनाभर हॉस्पिटलमधे उपचार घेत होता. मला कुठेतरी अपराधीपणाची जाणीव होती आणि कर्तव्यभावना पण होती, म्हणून मी मात्र रोज हॉस्पिटलमध्ये त्याला भेटायला जात असे. त्याचा माझ्यावर रोष असणे स्वाभाविकच होते, त्यामुळे तो एका डोळ्याने का होईना पण बघतदेखील नसे, मग बोलणे तर दूरच. त्याच्या सर्व नातेवाइकांच्या पण माझ्याकडे बघण्याच्या नजरा त्रासदायक असत. त्यांचाही माझ्यावर रागच होता. त्याचा हॉस्पिटलचा सर्व मिळून वीस हजार इतका खर्च झाला. तो सर्व खर्च मलाच करावा लागणार होता. एकरकमी एवढा पैसा खर्च करणे मला जमणार नव्हते. 'मी जसे जमतील तसे पैसे

पुरे करीन' असा शब्द दिला, तरी त्याचा एक मित्र डॉक्टरांच्या नावावर माझ्याकडून पैसे उकळत असे. माझ्या घरी जाऊन त्याने आमचा टेपरेकॉर्डर उचलून आणला, इतकी त्याची मजल गेली. दादागिरी करून तो पैसे उकळण्याच्या प्रयत्नात होता. त्या हॉस्पिटलमधल्या मित्राची रजा बिनपगारी होणार होती. म्हणजे ती पगाराची रक्कम पण मलाच द्यावी लागणार होती. एकूण हे प्रकरण मला फारच महागात गेले. 'भीक नको, पण कुत्रा आवर' ह्या प्रकारे मी ते पैसे कोणा कोणाकडून उसने घेतले आणि त्याच्या कर्जातून मुक्त झालो. पुढे त्याचे व माझे संभाषण बंद झाले, हे सांगणे नकोच. इतकी किंमत मोजून एका अनुभवाने शहाणपण शिकवले, एवढेच.

माझा पगार आता अठराशे रुपये झाला होता. त्यात मी दोनशे रुपये घरभाडे, दोनशे रुपये नागपूरला आईला पाठवत असे आणि एक महिन्याआड एक ग्रॅम सोने घेत असे; पण हे मारामारी प्रकरण झाल्यापासून कर्ज फेडायचा मामला सुरू झाला. पैशाची चणचण सुरू झाली. अधिक पैसा मिळवायचा कसा, हे मात्र समजत नव्हते. आता मी संसाराच्या पाशात अडकलो होतो. पत्नी आणि लेकराची जबाबदारी होती. कोणी सुचवले, नोकरी सांभाळून काही जोडधंदा करता येईल. कोणी सुचवे— उदबत्त्या विका. कोणी सांगे— पापड, लोणची विका. मला मात्र काय करू, हे सुचत नव्हते. अशातच श्री. संचेती नावाच्या एका गृहस्थाची व माझी भेट बसस्टॉपवर होत होती. मी सहज बोलताना माझी सध्याची समस्या त्यांना सांगितली. ते म्हणाले, ''मी नेमप्लेट्स बनवतो. त्या व्यवसायात तुम्ही मदत कराल का? मी नेमप्लेट्स तयार करण्याचे तंत्र तुम्हाला सांगतो, त्याप्रमाणे त्या तयार करा. ऑफिसला जाण्यापूर्वी त्यांच्या ऑर्डर्स घ्या. त्या पूर्ण झाल्यावर घरोघर नेऊन पोचवा.'' मला हे काम जमण्यासारखे होते. आयती सुवर्णसंधीच चालून आली होती. तिचा फायदा घ्यायलाच हवा होता. मी त्यांच्याकडून कोऱ्या प्लेट्स, त्यावर चिकटवयाची सोनेरी अक्षरे विकत घेत असे. एका केमिकलच्या साह्याने ती सोनेरी अक्षरे चिकटवून नावे तयार करत असे. मग त्या नेमप्लेट्स फारच आकर्षक दिसत.

मग सुरू झाला नेमप्लेट्स विक्रीचा मामला. सकाळी लवकर उठावे, लवकर आवरावे. निरनिराळ्या भागात, निरनिराळ्या सोसायट्यांत जाऊन नेमप्लेट्सची जाहिरात करावी. मिळाली तर ऑर्डर घ्यावी आणि ती संध्याकाळी पूर्ण करावी. असा मी वारजे, डहाणूकर कॉलनी, हॅपी कॉलनी, आयडियल कॉलनी अशा सर्व भागात फिरून ऑर्डर्स घेत होतो. 'अन्नासाठी दाही दिशा, आम्हा फिरविसी जगदीशा' ही उक्ती मी प्रत्यक्षात जगत होतो. माणसांचे अनेक नमुने बघायला मिळत. अनेक

माणसे वाचायला शिकलो ह्या काळात. कोणी बेल वाजवल्यावर दार उघडण्यापूर्वीच, 'कोण आहे?' असे अत्यंत त्रासिक स्वरात विचारे. कोणी दार पट्कन उघडे, कोणी हा विक्रेता काही तरी फालतू वस्तू गळ्यात बांधेल म्हणून पट्कन दार लावून टाकी. कोणी अंगावर ओरडे, कोणी पार्किंगमधले नियम वाचले नाहीत का, वाचता येते का नाही, विचारून अपमानित करे. पण कोणी प्रेमाने विचारपूससुद्धा करे. सहकार्य करे. अशा विविधरंगी प्रतिक्रिया असत. असा धडपडत धडपडत मी रोजच्या दहा बारा नेमप्लेट्स विकत असे. ह्या माध्यमातून मला पगाराच्या बरोबरीने पैसे मिळायला लागले. कर्ज फेडायची टोचणी होतीच. त्यामुळे मिळकतीतील कधी हजार, कधी पाचशे असे करून कर्जाचा बोजा उतरवत होतो. हा व्यवसाय म्हणजे जणू दुभती गाय लाभल्यासारखे वाटले. ह्यात चांगला पैसा दिसायला लागल्याने मी त्या ऑर्डर्स अधिक जोमाने घ्यायला लागलो. अधिक कष्ट केले, व्यवसाय वाढवला. त्या वीस हजार रुपयांच्या कर्जातून मुक्त झालो. गाडी परत रुळावर आली. नव्या ओळखी होतच होत्या. लाख मोलाच्या माणसांची मने आणि धन जोडणे आपोआप होत होते.

वैभव मोठा होत होता. तो वारज्याच्या 'विमल विद्या कुंज' शाळेत जात होता. त्याला ती शाळा आवडत होती. तिथे त्याचे मित्र झाले. आता तो काही तरी तिसरी-चौथीत होता. थोडा फार धनसंचय झाला. बालचित्रवाणीने मात्र मला अनेक अर्थी समृद्ध केले. पैसा तर मिळालाच, पण अनेक मोठी माणसे भेटली. त्यांचा सहवास लाभला. बालचित्रवाणीत येणारे कलाकार परिचित झाले. नाट्यक्षेत्रातील मान्यवरांच्या ओळखी होऊ लागल्या. त्यात काही नट असत. निर्माते असत. त्यातल्या काहींबरोबर मैत्रीचे नाते जुळले. ह्या मंडळींसोबत बालगंधर्व रंगमंदिरात उठणे-बसणे सुरू झाले. ह्या सर्व पोषक परिस्थितीमुळे लहानपणापासून माझ्यात असलेल्या अभिनयाच्या, नाट्यदिग्दर्शनाच्या, नाट्यनिर्मितीच्या सुप्त अस्मितेला असंख्य अंकुर फुटले.

ह्याच दरम्यान 'उत्कर्षाच्या शिखरावरती। क्षण कोसळता योजित नियती।' ह्या सत्याचा अनुभव आला. माझा पाय घसरला, ह्या गोष्टीच्या आठवणीनेसुद्धा पश्चात्ताप होतो. मी तेव्हा पुण्यात होतो. त्या वेळी तिथे अनेक नामवंत मंडळी येत. तिथे येणाऱ्या स्त्रिया— कोणी निवेदिका असत, कोणी अभिनेत्री असत. त्यात अगदी अप्सरा म्हणाव्यात अशा मुली येत. ते ठिकाण जणू मोहाची फुलबागच होते. माझे काही मित्र होते. त्यांनी हळूहळू त्यातल्या काही मुली गटवल्या किंवा पटवल्या. पुरुषांना नजरेवर नाचवण्यात त्या मुली तरबेज असत. मी तिथेच काम

करत असे. मलाही अनेकींचा सहवास लाभे. म्हणतात, ‘सहवासाने प्रेम उत्पन्न होते,’ मग मीसुद्धा एका मुलीच्या प्रेमात पडलो. आजही हे सांगताना मनाला पश्चात्तापाचे डंख डसतात. पण खरे सांगायचे ठरवलेच आहे, तर मग ही घोडचूक लपवून मी थोडाच मोठा ठरणार आहे?

तर, आमचे प्रेमप्रकरण सुरू झाले. वास्तविक तेव्हा माझे लग्न झाले होते. वैभवचा जन्म झाला होता. माझ्या वैवाहिक जीवनात मी सुखी होतो; पण मला वास्तवाचे भान राहिले नाही. मोहाने डोळ्यांवर झापड आली. मनात कुठेतरी मूर्खपणा असा होता की, माझे इतर मित्र मुली पळवतात, मग मी काय कमी आहे का? पुरुषार्थ जागा झाला आणि माझा पाय घसरला. त्याचे दुष्परिणाम म्हणजे घराकडे दुर्लक्ष झाले. मी घरी वेळेवर येईनासा झालो. साधना रात्री जागत वाट पाहत राही. बिच्चारा वैभव झोपी जात असे. साहजिकच घरात भांडणे होऊ लागली. साधनाचा त्रागा होणे स्वाभाविकच होते. काय झाले माहीत नाही, पण घोडचुकीचे भान आले. माझी धुंदी उतरली. केल्या कर्माची लाज वाटायला लागली. त्या मायापाशातून प्रयत्नपूर्वक सुटलो. पण ‘अपराध मीच केला, शिक्षा तिच्या कपाळी’ हे साधनाच्या बाबतीत झालेच.

मला नाट्यक्षेत्रात स्वत:ची जागा निर्माण करण्याची संधीही लवकरच मिळाली. माझे मित्र श्री. शिवाजी देशमुख आणि श्री. राज काझी ह्यांनी 'The Fly' ह्या इंग्लिश चित्रपटावरून एक सुंदर प्रायोगिक संहिता मराठीत लिहिली होती. ते एक प्रयोगशील असे ‘सायन्स फिक्शन’ होते. त्या संहितेचे नाव ‘आकान्त’ होते. ते नाटक रंगमंचावर आणणे हा एक अभिनव, क्रान्तिकारक प्रयोग ठरणार होता. रंगमंचावर बॉम्बस्फोट, आगीचे लोळ दाखवणे हे धाडसाचे कामच होते. संगणकाचा वापरसुद्धा नावीन्यपूर्णच होता. एका बुद्धिवान संशोधकाच्या अगदी छोट्याशा चुकीने मानवाचा दानव होतो आणि कसा अनर्थ ओढवतो, ही त्या नाट्यसंहितेची मध्यवर्ती कल्पना होती. मी ह्या सर्व गोष्टींनी प्रभावित झालो. मी हे नाटक रंगभूमीवर आणायचे ठरवले. मी निर्माता व्हायचे ठरवले. वास्तविक भूतकाळातले असंख्य अनुभव जमेला होते, तरीसुद्धा काही तरी नवे धाडस करायची ऊर्मी मला गप्प बसू देईना. ह्या नव्या नाटकाच्या यशाची मला स्वप्ने पडू लागली.

नाटकाचे वाचन झाले. श्री. राहुल सोलापूरकर, श्री. अशोक शिंदे, मधू कांबीकर असे आघाडीचे चमचमते तारे नाटकासाठी निवडले. सर्वच जण स्वत:च्या मिळालेल्या किंवा निवडलेल्या भूमिकेवर खूष होते. नाट्यकथेवर, संहितेवर बेहद्द

खूष होते. दिग्दर्शक, नटमंडळी आणि इतर सहकारी अशी मस्त टीम जमून गेली. नाट्यनिर्मितीचा हा गोवर्धन माझ्या एकट्याने उचलणे शक्य नव्हते. मी कोणीतरी भागीदार घ्यायचे ठरवले. माझे मित्र श्री. रामेश्वर लाहोटी माझे भागीदार झाले. माझ्या अंदाजानुसार हे नाटक 'लाखाची गोष्ट' होईल, असे वाटले. त्यानुसार श्री. लाहोटींचे पन्नास हजार अधिक माझे पन्नास हजार इतका सरळ मामला होता. मी मात्र ते पन्नास हजार, उधार-उसनवार करून जमा केले. वेशभूषा माझी, नेपथ्य माझे, माझा मित्र श्री. त्यागराज खाडिलकरचे उत्तम पार्श्वसंगीत. ह्या सगळ्याची खर्चाची रक्कम झाली एक लाख सत्तर हजार इतकी. आकडा ऐकून चक्करच आली. लोकांपुढे जे मांडायचे ते उत्तमोत्तम हवे, हा अट्टहास होता. निर्धार होता. जे झाले ते भव्य-दिव्य झाले. डोळे दिपवून टाकणारे झाले.

नाटक रंगभूमीवर आले. सर्व वर्तमानपत्रांतून त्यांचे उत्तम परीक्षण छापून आले. पुण्यातल्या त्या वेळचे प्रथितयश नाट्यनिर्माते आश्चर्यचकित झाले. मी अतिशय आनंदात होतो. नाटकाची सुरुवात तरी उत्तम झाली. नाटकाचे प्रयोग चांगले चालतीलच, अशी माझी खात्री. खरे तर हा व्यवसाय म्हणजे अंधारात दगड मारण्यासारखेच. कारण ह्याचे यश पूर्णपणे रसिकांच्या प्रतिसादावर अवलंबून असते. नाटकाचे सुरुवातीचे काही प्रयोग करताना पदरमोड करावी लागणार, हे उघडच होते. त्यामुळे अजून पैसे उभे करावे लागणार होते, ते मात्र मी माझ्या इतर तीन मित्रांकडून घेतले. नाटकाचे असे पंचवीस प्रयोग केले. बाहेरगावी दौरा झाला. नाटकाला म्हणावे तसे व्यावसायिक यश मिळाले नाही. मी पुन्हा एकदा कर्जाच्या खाईत गेलो. लाखाचे बारा हजार झाले. शेवटी 'आकान्त'ने अखेरचा श्वास घेतला.

मी धंद्यात पूर्णपणे बुडालो. माझे धंद्याचे गणित चुकले, हे समजल्यावर नाटकाचे प्रयोग लावण्यासाठी आग्रही असणारे तथाकथित 'हितचिंतक' गायब झाले. पण हे होणारच होते. त्याचे नवल वाटले नाही. 'सुख के सब साथी ' ही तर जनरीतच आहे ना!

0 0 0

पुन्हा एकदा मी कर्जाच्या भोवऱ्यात सापडलो. त्या तीन सावकारांचा तगादा सुरू झाला. त्या मित्रांचे घरी पैशासाठी हेलपाटे सुरू झाले. ऑफिसमध्ये ते लोक पैशांसाठी येऊ लागले. माझ्या मनात मात्र अपराधाचीच भावना होती. जगाला तोंड दाखवायला लाज वाटत होती. इलाज नव्हता म्हणून केवळ ऑफिसला जात होतो. अंथरूण पाहून पाय पसरले नाहीत. एक प्रकारचे वेडे धाडस केले.

त्याची शिक्षा भोगणे क्रमप्राप्तच नव्हते का? कधी मी शरमेने ऑफिसमध्येच लपूनसुद्धा बसे. हा शुद्ध पोरकटपणा होता. माणसांची तोंडे चुकवायला मी हे करत असे. त्यातसुद्धा कोणी चहाडखोर सांगे, 'हा फळणीकर इथे तोंड लपवून बसलाय. इकडे पळून गेलाय वगैरे' माझी अशी बेइज्जती करण्यात त्यांना असुरी आनंद मिळत असेल बहुतेक.

मी कर्जबाजारी झालो. मला लोकांचे पैसे अगदी प्रामाणिकपणे परत करायचे होते. मी बुडव्या, लफंगा नक्कीच नव्हतो. मी त्यांना पगाराच्या दिवशी ऑफिसमध्ये पैसे नेण्यासाठी बोलावत असे. ते तिघेही पगाराच्या दिवशी ऑफिसच्या दारात हजर असत. आधी कोणी पैसे घ्यायचे, ह्यावरून त्या तिघांत भांडणे होत. पुढे त्यांच्यात समझोता होऊन ते पैसे वाटून घेऊ लागले. त्यांचा असा विचार असावा— चला मिळतायत तेवढेच पैसे पदरात पाडून घेऊ.

मी रिकाम्या हाताने, रिकाम्या खिशाने घरी येई. ऑफिस ते वारजे ही बसची चैन न परवाडणारी. 'अजून चालतोची वाट' असा घरी जात असे. अपराधीपणाची भावना मन खात असे. भविष्याचेच नाही तर वर्तमानाचे विचारसुद्धा पायात बेड्या होऊन पडत. चाल मंदावे. भरकटलेल्या अवस्थेत घर गाठावे. डोळ्यांत प्राण आणून साधनाने वाट पाहावी. तिने मिळणाऱ्या पगाराची आतुरतेने चौकशी करावी, अनेक मनसुबे रचावेत आणि मी देणेकऱ्यांचे देणे देऊन पगार संपला, असे सांगावे. त्या वेळी तिच्या डोळ्यांत फक्त पाणी येई. तिचा त्या वेळचा मुकेपणा तिच्या मनातली खळबळ सांगून जाई. मला स्वतःचा खूप राग येई. जगण्याची लढाई लढणारा मी लढवय्या म्हणून धट्टाकट्टा होतो, पण कोणाचे अश्रू मला पार नामोहरम करतात. ते मी पाहू नाही शकत. पाहणाऱ्याला दुबळे करण्याचे सामर्थ्य अश्रूंत आहे, असे मला नेहमीच वाटते.

सधन कुटुंबातली साधना ही ओढाताण अगदी विनातक्रार सहन करत होती. 'माझा नवरा कोणत्या व्यसनात, जुगारात पैसे वाया घालवत नाहीये. कोणत्या तरी व्यवसायाच्या धडपडीत तो बुडतो आहे. सावकारांचे अपमानास्पद बोलणे त्याला सहन करावे लागते आहे.' तिची ही माझ्या बाबतीतील अविचल निष्ठा, विश्वास माझे बळ वाढवत असे. 'अपराध मीच केला, शिक्षा तिच्या कपाळी' हे कटू वास्तव होते.

हे दुष्टचक्र दोन-तीन वर्षे सुरू होते. प्रचंड मनस्ताप, अनन्वित अपमान सहन केला ह्या काळात. वैभवसाठी घरात दुधाला पण पैसे नसत. कधी चालण्याचे

जीवावर येई. मग ऑफिसमधून येताना बससाठी कधी कोणाकडे पैसे मागितले की तो म्हणे, 'तुम्ही कर्ज करा आणि बसचे पैसे आमच्याकडे मागा', असे वाक्ताडन सहन करावे लागे.

काहीतरी नवीन व्यवसाय सुरू करावा असे मनात येई, पण बुडण्याचीच भीती वाटे. नेमप्लेट्सने चांगला हात दिला होता, पण आता नेमप्लेट्सची 'ती' पद्धत जुनी झाल्याने त्यांना मागणी नव्हती, म्हणून मग तो मार्गही बंद झाला. मग उदबत्ती उत्पादन व विक्री करावी, हा विचार आला. त्याविषयी सगळी माहिती गोळा केली. घाऊक विक्रेत्यांकडून कच्चा माल आणला. उदबत्ती बनवू लागलो. व्यवस्थित वेष्टन गुंडाळलेले पुडे सायकलवरून सकाळी दुकानदारांना नेऊन देई. उदबत्ती विकली गेल्यावर पैसे देण्याचे ते कबूल करत अन् असेच मार्गाला लावत. कोणी अर्धेच पैसे देई. कोणी चक्क बुडवेसुद्धा.

ह्या व्यवसायात साधना पण मदत करे. एका हाती उदबत्तीचे पुडे असलेली पिशवी आणि दुसऱ्या हाताने लहानग्या वैभवचे बोट धरून ती दारोदार फिरून उदबत्ती पुडे विकत असे. तिलाही भले-बुरे अनुभव येत. मनात साठलेले ती मला घरी आल्यावर सांगे. तिचा तक्रारीचा सूर मात्र कधीही नसे. माझे हृदय पिळवटून निघे. प्रयत्न करत होतो. यश लांब-लांब पळत होते. वैभवचे कोडकौतुक करू शकत नव्हतो. बालहट्ट पुरवत नव्हतो. तो मात्र कायम समाधानी राहत असे. उलट मी मात्र मनातून खंतावत असे.

एका चांगल्या घरातल्या मुलीची मी माझ्याबरोबर फरफट करतोय, मुलाचे पालनपोषण व्यवस्थित करू शकत नाही, हा विचार माझे काळीज कुरतडत असे. 'अंगी नाही बळ दारी नाही आड, त्याने फुलझाडं लावू नये' असेही अनेकदा मनात येई. परिस्थितीशी झगडताना माझी शक्ती संपून जाईल, असे वाटे. ह्या दुष्टचक्रात मी आता कायमचाच अडकलो, असेही वाटे. कधी जीवनयात्रा संपवण्याचे विचार पण मनात येत.

त्या तिघा सावकारांपैकी एक जण फारच मनस्ताप देई. ऑफिसमधे येऊन माझा अपमान करे. साधनाला काही तरी असभ्यपणे बोलत असे. पण मी कितीही संतापलो तरी त्याचे देणे पूर्ण होत नाही, तोपर्यंत मी काही करू शकत नव्हतो. 'हात दाखवून अवलक्षण' हा अनुभव ह्यापूर्वी घेतला होता ना; तोच अनुभव परत घेण्याची इच्छा नव्हती.

माझ्या आजवरच्या अनुभवाप्रमाणे ह्याही वेळी मला ह्या अडचणीतून बाहेर

काढायला एक देवदूत पुढे आला. माझा जो रामेश्वर लाहोटी म्हणून भागीदार होता, त्याचे वडील माझी ही सगळी तगमग, धडपड पाहत होते. त्यांनी मला घरी बोलावले. थोड्याशा वडिलकीच्या नात्याने, अधिकारवाणीने मला म्हणाले, "हे बघ, तू चांगल्या कुटुंबातला मुलगा आहेस. तुझ्या बाबतीत हे जे काही चाललंय, ते बरोबर नाही. तू ज्या तिघांचे काही देणे आहेस, त्यांना आपल्या घरी घेऊन ये. मी त्यांचे सर्व पैसे एकरकमी देऊ टाकतो." मला पुन्हा एकदा माणसातल्या देवत्वाचा अनुभव येत होता. ते ऐकून माझे मन भरून आले. ह्या जगात असे परोपकारी सज्जन आहेत म्हणून चांगुलपणा शिल्लक आहे. माझ्यावर त्यांचा विश्वास होता. मी त्यांचे पैसे खात्रीने परत करीन, हे त्यांना समजले होते. म्हणूनच त्यांनी मला मदत करायची ठरवले असावे.

ह्यापूर्वी माझ्या मनात एकदा लाहोटीकाका मला काही मदत कराल का, असे विचारायचे आले होते; पण धाडस नव्हते झाले. मी त्यांना एक पत्र पण लिहून ठेवले होते.

ती. काका,

स.न.वि.वि.

मला ह्या कर्जातून मुक्त करा. मला माझा, साधनाचा होणारा अपमान सहन होत नाही. मी हतबल आहे. माझी जीवनयात्रा मला संपवाविशी वाटते.

आपला,

विजय फळणीकर

हे पत्र आजही त्यांनी जपून ठेवले आहे. त्यांच्या सांगण्यानुसार त्या तिघांना मी त्यांच्या घरी नेले. "फळणीकर, तुमची किती रक्कम देणे आहे? हां, चला घ्या तुमचे पैसे मोजून, द्या लिहून फळणीकरांना - माझे काही येणे नाही." असे प्रत्येकाला बजावून एकाच वेळी सर्वांचे देणे संपवले. मलाही हिताचे चार शब्द सुनावले. त्यांचा तो अधिकारच होता. "आता तू कोणताही व्यवसाय करायच्या नादाला लागू नकोस. सरळ मार्गाने फक्त नोकरी कर. तू धडपड फार करतोस. पण देवाची, माणसांची तुला हवी तशी साथ नाही." मला हे त्यांचे उपदेशपर सांगणे मनोमन पटले.

नेहमी आपली काळजी घेत आपल्याबरोबर परमेश्वर चालतो. खडतर काळात मात्र स्वतःच्या खांद्यावर तो उचलून घेतो, असाच विलक्षण हा प्रत्यय. माझे पावणेदोन लाखांचे कर्ज त्यांनी एका फटक्यात फेडले— माझ्याकडून काही तारण,

जामीन न घेता. माझ्याविषयी त्यांच्या मनात असलेला अनामिक जिव्हाळा, एवढेच कारण. नेहमीच जगाला काही तरी लेबलं लावलेली नाती हवी असतात; पण आमचे हे नाते असेच होते शब्दांपलीकडले. आजही मी त्यांच्या घरातलाच एक आहे.

मला आता पूर्णपणे सुरक्षित वाटू लागले. मनात निकोप विचार येत. श्री. लाहोटीकाकांचे पैसे लवकरात लवकर परत करायचे, एवढेच ध्येय ठरवले. बालचित्रवाणीतली नोकरी होतीच. त्यामुळे हळूहळू जमतील तसे, जमतील तितके पैसे परत करू लागलो.

0 0 0

एखादी सुवर्णसंधी आपल्या भाग्याचे दार कधी ठोठावेल, सांगता येत नाही. आमच्या घरमालकांचे एक नातेवाईक होते. श्री. मुकुंद देशमुख त्यांचे नाव. ते आकाशवाणीत काम करत. ''आकाशवाणीवरील जाहिराती करण्यात मला काही मदत करशील का?'' अशी त्याने विचारणा केली. माझी धडपडी वृत्ती, आवाजाचा पोत आणि अंगची कला ह्याविषयी त्याला काही माहिती असावी. मी तत्काळ होकार दिला. बालचित्रवाणीतला अनुभव माझ्या जमेस होता. नागपूर दूरदर्शनचा पण काही अनुभव होता. जाहिरातीचे तंत्र आणि मंत्र श्री. देशमुखांकडून शिकलो. सुरुवातीला त्यांच्या मदतीने काही जाहिराती केल्या. काही दिवसांनंतर मात्र स्वत:ची स्वतंत्र निर्मिती सुरू केली. माझा एका नव्या आकर्षक प्रांतात प्रवेश झाला. आकाशवाणीवरचे जाहिरातक्षेत्राचे दालन मात्र श्री. मुकुंद देशमुखांमुळे खुले झाले.

केशररत्न फूड प्रॉडक्ट्स, कफ सिरप, होमिओपॅथिक गोळ्या, पूना डाळ बेसन, महागॅस, काही औषध कंपन्या—अशा जाहिराती करण्याची संधी मला त्याच काळात मिळाली.

जाहिराती करायच्या, पण त्यासाठी लागणारी यांत्रिक सामग्री माझी स्वत:ची नव्हती. 'खासगी' काम करणारे माझे काही मित्र होते, त्यांचा कॅमेरा, रेकॉर्डर वगैरे मी वापरू लागलो. जाहिरातीसाठी करावी लागणारी शब्दरचना मी स्वत: करून आकाशवाणीकडे देत असे. हे काम तसे आव्हानात्मक असे. ती रचना दिलखेचक, अर्थवाही आणि त्या विशिष्ट उत्पादनाचे सर्व गुणवर्णन करणारी लागे. हे सर्व कमीत कमी शब्दांत करावे लागे. त्याची वेळही तीस सेकंद इतकी ठरलेली असे. ही सर्व मात्र कसोटीच होती. कमी शब्दांत अधिक आशय व्यक्त करणे, हे शेवटी कौशल्यच

आहे. ह्यात आकाशवाणीकडून भरपूर कमिशन मिळत असे. महिन्याला मला पंचवीस-तीस हजार रुपये मिळू लागले.

अनेक मोठ्या उत्पादकांचा मी विश्वास संपादन केला. मी त्यांना जाहिरातीची संहिता, जिंगल्स, कलाकार सर्वच पुरवत असे. 'हिरा बेसन'ची जाहिरात करण्याचे काम मला मिळाले. इथे काही तरी नावीन्यपूर्ण करायला हवे होते. त्यासाठी मी दगडी जाते, दळणाऱ्या स्त्रीच्या तोंडी जात्यावरची ओवी, अशी आपल्याला थेट खेड्यात नेणारी संकल्पना वापरली. उत्पादनाची शुद्धता आणि त्यातला 'घरगुती' हा भाव महत्त्वाचा. लोकांच्या ओठांवर ती जाहिरात खेळू लागली. कंपनीचे मालक श्री. सुजित पारख निहायत खूष झाले. आमचे नाते दृढ झाले. शिवाय आकाशवाणीशी एक वर्षभर करार झाला. त्याचे दरमहा पंधरा हजार मिळू लागले.

पगार पण पाच हजारांपर्यंत पोहोचला. श्री. लाहोटीकाकांचा माझ्या कर्जाचा डोंगर कमी होत ते पन्नास हजार इतके उरले. 'सुख कशाला म्हणत्यात, ते दावशील का?' ही माझी विनवणी परमेश्वराने ऐकली आणि मी पुन्हा मागे वळून बघितलेच नाही, अशी स्थिती आली ती ह्यानंतर. पण शुभारंभ इथूनच झाला. त्याला जीवनाचा टर्निंग पॉइंट म्हटले तरी चालेल; इतका तो विस्मयकारक बदल होता. श्री. सुजित पारखसाहेबांकडे मी रेडिओचे जाहिरातीचे पैसे आणायला जात असे. ही माझी फेरी दर महिन्यालाच असे. त्यांच्याकडे त्यांच्या भावाचे लग्न असल्याचे समजले. त्याप्रीत्यर्थ त्यांना जंगी मेजवानी द्यायची होती. त्यासाठी त्यांनी भव्य मैदान भाड्याने घेतले होते. त्यांना तिथे अशी सजावट हवी होती, जी 'न भूतो न भविष्यति' अशी देखणी असेल. त्यांनी नावाजलेले मंडपवाले बोलावून बरीच चर्चा वगैरे केली होती; पण त्यांना त्यांचे ते नेहमीचे झुंबर, दिव्यांचा लखलखाट वगैरे नको होते.

मी मालिकांसाठी सेट वगैरे लावत होतो. त्यांना बहुतेक हे माहिती होते. एका भेटीत 'तुम्ही काही सजावट करू शकाल का?' असे एकदमच मला विचारले. त्यांच्या डोक्यात काय आहे ह्याची काहीच कल्पना मला नव्हती. कोणत्याही समारंभाची सजावट म्हणजे दिव्यांच्या लांबच लांब रंगीबेरंगी माळा, फुलांचे मोठे मोठे आकर्षक गुच्छ, झुळझुळीत पडदे, सिंहासनासारखी कोच असलेली बैठक व्यवस्था— इतकेच मला माहिती होते. पारेखसाहेबांच्या डोक्यात काही वेगळेच वळवळत होते. त्यांना काही भव्य-दिव्य, सुंदर असे हवे होते. त्यासाठी ते हवा तितका पैसा खर्च करणार होते. काही तरी नेत्रदीपक हवे होते, हे नक्की.

असाच एकदा मी त्यांच्या घरी गेलो होतो. मी बाहेरच त्यांना भेटण्याची वाट बघत बसलो होतो. ऑफिसमध्ये कोणाबरोबर तरी चर्चा रंगात आली होती. काही बोलणी चालू होती अर्थात 'ह्या' सजावटीबद्दलच. मला एकदम त्यांनी नोकराकरवी आत बोलावले. म्हणाले, ''फळणीकर, तुम्ही दूरदर्शनला काम करता ना? मग तिथे सेट्स वगैरे लावावे लागत असतीलच.'' मी म्हटले, ''हो, पण ते कार्यक्रमानुसार म्हणजे कधी राजवाडा, कधी कोर्ट, कधी बाग, कधी स्वयंपाकघर वगैरे.''

''मग तुम्ही काय करू शकता?''

''मी दोन दिवसांनी सांगतो'', हे माझे प्रत्युत्तर.

त्यांचा प्रस्ताव डोक्यात घोळवतच घरी आलो. डोक्यात विचारांचा, कल्पनांचा नुसता गुंता झाला. असेच तीन-चार दिवस गेले. पारखसाहेबांचा पुन्हा फोन. मी काहीच ठोस उत्तर देऊ शकणार नव्हतो. पुन्हा तीन-चार दिवसांची मुदत मागून घेतली. मी कोरा करकरीत. ते मात्र पिच्छा सोडत नव्हते. पुन्हा फोन करून जरा अपेक्षेने आणि माझ्याकडून काहीतरी मूर्त स्वरूपात काढून घेण्याच्या निर्धारानेच बोलत होते. ''तुम्ही कलाकारमाणसं, लढवा काहीतरी डोकं. मी लाखापेक्षा जास्त पैसा खर्च करायला तयार आहे. पण काहीतरी अभूतपूर्व तुम्हीच करा.''

आता मात्र 'मी निश्चित काही तरी दोन दिवसांत सांगतो.' म्हणून सुटका करून घेतली. विलंबाबद्दल त्यांची क्षमाही मागितली. माझा सेट्स उभा करायचा अनुभव होता, त्याचा मी पदविका अभ्यासक्रमपण पूर्ण केला होता. मी हे आव्हान स्वीकारायचे ठरवलेच. माझे ऑफिसमधले सहकारी मित्र सिनिक डिझायनर श्री. रानवडे आणि श्री. बिडकर हे दोघे जाणकार कलाकार पण होते. त्यांची सौंदर्यदृष्टीही चांगली होती. मी त्यांचा सल्ला घेतला. त्यांनी एखाद्या प्रसिद्ध मंदिराची प्रतिकृती, राजमहाल अशा काही कल्पना दिल्या. मी ह्या कल्पना पारखसाहेबांना सांगितल्या खऱ्या, पण त्यांना त्या पारंपरिक म्हणून पटल्या नाहीत.

एकदा फोनवर ते म्हणाले, ''फळणीकर, आपली बहू राजस्थानातली आहे, राजस्थानी खेडे उभारता येईल का?'' मी एकदमच होकार न देता पुन्हा मुदत मागून घेतली. आता खरोखरच काही निश्चित दिशेने विचार करायला हवा होता. मी राजस्थान पाहिला नव्हता. त्यांचे लोकजीवन मला सखोल माहिती नव्हते. केवळ कल्पना करून हे करता येणारे नव्हते. पुन्हा मी माझ्या मित्रांबरोबर चर्चा केली. राजस्थानी संस्कृती, लोकजीवन, त्यांचे स्थापत्यशास्त्र ह्याविषयी पुस्तके मिळवली.

बारकाईने अभ्यास केला.

राजस्थानी ग्रामीण संस्कृतीची कलात्मक निर्मिती होऊ शकते, ह्याचा अंदाज आला. राजस्थानी झोपड्या (ढाण्या), त्यावरचे गेरू आणि पांढऱ्या रंगाचे काम, त्यांच्या सुबक सुरेख रांगोळ्या, भिंतींचा रंग, त्यावरचे सांस्कृतिक रेखाटन, त्यांची शुभचिन्हे— ह्या सर्वांचा आलेख पारखसाहेबांपुढे मांडला. भव्य प्रवेशद्वारापाशी दोन उंट, पाहुणेमंडळी प्रवेश करतानाच त्यांच्यावर गुलाबपाणी आणि फुलांच्या पाकळ्यांचा वर्षाव, आत गेल्यावर राजस्थानी खेड्यातली वस्ती. तिथला कुंभार वाडा, तिथले लोकनृत्य, मेंदी रेखाटन करणाऱ्या स्त्रिया, वगैरे सगळे वर्णन जिवंत केले. त्यांची वेषभूषा, प्रकाशयोजना वगैरेचा खर्च येणार होता ऐंशी हजार रुपये इतका. मी मात्र सर्व विचारांती तो एक लाख रुपये इतका सांगण्याचे ठरवले.

सर्व कल्पना त्यांना पसंत पडल्याचे त्यांच्या खुललेल्या चेहऱ्याने आम्हाला सांगितले. ''हे बघा फळणीकर, तुमचं ते काय खेड्याचं म्हणताय ते आम्हाला आवडलंय. ते नक्कीच एकमेव अद्वितीय होईल. पण मी साडेतीन लाखांवर एक पैसा देणार नाही.'' आता माझी स्थिती 'देता किती घेशील दो कराने' अशी होणार होती. तरीदेखील थोडा स्वार्थ जागा झाला. मी म्हटले, ''ठीक आहे, मी चार लाख म्हणणार होतो, पण केवळ आपल्यासाठी मी पन्नास हजार कमी करतो. चला तर मग आजच आपण सगळे ठरवून टाकू या. द्या मला सुपारी आणि एकवीस हजार रुपये विसार.'' पण ते पक्के व्यवहारी. ''म्हणाले, पन्नास हजार कमी करताय म्हणून कामात काही काटछाट करू नका.'' मी म्हटले, ''मी सगळ्या सेटस्‌वर नंबर घालतो. त्याची एक कॉपी आपल्याजवळ देतो. आपण खात्री करू शकाल.''

आमचे असे बोलणे झाले. नवा उत्साह संचारला. मी, माझे दोन मित्र, ऑफिसमधला एक सुतार असे सर्व कामाला लागलो. सगळ्यांनाच फावल्या वेळाचा चांगला मोबदला मिळणार होता. सर्व काम एक महिन्यापेक्षा जास्त काळ चालणार होते. मला स्वत:ला एक सृजनशील कलाकार म्हणून सिद्ध करायची सुवर्णसंधी मिळाली. पुण्याच्या कॅम्पभागात मोहिनी महल येथील जागेवर हा भव्य नेत्रदीपक सेट लावला. पुण्यातले सगळे मान्यवर, नामांकित उद्योजक सोहळ्याला उपस्थित होते. स्वत: पारखसाहेब तर विलक्षण खूष झाले. मी कौतुकाच्या वर्षावात चिंब झालो. अनेकांनी माझे भेटकार्डसुद्धा मागितले. तेव्हा भेटकार्डे नव्हती. नंतर मात्र मित्राच्या सल्ल्यानुसार भेटकार्डे छापून घेतली. तोपर्यंत भेटकार्ड छापणे हे

बड्यांचे काम, अशी माझी समजूत. मग माझ्याकडे भेटकार्ड असणार कसे?

0 0 0

प्रामाणिक कष्टांचे मला गोड फळ मिळाले. माझी घौडदौड सुरूच राहिली. मला नगर, औरंगाबाद, गुलबर्गा ह्या ठिकाणाहून लग्नसमारंभासाठी सेट्स लावायला आमंत्रणे येऊ लागली. अर्थातच त्यात बडे बडे अधिकारी, व्यापारी, उद्योजक वगैरे असत. मी सेट्सचे सर्व सामान ठेवायला बी.एम.सी.सी. कॉलेजजवळचे ग्राऊंड भाड्याने घेतले, इतका व्याप वाढला.

माझ्यावर लक्ष्मी खऱ्या अर्थाने प्रसन्न झाली. पैसा आला की त्या मागून प्रतिष्ठा येते, प्रतिष्ठेमागे प्रसिद्धी येतेच, ह्या सर्वांचा मला सुखद अनुभव आला. मी श्री. लाहोटीकाकांचे उर्वरित पन्नास हजार देऊन टाकले. माझी सदसद्विवेक बुद्धी जागृत होती. लाहोटीसाहेब मात्र सद्गदित अंत:करणाने म्हणाले, ''आजपर्यंत मी इतकी माणसं पाहिली; पण का कोण जाणे, तुमच्या बाबतीत माझे अंतर्मन ग्वाही देत होते, की हा मुलगा प्रामाणिक आहे. जिवाचे रान करून तो तुझे पैसे परत करेल. पैशाची आठवण करायला कधी फोनही करावा लागला नाही.'' मी मात्र हे ऐकून अगदी भारावून गेलो. काही माणसे अशीच असतात की, त्यांच्या धीराच्या चार शब्दांनी मनाची मरगळ दूर होते. मनाला नवी उभारी येते. लाहोटीकाका असेच एक आमचे स्नेही. आजही जेव्हा केव्हा मनाला उदासी येते, मन उद्विग्न होते, तेव्हा कविश्रेष्ठ कुसुमाग्रजांच्या 'कणा' कवितेतल्या नायकासारखा फक्त 'लढ' ऐकण्यासाठी मी लाहोटीकाकांना फोन करतो.

जादूची कांडी फिरवी तसे ह्या नव्या व्यवसायाने झाले. माझे नाव कर्णोपकर्णी झाले. ऑफिसात मला तथाकथित उच्चभ्रू मंडळी भेटायला येऊ लागली. सहकाऱ्यांच्या मनात माझ्याविषयी एक आदराचे स्थान निर्माण झाले. सुदैवाने मला नंतर अनेक नामवंतांची सेवा करायची संधी मिळाली.

आणखी एक वलयांकित व्यक्तिमत्त्व म्हणजे श्री. एस. के. जैन. वकील जगतातले एक उल्लेखनीय नाव. त्यांच्या मुलीच्या लग्नातसुद्धा असेच काम करायची पर्वणी मिळाली. 'पहलेसे भी अच्छा बनाओ' अशी त्यांच्या कुटुंबाची खास फर्माईश होती. श्री. रानवडे, श्री. हेमंत बंगाले आणि पूर्वी ज्याच्याबरोबर मारामारी झाली तो सहकारी असे मदतीला आले आणि मदतीचे हात वाढू लागले. दर वेळी असे सेट्स उभारताना काहीतरी नावीन्य आणायचा माझा प्रयत्न असे. नवदांपत्याची बैठक व्यवस्था, आकर्षक तर असेच, पण कधी प्रवेशद्वार भव्य असे, कधी कुठले

कोरीव काम सुबक असे. श्री. जैनसाहेबांचा समारंभ शेतकी महाविद्यालयाच्या मैदानातच होता.

ते मैदान मी दोन महिने आधीच ताब्यात घेतले. चाळीस कामगार दोन महिने सतत काम करणार होते. तंबू ठोकून त्यांची राहायची व्यवस्था झाली. त्यांना चहा-पाणी, जेवण तिथेच पुरवणार होतो. कामावर देखरेख करण्यासाठी स्वतंत्र पर्यवेक्षक नेमला. अशी सगळी जंगी तयारी झाली. त्या विशिष्ट देखाव्याचे काम अप्रतिम आणि खूपच देखणे झाले. जैसलमेरच्या राजवाड्याची आठवण करून देणारे प्रवेशद्वार हे मुख्य आकर्षण होते. अस्सल-नक्कलमधील सीमारेषा इतकी धूसर होती की, पाहणाऱ्यांचे भान हरपावे. जैनसाहेबांनी ह्या सेटचे मला सात लाख रुपये देऊ केले.

0 0 0

इथपासून एक कलादिग्दर्शक जन्माला आला. नावारूपाला आला. एक मानाचे स्थान प्राप्त झाले. शेतकी कॉलेजच्या चार एकरांतील हा भव्य देखावा म्हणजे त्या वेळचे पुण्यातले एक आश्चर्य ठरले.

ती भव्यता कोणा हितशत्रूच्या डोळ्यांवर आली. मी आणि तिथला केटरर आम्हा दोघांवर आयकर खात्याची धाड पडली. मी अत्यंत चतुराईने त्यातून सुटलो आणि एक शहाणपणा आला. ज्या अधिकाऱ्यांनी ती धाड टाकली, ते मला या पूर्वीच्या समारंभात वेगवेगळ्या वेषात वेगवेगळ्या बहाण्यांनी भेटले होते, हे धाड पडल्यावरच लक्षात आले. त्या वेळी त्यांच्या मुखवट्यांना मी भुललो होतो, पण त्यामागचे चेहरे नंतर दिसले. त्यांनी त्यांचे कर्तव्य चोखपणे पार पाडले होते. आजदेखील आमचे संबंध मैत्रीपूर्ण आहेत.

ह्यानंतर श्री. छाब्रिया, बजाज रेसिडेन्सी क्लब वगैरे वगैरे ठिकाणी सेट्स उभारले. तेही लोकांना तितकेच पसंत पडले.

माझी धावपळ सुरूच होती. घरची आघाडी साधना अत्यंत समर्थपणे सांभाळत होती. वैभवची शाळा, अभ्यास ह्यातले काही मला बघावे लागले नाही. त्याचे किरकोळ आजारपण, दुखले-खुपले तीच बघे. त्याच्या कलागुणांना वाव देण्याची धडपड तिचीच असे. नातेवाइकांचे ताल स्वत:चा तोल न जाता तीच सांभाळत असे. मला वैभवबरोबर वेळ घालवता येत नसे. कधी कधी त्याच्या मोठ्या सुट्टीत आम्ही सहलीला जात होतो. पण रोजच्या रोज त्याचे समाधान करू शकत नव्हतो. मिळालेले सर्व पैसे घरच्या ड्रॉवरमध्ये असत. कधी वैभव ते पाही. विस्फारल्या नजरेने विचारे, ''पपा, इतके पैसे आहेत आपल्याकडे? म्हणजे आपण

श्रीमंत आहोत?'' किती निरागस प्रश्न, निरागस मन!

वैभव नववीत गेला. हुशार, सर्व कलागुण संपन्न. शाळेतल्या सर्व स्पर्धांमधून धडाक्याने भाग घेणारा. विद्यार्थिप्रिय, शिक्षकप्रिय असा आमचा मुलगा. मला त्याच्या कलागुणांचे कौतुक करायला वेळच नसे; इतका मी अभागी. मी आता 'नारायण चेंबर्स', नारायण पेठेत 'प्रतिमा कम्युनिकेशन्स' नावाने ऑफिस सुरू केले होते. बालचित्रवाणीतली नोकरी संपली की प्रतिमा कम्युनिकेशन्समधे जात असे.

तिथे जाहिराती, डॉक्युमेंटरी फिल्म्स, आकाशवाणी कार्यक्रम, कॉर्पोरेट फिल्म्स, सिरियल्स वगैरेची निर्मिती होत असे. तिथे पगारी माणसे नेमली होती. असा माझा व्याप प्रचंड वाढला होता. मला कधी वैभवचे गॅदरिंग अनुभवता आले नाही, ना कधी त्याचा बक्षीस समारंभ. साधनाचा नेहमी आग्रह होई. मी म्हणे, ''हे बघ, मला ह्यात गुंतवू नका. ही गाडीची किल्ली घ्या. ड्रायव्हर पण तुमच्या सोबत राहू दे, तुमचे कार्यक्रम तुम्ही पार पाडा. मला माझी नियोजित कामे करू देत.'' साधना निराश होई. पण वर काही बोलत मात्र नसे. तिला मनापासून वाटे, 'उद्या वैभव मोठा होईल. त्याचे शिक्षण पूर्ण होईल. नोकरीनिमित्त तो दूर जाईल. त्याचा मोरपंखी सहवास आपल्याला लाभणार नाही. आत्ताच आपली त्याला गरज आहे. आपण आपला अधिकाधिक वेळ त्याच्या सहवासाने उजळून टाकायला हवा.' मी करंटा. इतका विचारच केला नाही.

खरे सांगतो, मी तेव्हा पैशाच्या मागे धावत होतो. त्या वेळी ती गरजही होती म्हणा! पैसा हवा होता तो आता स्वत:च्या कुटुंबासाठी. आजपर्यंत पाठच्या भावाबहिणीची लग्नकार्ये झाली. त्यांचे सुखाचे संसार सुरू झाले. आता थोडा स्वत:चा विचार करावा, असे वाटत असे. साधना आणि वैभव ह्यांना भविष्यात कसलीच कमतरता भासणार नाही, अशी तरतूद करून ठेवायचा मनसुबा होता. त्यासाठी येणारी कामे न नाकारता मिळणाऱ्या संधीचे सोने करत गेलो.

0 0 0

आर्थिक दृष्ट्या मी सुस्थिर झाल्यावरची एक आठवण आहे. मी नागपूरपासून काहीतरी अडीचशे-तीनशे कि.मी.वर कामानिमित्ताने गेलो होतो. परत येताना रात्र झाली. कामात व्यग्र असल्याने दिवसभर काही खाल्ले नव्हते, त्यामुळे आता पोटात भुकेने आगडोंब उसळला. जंगलातून जाणारा तो रस्ता. चोहीकडे मिट्ट अंधार आणि वाटेत जेवणाची तर सोडाच, चहाची पण सोय नाही. खिशात भरपूर पैसे होते. पण अशा वेळी ते चावून थोडेच पोट भरणार? तसाच मार्ग आक्रमत

होतो. इतक्यात लांबवर एक लुकलुकता दिवा दिसला. जरा हायसे वाटले. दिवा ही मानवी वस्तीची खूण. त्या दिशेने तिकडे गेलो. तिथे एक मोठी इमारत दिसली. हाका मारत राहिलो. तिथे जे कोणी होते, ते त्या हाकांनी जागे झाले. त्यांना म्हणालो, ‘‘इथे काही खायला मिळेल का हो?’’ ते म्हणाले, ‘‘साहेब, इथे दुसरं काही खायला मिळणार नाही. ही पोह्यांची गिरणी आहे. तुम्हाला आम्ही कच्चे पोहे देतो.’’ मन आतून सुखावले. एक तर पोहे माझे अतिशय आवडते आणि आता निदान भुकेला पोहे तरी मिळणार होते. त्यांच्याकडून पोहे घेतले. त्यांनी पाणी पण दिले. त्या पाण्याने पोहे भिजवून पोटभर खाल्ले आणि मनात आले— पैसा नव्हता तेव्हा मिळेल त्यावर समाधान मानत गेलो; पण आता पैसा अमाप आहे, पण खायला मिळत नाही, अशीही वेळ येते.

० ० ०

तो २००१ चा ऑक्टोबर महिना. असेच दिवसांमागून दिवस येत होते, जात होते. सणवार येत होते. माझे नित्याचे व्यवहार सुरू होते. गौरी-गणपती झाले. नवरात्र संपले. दसरा आला. ‘दसरा सण मोठा, नाही आनंदा तोटा’ असा तो दिवस. मात्र त्या दिवसापासूनच ‘फळणीकरांच्या घरात एका अनाकलनीय, दुष्ट पर्वाची सुरुवात होणार होती, हे ‘भविष्य’ मात्र आम्हाला समजले नव्हते. काळाची पावले आपल्याला ओळखता येत नाहीत ना!

त्या दिवशी सालाबादप्रमाणे सोसायटीतले रावणदहन, सोने देणे-घेणे सर्व कार्यक्रम झाले. घरी आलो. वैभव झोपलेला. वाटले, दिवसभर हुंदडला असेल, दमला असेल. जेवणासाठी हाक मारली. म्हणाला, ‘‘पपा-ममी, तुम्ही जेवून घ्या. मला जेवायची इच्छा नाही.’’ सणाचा दिवस तो. घरी गोडधोड केले होते. वैभवशिवाय दोघांनीच जेवणे मनाला बरे वाटेना. तरीही जराही मनात शंका न आणता आम्ही दोघे जेवलो. ती रात्र तशीच गेली. दुसऱ्या दिवशी वैभवची शाळा होती. सकाळी तो लवकर उठला नाही. हा आळशीपणा करतोय, असेच वाटले. जरा रागावलो, ‘‘अरे, शाळेत जायचं नाही का? काय नाटकं करतोस का?’’ म्हणून विचारले; तर म्हणाला, ‘‘पपा, मला उठवत नाही.’’ मला त्याचा आवाज थकल्या-सारखा वाटला. आता मात्र मनातून मला थोडी काळजी वाटली. त्याच्याजवळ गेलो. अंगाला हात लावला. तो तापाने फणफणलेला. साधनाला म्हणालो, त्याला डॉ. पटेलांकडे घेऊन जा आणि मी नित्याप्रमाणे ऑफिसला गेलो. डॉ. पटेल आमचे फॅमिली डॉक्टर. चांगल्या परिचयाचे. त्यांनी प्रथमदर्शनी विषमज्वराचे निदान केले.

आठवडाभर औषधोपचार झाले. वैभवमध्ये काहीच प्रगती दिसली नाही. पुन्हा त्यांच्या सल्ल्याने त्याच्या काही रक्तविषयक वैद्यकीय तपसण्या झाल्या; पण त्यात विषमज्वराची कोणतीच लक्षणे आढळली नाहीत.

वैभव दिवसेंदिवस अशक्त होत होता. मी त्याला डॉ. लाहोटी ह्यांच्याकडे घेऊन गेलो. डॉ. लाहोटी पण नावाजलेले, अनुभवी म्हणून सुपरिचित होते. एका दृष्टिक्षेपातच डॉ. लाहोटींना काही वेगळी शंका आली. त्यांचे तपासणे पूर्ण झाले. त्यांना सर्व गोष्टीचा अंदाज आला. तो पडताळून पहाण्यासाठी त्यांनी काही वैद्यकीय ग्रंथांचा आधार घेतला. वैभवचे रक्त पुन्हा विशिष्ट घटकांसह तपासायला सांगितले.

वैद्यकशास्त्राविषयी आपले अज्ञान. मनात नानाविध शंकांनी काहूर माजवले. सदाशिव पेठेतल्या लॅबमधून वैभवच्या रक्ताचे रिपोर्ट्स आले. डॉ. लाहोटींना दाखवले. त्यांच्या मनात काही अशुभाची घंटा वाजलीच. पण खात्री करून घेण्यासाठी ‘अजून एकदा रक्त तपासून घ्या,’ म्हणाले. तेही केले आणि त्या वेळचे रिपोर्ट पाहून डॉक्टरांनी मला दवाखान्यातच बोलावून घेतले.

मोठ्या अधीरतेने, धास्तावलेल्या मनाने त्यांच्याकडे गेलो. माणसाचा चेहरा त्याच्या मनाचा आरसा असतो. डॉक्टरांच्या मनाची उलघाल त्यांच्या चेहऱ्यावर परावर्तित झाली. माझ्या पायाखालची जमीन सरकली. चेहरा घामाने डबडबला. तसाच समोर बसलो. मनात शुभ-अशुभाचे द्वंद्व सुरू झाले. इतक्यात कानात उकळते शिसे पडावे तसे डॉक्टरांचे शब्द पडले. ‘‘फळणीकर, आपल्या वैभवला कॅन्सर झालाय. ॲक्युट ल्युकेमिया!’’ तो विशिष्ट क्षण विलक्षण कातर होता. हे सांगताना डॉक्टरांना पण अतोनात वेदना होत होत्या. आमचे नाते आतापर्यंत एक पेशंट आणि डॉक्टर इतके मर्यादित न राहता खूप जिव्हाळ्याचे झाले होते. हा आघात साधना आणि मी असा आम्हा दोघांवर नव्हता, तर तो स्वत: डॉक्टरांवरदेखील होता. वैभवचा जन्मदाता ह्या नात्याने हे कठोर वास्तव त्यांनी मला सांगितले.

त्यांचे ते शब्द ऐकले आणि अगतिकपणे माझे डोके त्यांच्या टेबलावर आपटलेच. ढसाढसा रडलो. हे मी काय ऐकले? आता मी साधनासमोर कोणत्या तोंडाने जाऊ? त्या कोवळ्या, सुकुमार वैभवला तरी काय सांगू? नियती माझा सूड तरी कोणत्या जन्मीचा घेत होती? नुसतेच प्रश्न, उत्तरे फक्त परमेश्वरालाच ठाऊक होती.

भावनांचा पहिला आवेग ओसरला. जरा भानावर आलो. एक पुरुष म्हणून, एक बाप म्हणून वास्तवाचा स्वीकार करायलाच हवा होता. पुढचा मार्ग, काहीतरी

उपाय शोधायला हवा होता. तिथून जड अंत:करणाने बाहेर पडलो. पायात जणू मणामणाच्या बेड्या पडल्या होत्या. सारे बळ एकवटून साधनाला फोन केला. घराकडे निघालो. घरी जाऊच नये; साधना, वैभवला तोंडच दाखवू नये, असे वाटत होते. नामर्दपणा करून, कटू सत्य नाकारून प्रश्न सुटणार नव्हता. घरी गेलो आणि अनावरपणे हंबरडाच फोडला. तेव्हा मी होतो एक केविलवाणा बाप. एक असहाय बाप. परिस्थितीने नमवलेला, तिला शरण आलेला बाप.

साधनाचे तर मातृहृदय पिळवटून निघाले. शतश: विदीर्ण झाले. दोघांवरही आभाळ कोसळल्यासारखे झाले. एकमेकांना आधार देत, धीर देत, उपाय शोधत वैभवचे जगण्याचे दिवस सुसह्य करायलाच हवे होते. त्याच्या प्राणांची भीक त्या दयाघनाकडे मागायलाच हवी होती.

आपले शेजारीच आपले प्रथम नातेवाईक असतात; तसेच आमचे एकमेव शेजारी देवासारखे धावून आले. त्यांच्या प्रेमळ सल्ल्यानुसार शुक्रवार पेठेतल्या 'प्रधान हॉस्पिटल'मध्ये काही उपचार, काही बोनमॅरोसारख्या चाचण्यांसाठी वैभवला ॲडमिट केले. जे-जे काही शक्य होते तेवढे वैद्यकीय उपचार करणे आणि त्या सर्वात्मकाकडे वैभवसाठी प्रार्थना करणे, एवढेच हाती होते. प्रधान हॉस्पिटलमधल्या त्या उपचारांचा त्याला विलक्षण त्रास होत होता. त्याला बरे वाटेल, हाच एक आशेचा किरण होता. नंतर त्याला पुढच्या उपचारांसाठी के.ई.एम्. हॉस्पिटलमध्ये नेले.

के.ई.एम्. मध्ये डॉ. शशिकांत आपटे त्याच्यावर उपचार करत होते. "वैभवला ॲक्युट ल्युकेमिया झालाय. तुम्ही कितीही खर्च केलात तरी जगाच्या पाठीवर ह्या जीवघेण्या आजारावर उपचार नाहीत. काही आशादायक परिस्थिती असती ना, तरीदेखील आमच्या डॉक्टर संघटनेनेसुद्धा मदत केली असती. पण इथे काहीही उपयोग नाही. त्याचे हाल करू नका. कोणाच्याही सल्ल्याने त्याच्यावर उपचार करू नका. त्याला शांत चित्ताने, वेदनारहित अवस्थेत ह्या जगाचा निरोप घेऊ द्या." डॉ. आपट्यांचा हा सल्ला मोलाचा होता, पण तो पचवणे मात्र कठीण होते.

त्या क्षणी मला मानवी मर्यादांची जाणीव झाली. कितीही रडलो, कितीही आकांडतांडव केलं, तरी वैभव वाचणार नाही. परमेश्वराने ती संधीच दिली नाही. परमेश्वराने अनेक गोष्टी आपल्याच हातात ठेवल्या आहेत. 'पराधीन आहे जगती', ही असहायता ते सत्य मानावेच लागते. डॉक्टरांच्या परवानगीने वैभवला घरी

आणले. नंतरचा येणारा प्रत्येक क्षण त्याचा मृत्यूच आम्ही जगत होतो. तो आता हे जग सोडून जाणार, त्याच्या सहवासातला आपला एक-एक क्षण कमी होणार, ही भावना काळजाचे लचके तोडत होती. आमची जगण्याचीच इच्छा नाहीशी झाली. तहानभूक तर केव्हाच हरपली होती. मने भरकटली होती. आमच्या संबंधांतल्या प्रत्येकालाच आपण काहीतरी प्रयत्न करून हा मुलगा वाचला पाहिजे, असेच वाटत होते. कोणी सुचवे, 'आयुर्वेदात ह्यावर जालीम औषध आहे', कोणी होमिओपॅथीकडे बोट दाखवी. मन वेडे असते, हळवे असते आणि विचित्र आशेने भरलेले असते. कोणी देवधर्माचा रामबाण उपाय सांगे, तर कोणाकडे अचूक ज्योतिषाचा मार्ग असे. आम्ही पराधीन, दीन, आईबाप. कोण जे सांगेल ते करायला दाही दिशांना धावत होतो. वैभवच्या प्राणांची भीक मागत होतो. तसे तर काय भीक मागणे अंगवळणीच पडले होते म्हणा; फक्त हेतू आणि वस्तु सापेक्ष होत्या, इतकेच. आशा आणि अगतिकता दोन्ही गोष्टी मानगुटीवर बसल्या की सारासार विवेक थोडा बाजूला होतो. तसेच आमचे होणे नैसर्गिक नव्हते का?

वैभवलासुद्धा आपल्याला काहीतरी असाध्य आजार झालाय ह्याची कल्पना आली. शाळेतले अनेक मित्र, मैत्रिणी, शिक्षक त्याला भेटायला यायचे. वैभवला पाहून त्यांना हळहळ वाटायची. वैभवसाठी ते पण काही करायची इच्छा दाखवायचे. त्या सर्वांच्या डोळ्यांतले पाणी अगदी सत्य होते. त्यांचे मदतीचे शब्द खरे असायचे. माणुसकी असते, आपल्या प्रत्येकाजवळ असते. संकटाच्या वेळी माणूस जास्त उत्कट होतो, हेच खरे.

आम्ही त्याला ज्या हॉस्पिटलमध्ये उपचाराला नेत असू, त्यांच्या पाट्या तो वाचत असेच. 'आपुले मरण पाहिले म्या डोळा' हे वचन तो जगत होता ना!

त्याच्या मामाचे लग्न होते. तो मामा वैभवला भेटायला आला. वैभवला खूप आनंद झाला. त्याची व्याधी तो क्षणकाल विसरला. मामाला एखादे छानसे गिफ्ट आणून द्यायची मला त्याने आठवण केली. शिवाय मला त्या मामाला पैसेही द्यायला सांगितले. मामा गहिवरला. 'पपा, तुम्ही हे घर विकू नका', असेही तो नेहमी सांगत असे. मृत्युशय्येवरचा हा मुलगा आई-बाबांची भविष्याची काळजी करतोय, ही जाणीव खरोखरच हृदयस्पर्शी होती.

सगळे नातेवाईक, परिचित भेटून गेले. पण माझे सख्खे भाऊ मात्र भेटायला आले नाहीत. त्यांनी अशी समजूत करून घेतली होती की, मीच त्यांना यायची बंदी केली होती. त्यांच्याशी संबंध तोडला होता. शेवटी रक्ताची नाती तोडू म्हणून

तुटत नाहीत, पण त्यांना हे मान्य नसावे.

तसेही नातलगांमध्ये माणूसपण सापडणे थोडे कठीण असते. माणसे वेगळी आणि नातलग वेगळे, हे समजलेच नाही. त्यांना मी सर्वतोपरी मदत केली होती. त्यांच्या ऊर्जितावस्थेसाठी धडपडलो होतो. त्यांनी मात्र मला कर्जबाजारी करूनच माझे पांग फेडले. धाकट्या भावाला पुण्यात आणले. त्याला भांड्यांचे व सराफी दुकान काढून दिले. त्याने काही वर्षांत गिऱ्हाइकांच्या तोंडाला पाने पुसून पोबारा केला. ती गिऱ्हाईके मग माझ्या दारात येत. त्या सर्वांचे पैसे मी परत केले. हे सारे तो सोईस्करतीत्या विसरला.

रोजचा उगवणारा दिवस काय घेऊन येणार ह्याची आम्हाला चिंता असे. धनत्रयोदशीच्या दिवशी वैभवला फटाके वाजवायची इच्छा झाली. तो चालू शकत नव्हताच. मी त्याला पोत्यासारखे पाठीवर टाकून गच्चीत नेले. बसल्या जागीच वैभवने दोन-चार फटाके वाजवले. तो फार काळ बसू पण शकत नव्हता. परत खाली आलो.

नरकचतुर्दशीला माझ्याकडून अभ्यंग स्नान घालून घेतले. त्याच्या सर्व इच्छा पूर्ण करायच्या म्हणून तो सांगेल ते मी करत होतो. वैभव वीस-बावीस दिवसांच्या कालावधीत हे जग सोडून गेला खरा; पण मृत्यूची घंटा त्याच्या मनात एक महिना आधीच निनादली असावी. १६ ऑक्टोबरला माझा वाढदिवस. वैभवने मला त्या दिवशी एक भेटकार्ड दिले. त्याचा मजकूर इंग्रजी होता. तरी त्यात स्वहस्ताक्षरात ह्या आशयाचा मजकूर लिहिला होता...

प्रिय पपा –
जगात आलो होतो
एका ओल्या मातीच्या बोळक्यासारखा
कुंभार बनून तुम्ही दिला मला आकार.
निळ्या आकाशासारखा
द्या तुम्ही मला आशीर्वाद,
हीच तुमच्याकडून अपेक्षा.
वाढदिवसानिमित्त अनेक अनेक शुभेच्छा.

– वैभव फळणीकर

आज हे आठवले तरी मन सुन्न होते. मृत्यूच्या कराल पाशांचा विळखा स्वत:भोवती पडणार ह्याची कल्पना त्याला खरेच आली होती, की नियतीने त्याच्याकरवी ते नकळत लिहून घेतले, आम्हाला एका भीषण भविष्याची सूचना म्हणून? अजूनही काही उमजत नाही. समजत नाही.

वैभव नववीत जाईपर्यंत खचितच कधी त्याला प्रेमाने जवळ घेतला असेल. त्याचे लाड केले असतील. मी हे काही मुद्दाम करत होतो असे नाही, पण ह्या क्षणी मन कासावीस होते आणि वाटते, मी 'त्या' क्षणांचा पुरेपूर उपभोग का घेतला नाही? का त्या चिमुकल्याचे मन दुखवले. घरात केवळ पैशाच्या थप्प्या ठेवून त्याला सुखी करण्याचा केलेला प्रयत्न खोटा होता. तो केवळ आभास होता. बाप म्हणून एक प्रकारचा प्रेमळ सहवास, एक आश्वासक हात पाठीवर ठेवला असता तर तो अधिक तृप्त झाला असता. आता विचार करून काय फायदा? 'बैल गेला अन् झापा केला' काय उपयोग? खरेच कोणाला माहिती होते भविष्यात असे काहीतरी विपरीत घडणार आहे?

वैभवचे अभ्यंग वगैरे झाले. वाटले, तो आता चांगला ताजातवाना होईल. पण झाले उलटेच. त्याची तब्येत बिघडली. आमची धावाधाव झाली. पुन्हा काही वेळाने त्याची प्रकृती स्थिरावली. त्याच्या चेहऱ्यावर तजेला दिसला. तो उठून बसला. म्हणतात, दिवा विझण्यापूर्वी प्रखर होतो, तसाच प्रकार असावा. आमच्या वेड्या मनाला दिलासा मिळाला, पण तो क्षणिकच. त्वरेने मी डॉ. पटेलांना फोन केला. मला वाटत होते, लगेच काही त्याच्या तपासण्या केल्या तर काही उपचारांना तो प्रतिसाद देईल. माझा पुत्रप्रेमापोटी केलेला हा वेडा विचार. डॉ. पटेलांनी वास्तवाची जाणीव करून दिली. आता वैभववर कोणताही उपाय करणे कदाचित अपाय होईल.

लक्ष्मीपूजनाचा दिवस. बाहेर नुसती फटाक्यांची आतषबाजी. वैभवला तो आवाज सहन होत नव्हता. सोसायटीतले लोक अत्यंत समजूतदार होते. त्यांनी स्वत:हून फटाके न वाजवण्याचे ठरविले. आमच्याप्रति सहानुभूती दाखवली. त्या वेळी लोकांच्या ह्या कृतीचाही आधारच वाटला. ती वैऱ्याची रात्र तशीच गेली. दुसरा दिवस पाडव्याचा. वैभवला खूप धाप लागली. आम्हाला केवळ बघणेसुद्धा सहन होत नव्हते. कृष्णा हॉस्पिटलमध्ये त्याला भरती केले. त्याच्या यातना कमी करणे, एवढेच आपल्या हाती होते. तो स्वत:च्या पायांनी हॉस्पिटलच्या खुर्चीपर्यंत गेला. साधनाचे आई-वडील ह्या वेळी बरोबर होते. प्रत्येक जणच स्वत:ची अवस्था

लपवून समोरच्याला सावरायचा, समजावयाचा केविलवाणा प्रयत्न करत होता. बिचारा वैभव आजी-आजोबांना सांगत होता, "तुम्ही नागपूरला गेलात तरी चालेल. माझी काळजी करू नका. मामाच्या लग्नाची तारीख जवळ येतेय. मला थोडं बरं वाटलं की आम्ही पण लग्नाला येणार आहोत." हे वैभवचे समजूतदारपणाचे बोलणे ऐकून पोटात अक्षरश: कालवाकालव झाली.

साधनाच्या आई-वडिलांनी थोडासा व्यावहारिक विचार केला. अत्यंत जड अंत:करणाने वैभवचा निरोप घेऊन ते नागपूरला जाण्यासाठी निघाले. हा वैभवचा अखेरचाच निरोप आहे, हे फक्त त्या क्रूर नियतीलाच माहिती होते. ते निघून गेल्यावर थोडाच वेळ झाला होता. वैभवला रक्ताची जबरदस्त मोठी उलटी झाली. जणू शरीरातले सर्व रक्त बाहेर आले. डॉक्टरसुद्धा हतबल झाले. शेवटी डॉक्टर झाले तरी कोणाचे तरी ते वडील असतीलच ना! त्या असह्य वेदनांनी वैभव अस्वस्थ झाला. निपचित झाला. डोळे उघडण्याचे पण त्राण त्याच्यात उरले नाहीत. त्याची दृष्टी अधू झाली. त्याचा मृत्यू इतरांना स्पष्ट दिसत होता आणि वैभवला भोवताल अंधुक, धूसर दिसत होता. मोठ्या प्रयत्नाने तो डोळे उघडण्यासाठी धडपडत होता. हे जग कायमचे सोडून जाण्यापूर्वी त्याचे दुर्दैवी आई-बाबा, मित्र, आप्तेष्ट डोळ्यांत साठवून ठेवायचा तर त्याचा प्रयत्न नसेल? त्यासाठी मोठ्या कष्टाने तो डोळे उघडण्याची धडपड करत होता. वैभवची होणारी तळमळ जीवघेणी होती, इतकेच खरे.

गेल्या कित्येक दिवसांपासून आमची झोप पार उडालीच होती. साधना अस्वस्थ होती. शरीर थकले तरी करणार काय? मी त्या रात्री साधनाला तिच्या मनाविरुद्धच घरी पाठवले. श्री. गावंडे, वैभवच्या मित्राचे वडील माझ्याबरोबर राहिले. मला कशी कोण जाणे, पण गावंड्यांच्या भरवशावर झोप लागली. थोड्या वेळाने जाग आली ती ह्याच विचाराने, आपण श्री गजाननमहाराजांची आरती करू या. गावंड्यांनी उदबत्ती मिळवली. आम्ही तिघांनी हॉस्पिटलमध्ये गजाननमहाराजांची आरती केली. मानसिक आधार मिळवायचा तो एक असफल प्रयत्न. आरती म्हणजे तरी काय, आर्तभावाने केलेली विनवणी. आमची विनवणी गजाननमहाराज ऐकतील आणि काहीतरी चमत्कार होईल, वाटले होते. पण असे चमत्कार आपल्या बाबतीत होत नाहीत. आरती झाल्यावर गावंडे घरी जाऊन येतो म्हणाले, ते निघून गेले.

वैभवची तब्येत एकदमच बिघडली. श्वास घ्यायला त्रास तर होतच होता.

वैभवचे ह्या जगातले किती श्वास उरले होते, ते त्या परमेश्वरालाच माहिती होते. वैभवचे श्वास संपत आले होते. असे म्हणतात, 'प्रत्येकाचे श्वास मोजून परमेश्वर माणसांना पृथ्वीवर पाठवतो'. वैभवची श्वासासाठीची तगमग बघवत नव्हती. मी सारखा डॉक्टरांना बोलावून आणे. डॉक्टर येत. हताशपणे वैभवकडे बघत. परत निघून जात. उपचार मात्र करत नसत. मी वैतागून डॉक्टरांना बोललो. पण ते असहाय, केविलवाण्या बापाची व्यथा जाणून होते. ते शांत होते. मला धीर देत होते.

वैभव अत्यवस्थ असल्याची बातमी वाऱ्यासारखी पसरली. सर्व परिचित, नातेवाईक, मित्रमंडळींनी हॉस्पिटलकडे धाव घेतली. हॉस्पिटलबाहेर माणसांची अफाट गर्दी जमली. शक्य-अशक्यतेच्या रेषा प्रत्येकाच्या चेहऱ्यावर स्पष्ट उमटलेल्या. माझे व्याकुळ अंतर्मन त्या चेहऱ्यांच्या गर्दीत दिलासा शोधत होते.

आता पळभरदेखील वैभवपासून दूर जायचे नाही, ह्या अव्यक्त निर्धाराने मी त्याच्या डोक्यापाशी बसलो. त्याला जिवाच्या आकांताने जोरजोरात हाका मारत राहिलो. प्रतिसादाची वाट पाहत राहिलो. इतक्यात साधना आली. ती येईपर्यंत जणू त्याने यमदूतांना थोपवून ठेवले होते. ती मृत्यूची खिंड तो प्राणपणाने लढवत होता. त्याची मृत्यूशी कडवी झुंज चालली होती. अखेर त्याने सर्व शक्तिनिशी डोळे विस्फारले. हात मोकळे सोडले आणि त्याचे प्राणपाखरू उडून गेले. अखेर विजय मृत्यूचाच झाला. 'निष्प्राण' देह पडला. श्रमही निमाले. असे सारे शांत-शांत झाले. तो काळा दिवस होता १८ नोव्हेंबर २००१.

मन थिजून गेले. अश्रू गोठून गेले. पुढची हालचाल कोणी केली, फोन कोणी केले; माहिती नाही. नागपूरला फोन गेला. साधनाचे आई-बाबा नुकतेच पोहोचले होते. ते त्याच पावली माघारी फिरले पुण्याच्या दिशेने, दु:खी मनाने.

शेवटचे घर दाखवायचे म्हणून घरी आणले. सगळी मनाची समजूत; दुसरे काय? त्याचा देह पार्किंगमधेच ठेवला. वैभवला फार वेळ ठेवू नये, हा डॉक्टरांचा सल्ला होता. त्याच्या शरीरातून काही स्राव बाहेर येत होते. त्याची स्वच्छता करण्याची सेवा साधनाच्या मैत्रिणी, परिचित स्त्रिया करत होत्या. ॲम्ब्युलन्सला अगणित फोन केले. पण अर्ध्या तासात येणारी ॲम्ब्युलन्स यायला दीड-दोन तास लागले. असे त्याचे हाल आता तरी होऊ नयेत, असे वाटत होते.

साधनाचा विलाप, तिचे ते धाय मोकलून रडणे ऐकणाऱ्याच्या काळजाचे पाणी-पाणी करत होते. त्याच्या आजाराचे पर्यवसान कशात होणार, हे कितीही माहिती असले तरी ती त्याची 'आई' होती. कोणत्या शब्दांत तिचे सांत्वन करणार?

अशा वेळी ते शब्द बापुडेच होतात. मी बाप होतो ना; माझा आक्रोश फक्त मलाच ऐकू येत होता! वैभवला ज्या हातांनी खेळवले, त्याच हातांनी त्याला वैकुंठमध्ये अग्नी दिला. इतिहासाची पुनरावृत्ती होते म्हणतात ना! 'पुत्र मरे बापा आधी' ही माझ्या आयुष्यातली अटळ अशी दुसरी घटना. हा योगायोग की दैवदुर्विलास, हे त्या परमेश्वरालाच माहिती. वैभवची मुंज झाली नसल्याने धर्मशास्त्राप्रमाणे मृत्यूनंतरचे काही विधी करण्याचे कारणच नव्हते.

आमचे खरेखुरे देवानेच ओटीत घातलेले 'वैभव' त्यानेच परत नेले. घरी अमाप पैसा होता, पण तो मातीमोल वाटला. आमचा जगण्याचा हेतूच नष्ट झाला. जगायचे कशासाठी आणि का? आमच्या 'वैभवशाली घराचे आता भयाण वैराण वाळवंट झाले, स्मशान झाले.'

0 0 0

जणू सगळा जीवनकलहच अर्थशून्य भासायला लागला. आजपर्यंत मी परिस्थितीशी झगडून तिला वाकवायचा प्रयत्न केला. कधी मी हरलो, कधी जिंकलो-सुद्धा. अनेक अपमान, मानहानी, नामुष्की सहन केली. अनेकदा भुईसपाट झालो. पण 'फिनिक्स'प्रमाणे राखेतून पुन्हा वर आलो. पुन्हा उभारी धरली. वैभव गेला आणि कसलीच ताकद उरली नाही. आयुष्यात एक पोकळी निर्माण झाली— कधीही भरून न येणारी.

वैभव गेल्यावर कोण राहिले, कोण निघून गेले; आमचे लक्षच नव्हते. दोघेही आम्ही अत्यंत सुन्न मनाने वावरत होतो. काय खात होतो? कसे राहत होतो? कोण जाणे. पहिले पंधरा-वीस दिवस तर आम्ही माणसांतच जमा नव्हतो म्हणा ना! 'वैभव गेला', हे कटू वास्तव मन स्वीकारतच नव्हते. कसे स्वीकारणार? आमच्या आयुष्यातली चौदा-पंधरा वर्षे ज्याच्या सहवासाने भारून गेली, तो आमच्या पोटचा गोळा आता कधीच दिसणार नव्हता. परत येणार नव्हता. त्याचे अस्तित्व घरात भरून राहिले होते. त्याच्या खुणा आम्ही ठायी-ठायी शोधत होतो.

त्याची बालपणीची खेळणी काढावी, स्वत:च घरभर पसरावी, त्या पसाऱ्यात रमणारा वैभव शोधावा—खेळणी भिरकावणारा, बॉल खेळणारा वैभव दिसतो का, ते पाहावे. त्याचे कपडे घट्ट छातीशी कवटाळावेत. दाबून धरावेत. त्याची पुस्तके पुन:पुन्हा हाताळावीत. त्यांचा वास घ्यावा. त्याच्या वह्या-गुणपत्रिकांची लक्ष-लक्ष चुंबने घ्यावीत. काय केले की वैभव परत भेटेल, असे झाले होते. तो ज्या पलंगावर झोपे, तो पलंग असा रिकामा-भकास पाहणे, ही तर कठोर शिक्षाच वाटे.

तो उठून गेला असेल बाथरूममध्ये, नाही तर कोणा मित्राची हाक ऐकून खेळायला गेला असेल, येईल पाच-दहा मिनिटांत—असेही वाटे. त्याच्यासाठी नाश्त्याचे थांबावे, जेवणासाठी त्याची वाट पाहावी—असे किती आणि काय काय करू, जेणेकरून आमचे लेकरू आम्हाला भेटेल असे होई.

'प्रतिमा कम्युनिकेशन्स'च्या माध्यमातून मला अनेक नव्या संधी उपलब्ध होत होत्या. अनेक प्रथितयश कलाकारांचा परिचय झाला होता. प्रसारमाध्यमांची सगळ्या प्रकारची तंत्रे आत्मसात करता आली होती. अमाप पैसा पण मिळत होता. वैभव गेला आणि असे वारंवार मनात येऊ लागले की, इतका अफाट पैसा मिळवला; पण त्याचा माझे लेकरू वाचवायला काही उपयोग झाला नाही आणि तोच गेल्याने त्याचा उपभोग घ्यायची इच्छाही नष्ट झाली; मग कशाला हवेत आता नाना प्रकारचे उद्योग? अशा काहीशा विफल मन:स्थितीत ती प्रतिमा कम्युनिकेशन्स बंद केली.

ऑफिसला जाणे तर नकोच वाटे. वास्तविक तिथे गेलो असतो, तर कदाचित मन रमायला मदत झाली असती; पण तिथेही अनेक जण अनेक प्रश्न विचारणार. सगळ्यांच्या दयापूर्ण नजरा मला पाहत राहणार. माझी कीव करणार, हे मला काही नको होते. शिवाय घरात साधनाला एकटे कसे सोडणार? तिला तर अक्षरश: वेड लागायची वेळ आली होती. दोघांचीही अवस्था दयनीय झाली होती. त्याला त्या निर्दय काळाने आपल्यातून हिरावून नेलंय, हे मानायला मन तयारच नव्हते. डोक्यात वैभवशिवाय दुसरा विचार नाही; विषय नाही.

आमच्या घरापलीकडे, लगेचच रस्त्यावर वैभवच्या शाळेची बस येत असे. वैभव त्याच बसने शाळेत जात असे. बस तशी खूपच लवकर येई. वैभव गेल्यावर ती बस येण्यापूर्वीच साधना उठे. झोप अशी लागतच नसावी बहुधा. रस्त्यासमोरच्या खिडकीत नुसतीच बसून राही. बसची वाट पाहत. झोपेतून उठल्यावर सकाळचे स्वत:चे काही आवरायचे तिला भान नसे. वैभवची स्कूलबस येई. वैभवचे सर्व मित्र बसमध्ये बसत. एकामागोमाग एक. मग बस निघून जाई. एक मुलगा बसमधे बसला, ह्या नंतरचा मुलगा वैभवच असेल. दुसरा मुलगा बसला, तिसरा चौथा आणि शेवटचा मुलगा बसमध्ये बसला. वैभव कुठे दिसत नसे. त्या मुलांच्यात ती वैभवला शोधे. हे सर्व ती अनिमिष नेत्रांनी पाहत राही. निदान एकदा तरी त्यांच्यात वैभव दिसावा, नाही दिसेलच, अशी तिची भाबडी आशा होती. आज नाही वैभव दिसला, तर उद्या तो नक्कीच दिसेल. परवा दिसेल. तो पुन्हा भेटेल, ह्या वेड्या

आशेने ती हे नंतर बरेच दिवसांपर्यंत करत होती. कोण काय समजावणार तिला?

साधनाला घेऊन कुठे तरी बाहेरगावी जावे, दोघांनाही चांगला बदल व्हावा असे वाटले. पण कुठेही गेले तरी आपले मन दुसरीकडे ठेवून जाता येते थोडेच? ते बरोबरच असते. तरीही मनाला जरा बरे वाटेल असे ठिकाण म्हणजे शेगाव! श्री गजाननमहाराज आमचे उपास्य दैवत. वाटले, शेगावलाच जावे. महाराजांच्या पायांवर लोटांगण घालावे. त्यांच्या चरणांवर डोके ठेवले की मन शांत होईल. मनाचे दुःख जणू त्यांच्या पायांवर वाहावे. दुःख थोडे हलके होईल.

0 0 0

आम्ही दोघे प्रथमच वैभवशिवाय प्रवासाला गेलो. आता ह्याची पण सवय करून घ्यावी लागणार होती. प्रथम आम्ही भंडाऱ्याला साधनाच्या माहेरी गेलो. खरे सांगू? ह्या सगळ्या क्रिया मेंदू आज्ञा देत होता म्हणून घडल्या. त्यात मन मात्र कुठेच नव्हते. भंडाऱ्याला गेलो खरा, पण तिथेही चैन पडेना. मी पुरुष, त्यात जावईमाणूस. मला मोकळेपणाने रडताही येईना. साधना माहेरी होती खरी, पण तिचे मन कशातच लागेना. ती कोणाच्यात मिसळत नव्हती. कोणाशीही बोलत नव्हती. आम्ही शेगावला गेलो. महाराजांचे दर्शन घेतले. मनातल्या मनात महाराजांशी भांडलोसुद्धा. ‘‘महाराज, हे असं का झालं? तुम्ही का होऊ दिलंत? आमचा असा गुन्हा तरी कोणता, ज्याची ही इतकी भयानक शिक्षा आम्हाला मिळावी? आता तुम्ही सांगा, मी काय करू? काय केलं की वैभव परत येईल?’’ इतकं बोलल्यावर मनातला प्रक्षोभ थंडावला. मनानेच उत्तर दिले, ‘‘हे आपलं प्रारब्ध बरं! ते भोगल्याशिवाय सुटका नाही. जे साक्षात देवादिकांनादेखील चुकले नाही; मग तू तर सामान्य माणूस!’’

शेगावहून पुण्याला परत यायची इच्छाच नव्हती. कुठे तरी दिशाहीन, ध्येयशून्य अवस्थेत भरकटत राहावे, दशदिशांना विचारावे—आमचा वैभव दिसतोय का? त्या वेड्या नभाला साद घालावी, सांगावे, आमच्या वैभवला शोधून आण; आमच्या हवाली कर.

पण वैभवच्या आठवणी ज्या घरात भरल्या आहेत, तिथेच परत जाऊ, त्या आठवणीच आळवत बसू; म्हणून पुण्याला परत आलो. घरात तरी किती दिवस निष्क्रिय स्थितीत बसणार? लक्ष तर कुठेच लागत नव्हतं. तरी ऑफिसला जायला लागलो. जायलाच हवे होते. साहजिकच तिथेही उत्साह वाटेना. कामात अनंत चुका होत. सुरुवातीला अधिकारी समजून घेत पण इतरांची कुरकुर सुरू होई.

''मुलगा जाऊन आता महिना झाला ना, मग आता नीट काम करायला काय हरकत आहे? दु:ख किती दिवस उगाळत बसणार? शेवटी व्यवहार सांभाळायलाच हवेत.'' वगैरे लोक बोलत.

साधनाने तर स्वत:ला घरातच कोंडून घेतले. मी ऑफिसमध्ये एक प्रकारे कोंडूनच घेई. कोणाच्यात मिसळत नसे. आपले काम बरे, की आपण बरे. वाटे, ही नोकरीही सोडून द्यावी; आपल्या गावी परत निघून जावे. काही केले तरी मनाचा पाठलाग कसा चुकवणार?

असे सगळे रडत-खडत सुरु होते आणि एकदम एकाच दिवशी दोघांच्याही मनात विचार आला, असे वैभवशिवाय जगण्यापेक्षा आपली जीवनयात्रा संपवावी. आपल्या हातांनी संपवावी. आमच्या दोघांचे सूर इतके छान जुळले होते की, एकाच दिवशी दोघांनी मनातला विचार बोलून दाखवला. निर्णय पक्का झाला. आपापल्या ज्या काही कस्पटासमान इच्छा असतील, काय खायचे-प्यायचे असेल, तर ते उरकून घेऊ. सर्वत्र निशादेवीचे राज्य सुरू झाले की घेऊ टांगून पंख्याला. सगळी आखणी व्यवस्थित झाली.

परमेश्वरी योजना किती योग्य असते बघा— आपल्या डोळ्याच्या वरच्या बाजूला देवाने कपाळ ठेवलेय; जेणेकरून ललाटरेषा वाचता येऊ नये. त्या दिवशी आमच्या मरणवेळा ललाटावर लिहिलेल्याच नव्हत्या, असेच आज वाटतेय. समाजाचे ऋण आम्ही अजून फेडायचे होते किंवा काही चांगले, समाजोपयोगी काहीतरी हातून घडणार होते म्हणून म्हणा; 'ती' आत्महत्येची योजना फसली. शेवटी काय, वेळ आल्याशिवाय आणि वेळेपूर्वी कोणतीच गोष्ट होत नाही ना! निमित्त झाले एका फोनचे. एका पाहुण्याचा रात्री साडेअकराला नगरहून फोन आला, ''मी लग्नाचे बोलावणे करायला येतोय. वास्तविक तुमच्याकडची दुर्घटना होऊन फार दिवस झाले नाहीयेत, पण मला तुमच्याविषयी खूपच आदर आहे म्हणून प्रत्यक्षच यावेसे वाटतेय. आल्यावर गप्पा मारू आणि जेवणदेखील करूच.''

दोघांनी जरा शहाणा विचार केला— मरणाचा निश्चय तर पक्का आहे. भीती जरादेखील नाही. हा पाहुणा आला आणि त्याला दोन मुडदे दिसले, तर अनर्थ ओढवेल. उगीच शेजाऱ्यांना आणि पाहुण्यांना त्रास. म्हणून मग खऱ्या अर्थी आजचे मरण उद्यावर ढकलले.

तो पाहुणा त्या रात्री एक वाजता आला. जेवण झाले. लग्नाचे आमंत्रण रीतसर झाले. त्याला पहाटे लवकर जायचे होते. म्हणाला, ''खूप वाईट वाटले.

तुम्हाला आम्ही सर्व जण खूप मानतो.'' खरेच, तो नातेवाईक असला तरी त्यापेक्षा जास्त जिव्हाळ्याचा मित्र होता. मी त्याला येण्याचा शब्द दिला. तो पहाटे निघून गेला.

आमच्या मनात लग्नाला जाण्याविषयी अनंत विचार आले. To be or not to be मध्ये मन अडकले. पण तरी मी साधनाला म्हटले, ''हे बघ साधना, 'आपल्या जीवनातला आनंद' कायमचाच निघून गेलाय. पण आपण केवळ उपस्थित राहिल्याने जर एखाद्याला आनंदच होणार असेल, तर आपण तो त्यांना का मिळू देऊ नये? चल, जाऊ या. आपल्यालाही थोडा बदल होईल. आपलं दुःख हे अक्षयच आहे. ते आपण भोगतो आहोतच.'' तिलाही ते पटले.

ठरल्याप्रमाणे आम्ही गोंदियाला लग्नाला गेलो. खरे तर वैभवशिवाय कुठल्याही समारंभाला जाणे खेदजनक होते. त्या लग्न समारंभाला आम्ही गेलो. साधनाचे आई-वडील सोबत होते. त्या मंडपातली दंगा करणारी लहान, मोठी मुले बघून साधनाची तर 'डोळ्याचे ना खळे पाणी' अशी अवस्था झाली. ती एकदम हरवल्यासारखी झाली. प्रत्येकाचीच आमच्याकडे बघण्याची नजर सहानुभूतीची किंवा केविलवाणी होती. प्रत्येक जण हळहळत होता. मंगलाष्टके झाली. लग्न लागले. आमच्या समाजात नंतर एक आंबा शिंपण नावाचा विधी असतो. नवपरिणीतांवर पाच सुवासिनी हाती कलश घेऊन त्यातले पाणी आंब्याच्या पानांनी आशीर्वाद म्हणून शिंपडतात. त्याच पाच सुवासिनींत साधना होती. तिच्या हाती तो कलश आल्यावर एक म्हाताऱ्या बाई तत्परतेने म्हणाल्या, ''तिला नका देऊ.'' कारण साधना आता निपुत्रिक होती. तो कलश दुसऱ्या स्त्रीने घेतला. साधनाचा मुलगा गेला, हा जणू तिचाच अक्षम्य अपराध होता.

हा प्रकार साधनाला वेदना देणाराच होता. तिच्या मनाच्या जखमेवरची खपली निघाली. तिचा अपमान झाला. तिला तो कसा सहन होणार? ती रडायला लागली. त्या क्षणी ती असेही म्हणाली, ''असा अपमान करून घ्यायला आम्ही पुण्यापासून इथवर आलो का? मानहानी करायलाच आम्हाला मुद्दाम बोलावलं का?'' हे ऐकून त्या म्हाताऱ्या बाई पुन्हा म्हणाल्या, ''एवढं वाटतं तर एखादा दत्तक घ्यायचा ना!'' त्यावर साधनाचे प्रत्युत्तर होते, ''एकच का, माझा नवरा दहा पोरं दत्तक घेईल.''

ह्या नाट्यपूर्ण प्रसंगानंतर साधनाने तो लग्नमंडप सोडला. तिच्या आई-वडिलांनी तिला समजावयाचा प्रयत्न केला. मीही समजूत घालायचा असफल

प्रयत्न केला. पण कोणाचे काही ऐकण्याच्या मन:स्थितीत होती कुठे ती? इथे आपण क्षणभरही न थांबता पुण्याला जायचा तिचा निर्धार मला मान्य करावाच लागला. मीही ह्या प्रकाराने अस्वस्थ झालो. पण आता अशा प्रकारच्या प्रसंगांना आपल्याला तोंड द्यावेच लागणार. लोक काय हजार तोंडांनी बोलतील. बोलणाऱ्यांची तोंडे थोडीच धरता येतील? सहनच करायला हवे.

आम्ही दोघे खिन्न मनाने लग्नघरातून बाहेर पडलो. गोंदिया ते पुणे प्रवासा दरम्यान बाळ दत्तक घ्यायचा निर्णय पक्का झाला. पुण्याला आलो. दत्तक मुले कुठे मिळतात, वगैरे चौकशी सुरू झाली. ससूनच्या 'श्रीवत्स' संस्थेचा पत्ता समजला. साधनाची जिवलग मैत्रीण सौ. भावना पाटील, श्री. पाटील आणि आम्ही दोघे असे चौघे जण श्रीवत्समध्ये गेलो. जाताना मनात असंख्य भावभावनांनी गर्दी केली होती. उत्सुकता होती. थोडा आनंद होता. आता त्या संस्थेत पोचायचे. तिथली ती निरागस बाळे पाहायची. एखादे पसंत करायचे. तिथे काय असेल ती रक्कम भरायची, पावती घ्यायची आणि बाळाला घेऊन घरी यायचे. इतके साधे आणि सोपे मी मनाने आखले होते. पण प्रत्यक्षात मात्र ते अज्ञान होते. कदाचित असे काही कोणासाठी करायची वेळ आली नसल्याने म्हणा किंवा काही व्यावहारिक विचार करण्याची सध्या क्षमता नसल्याने म्हणा; माझा भ्रमनिरास व्हायला वेळ लागला नाही. श्रीवत्स संस्थेच्या मुख्यांना भेटलो. त्यांना आमचा मनोदय बोलून दाखवला. त्यांनी त्यांची सर्व पद्धत समजावून सांगितली. प्रथम नावनोंदणी, वैद्यकीय तपासणी. इतर काही चौकश्या वगैरे एकूण ती सगळी प्रोसिजर काहीशी किचकट आणि क्लेशकारकसुद्धा वाटली. वेळकाढू तर होतीच. ह्या प्रक्रियेत आणि प्रतीक्षेत दोन वर्षे तरी जाणार होती. तिथून तसेच निराश होऊन घरी आलो. घरात कोणी तरी छोटे आल्याशिवाय घर हसते-खेळते होणार नव्हते.

0 0 0

'कालाय तस्मै नम:' म्हणत कालक्रमणा सुरू होती. वैभवचे विम्याचे पैसे आले. दोन लाख अठ्ठावन्न हजार इतके. सोन्यासारखा मुलगा गेला; पैशाचे काय? ते पैसे बँकेत जमा केले.

ह्याच वेळी आमच्या ऑफिसच्या डायरेक्टर श्रीमती शुभदा घाडगे यांच्या पतीचे हृदयविकाराने निधन झाले. माझे सहकारी आणि मी साहजिकच तिथे गेलो. सगळे जण आपापल्या पद्धतीनुसार काही मदत वगैरे करत होते. मी ॲम्ब्युलन्सला फोन केला. डेक्कन ते वैकुंठ स्मशानभूमी अंतर असेल एक-दीड कि.मी. इतके.

त्यांना वैकुंठमध्ये नेले. पुढचे संस्कार झाले. मी त्या ॲम्ब्युलन्सच्या ड्रायव्हरला भाडे विचारले. ते होते साडेसहाशे. असा धंदा करणारी मंडळी दु:खद प्रसंगाचा पण अपवाद करत नाहीत, हे बघून वाईट वाटले. घरी आलो तरी डोक्यातून ते जात नव्हते.

हळूहळू वैभवच्या विम्याच्या पैशातून आपणच ॲम्ब्युलन्स का घेऊ नये, हा विचार मनात येऊ लागला. वैभव गेला त्यावेळीदेखील त्याचा मृतदेह नेण्यासाठी बोलाविलेली ॲम्ब्युलन्स उशिरा आल्याने त्याचे अतोनात हाल झाले. ते पाहवत नव्हते. शिवाय आम्ही राहत होतो, त्या भागात म्हणजे साधारण वारजे ते उत्तमनगर भागात ॲम्ब्युलन्स सुविधा सुलभपणे उपलब्ध होत नव्हती. वैभवच्या नावाने एक चांगले काम करता येईल, त्याच्या स्मृती चिरंतन राहतील आणि लोकांना पण त्याचा फायदा घेता येईल. ती ॲम्ब्युलन्स 'ना नफा-ना तोटा' ह्या तत्त्वावर चालवायची म्हणजे गरिबांना पण तिचा फायदा घेता येईल.

हा नवा विचार घेऊन माझे जवळचे मित्र पंडित सुरेशजी वाडकर ह्यांच्याकडे गेलो. त्यांनीही ही कल्पना लगेच उचलून धरली. मला आर्थिक साह्य करायची तयारी दाखवली. मला काही तरी गोरगरिबांसाठी करता येणार म्हणून खूप बरे वाटत होते. ॲम्ब्युलन्स खरेदी हा विचार वैयक्तिक पातळीवरचा नव्हता. मी काही लोकांचा सल्ला घेतला. आम्ही तेरा मित्र एकत्र आलो. त्यात डॉ. परेश पटेल, श्री. भगवान दातार, श्री. चक्रदेव, श्री. राकेश शर्मा, आदी मंडळी समाविष्ट होती. आम्ही एक विश्वस्त मंडळ स्थापन केले. त्याचे नाव ठेवले 'स्व. वैभव फळणीकर मेमोरियल ट्रस्ट.'

आता ॲम्ब्युलन्स घ्यायची तर दोन लाख अठ्ठावन्न हजार पुरणार नव्हते. मी सुरेशजींना ही अडचण सांगितली. त्यांनी लगेच उपाय सुचवला—''मी माझा 'सूरमयी शाम' कार्यक्रम पुण्यात करतो. त्यातून जो निधी उभा राहील, तो आपल्याला ॲम्ब्युलन्ससाठी वापरता येईल. रुग्णसेवा त्वरित सुरू करता येऊ शकेल.''

आता त्या दिशेने प्रयत्न सुरू झाले. कार्यक्रमाची वेळ आणि तारीख ठरली. कार्यक्रम गणेश कला क्रीडा येथे करायचे ठरले. देणगी प्रवेशिका छापल्या गेल्या. माझे मित्र ॲड. श्री. बाळासाहेब देशमुख, श्री. भाऊ बलकवडे ह्यांनी अक्षरश: झोकून देऊन 'सूरमयी शाम'च्या देणगी प्रवेशिका संपवल्या. श्री. वाडकरांचा कार्यक्रम अत्यंत यशस्वी झाला. श्री. सुरेशजी खरोखरच मोठ्या मनाचे. त्यांनी शब्दाला जागून त्यांचे योगदान दिले. कोणत्याही कलावंताचा आणि स्वत:चादेखील

जाण्या येण्याचा खर्चही न घेता, जमलेली रक्कम पाच लाख बावीस हजार इतकी माझ्या हाती दिली. सुसज्ज ॲम्ब्युलन्स घेतली. 'स्व. वैभव फळणीकर मेमोरियल ट्रस्ट'ची स्थापना झाली होतीच; त्या ट्रस्टचे काम सुरू झाले.

कार्यक्रमाच्या दिवशी ती ॲम्ब्युलन्स गणेश कला-क्रीडा मंदिरासमोर खास प्रेक्षकांना बघण्यासाठी ठेवली होती, कारण प्रत्येक प्रेक्षकानेच ॲम्ब्युलन्स खरेदीतला खारीचा वाटा उचलला होता ना! ह्या ट्रस्टद्वारे असा सत्कार्यासाठी पैसा आणि लोकांचा विश्वास संपादन केला.

0 0 0

ॲम्ब्युलन्सला दिवसपाळीसाठी ड्रायव्हर मिळाला. त्याचा पगार ठरला महिना तीन हजार. ॲम्ब्युलन्स सेवा ही खऱ्या अर्थी 'सेवा' असावी, केवळ मेवा मिळविण्याचा हेतू नसावा, ही माझी कल्पना होती. तिला कमीत कमी भाडे आकारावे, असे ठरले. तिचा फायदा विशेषत: गोरगरिबांना घेता यावा. तिचे भाडे ठरले केवळ अडीचशे रुपये. लोकांची सोय झाली. त्या सेवेचा फायदा लोक योग्य रीतीने घेऊ लागले. ॲम्ब्युलन्ससाठी लोक कॉल करू लागले.

रात्रपाळीसाठी मात्र ड्रायव्हर नव्हता. अजूनपर्यंत रात्री सेवा देण्याची कधी वेळी आली नव्हती. दिवसपाळीचा ड्रायव्हर त्याचे कामाचे तास संपले की गाडीची किल्ली देऊन जात असे. मी ऑफिसमधून आल्यावर, रात्री झोपताना ती किल्ली आणि फोन उशाशी ठेवून झोपत असे. पहिले काही दिवस रात्री गाडी घेऊन जायची वेळ आली नाही. अर्थात अशी आणीबाणी सांगून थोडीच येणार? एके रात्री अकरा वाजता एका सोसायटीतून फोन आला. तिथल्या कोणाला वैकुंठात न्यायचे होते. कितीही वाजले असले तरी 'नाही' म्हणणे शक्यच नव्हते. मी गाडी घेऊन गेलो. वैकुंठाला जाताना ह्या मृत व्यक्तीचे नातेवाईक गाडीतूनच आले होते. वैकुंठात गेल्यावर त्यांच्यावर पुढचे संस्कार झाले. लोक आता कशाला थांबतात? मिळतील वाहने तसे ते निघून गेले. मी गाडीत तसाच बसून राहिलो. माझ्या गाडीतून आलेल्या लोकांची वाट पाहत घरी परत जाण्यासाठी. पण काही वेळातच हळूहळू करून आपल्या वाहनांवरून सगळी मंडळी निघून गेली. त्या ठिकाणाचे नाव अगदी 'वैकुंठ' असले तरी अखेर ते स्मशानच. मग तिथे अगदी शब्दश: स्मशानशांतता पसरली.

मला गाडीचा दरवाजा उघडण्याचा पण धीर होत नव्हता. लगेच निघायलाच हवे होते, नाहीतर अगदी एकटाच उरलो असतो. कोणी तुरळक दोन-चार माणसे

दिसत होती. ती आमच्यापैकी नसली तरी त्या वेळी त्यांचा आधार मात्र नक्कीच वाटत होता. कसेबसे धैर्य एकवटून गाडीचे दार उघडले. गाडी सुरू केली. सुसाट वेगाने घरचा रस्ता धरला. गाडी चालवत होतो खरा, पण मनात एकच विचार— त्या मृत व्यक्तीचे डोके माझ्याच सीटपाशी होते. आता गाडीतले स्ट्रेचर पण रिकामे होते. ते सारखे खडखड वाजत होते. भयाणतेत भर घालणारा तो आवाज. भीती तर पराकोटीची वाटत होती. दरदरून घाम पण फुटलाच होता. कसाबसा घरापाशी पोहोचलो. एका दमात जिना चढलो. घाईघाईनेच घराची बेल वाजवली. साधनाने त्वरित दार उघडले. घामाने चिंब झालेला बघून तीही घाबरली. तात्पर्य काय, मी तापाने फणफणलो होतो.

हा पहिलाच अनुभव कायम लक्षात राहिला.

कालांतराने रात्री ॲम्ब्युलन्स चालवायची सवय झाली. भीती वाटेनाशी झाली. ॲम्ब्युलन्समधून कधी अपघातग्रस्ताला न्यावे लागे. कधी भाजलेला रुग्ण असे. कधी आत्महत्या फसल्यामुळे अर्धमेली झालेली व्यक्ती असे, तर कधी कोणी नैसर्गिकरीतीने आजारी झालेला रुग्ण असे. अशा पीडितांची, व्यथित लोकांची सेवा करायची संधी मिळत होती. अर्थातच त्यामागे कोणताही व्यावसायिक उद्देश नव्हता. अपेक्षित ठिकाणी रुग्ण सोडला की पैशासाठीसुद्धा मी रेंगाळत नसे. नंतर लोक मात्र अगदी प्रामाणिकपणे डॉ. परेश पटेलांकडे पैसे आणून देत.

आता लोकांना पण आत्मीयता वाटू लागली. वैभवची स्मृती अशा तऱ्हेनेसुद्धा जागती राहतेय ह्याचेच विलक्षण समाधान होते. नंतर असाच एक चित्तथरारक अनुभव आला.

नदीच्या काठावर 'तपोधाम' नावाची अगदी नवीनच इमारत झाली होती. ती कर्वेनगर परिसरात असावी. रात्री तीन वाजता त्या इमारतीमधल्या कोणाचा फोन आला. ते गृहस्थ चौथ्या मजल्यावर राहत होते. त्यांनाच काही त्रास होत असल्याने दवाखान्यात न्यायचे होते. सोबत त्यांची पत्नी आणि मुलगी एवढेच होते. दोन दिवसांपूर्वी त्यांच्या नवीन घराची वास्तुशांत झाली होती. सर्व पाहुणेमंडळी निघून गेली होती. तिथे राहणारे असे ते एकटेच होते. अजून बाकीच्या सर्व सदनिका रिकाम्या होत्या. कोणी एखादेच तिथे राहत होते. सर्व परिस्थिती समजल्यावर साहजिकच मी लगेचच तिथे पोहोचलो.

मी त्या गृहस्थांची अवस्था पाहिली. त्यांची कधी तरी मधून-मधून शुद्ध हरपत होती, तर कधी ते भानावर असत. स्ट्रेचर मात्र ते नको म्हणाले. कशीतरी

कसरत करत त्यांच्या मुलीच्या मदतीने त्यांना जिन्यावरून खाली आणले. स्वत:च्या पायांनी ते ॲम्ब्युलन्समधे चढले. मात्र मला तेव्हा फारच टेन्शन आले. मी वेगानेच त्यांना दीनानाथ रुग्णालयात नेले. तिथल्या डॉक्टरांनी विलंब न लावता लगेचच तपासायला घेतले. दुर्दैवाने प्रयत्न करायची संधीच नव्हती. वाटेतच ते गेले असल्याचे डॉक्टरांनी घोषित केले. आता माझ्यापुढे मोठाच प्रश्न होता. ही निधन वार्ता समजल्यावर साहजिकच त्या मायलेकी जोराजोरात रडायला लागल्या. हे दृश्य बघून मला पण काय करायचे, त्यांची समजूत कशी काढायची; समजेनासे झाले. त्या दोघी अगदीच परक्या. मी करणार तरी काय? त्या दोघींवर तर आभाळच कोसळले होते.

आता हॉस्पिटलमधे थांबून काहीच फायदा नव्हता. तिथून परत घरीच यावे लागणार. त्या दोघींचे कोणी नातेवाईक, त्या गृहस्थांचे एक मित्र काहीतरी बिबवेवाडी येथे राहत होते. पण त्यांच्याशी संपर्क करता आला नाही. त्यांच्या घरात तर दुसरे कोणीच नव्हते. हॉस्पिटलच्या मुलांच्या मदतीने त्या गृहस्थांचा मृतदेह ॲम्ब्युलन्समधे ठेवला. त्यांच्या नव्या घरापाशी आलो. आता काय करणार? पुन्हा प्रश्न भेडसावू लागला. त्या इमारतीला लिफ्ट नाही. मदतीला कोणी नाही. बरे, त्यांचे कोणी नातेवाईक येईपर्यंत त्यांना ठेवणार तरी कुठे? पहाटेचे काहीतरी चार वगैरेच वाजले असावेत. त्यांच्या घरी चौथ्या मजल्यावर नेणार कसा? शेजारी कुणी विद्यार्थी राहत होते. त्यांची बेल वाजवली. पण त्यांची अवस्था 'माणसा'सारखी नव्हती. ते हवेतच होते. त्यामुळे त्यांची मदत मिळणे कठीण होते. दुसरा पर्याय त्या इमारतीच्या वॉचमनचा. पण तोही दारू प्यायलेलाच होता.

विचार केला. थोडा रस्त्यावर थांबलो. वाहनांवर जाणारे-येणारे तसे तुरळक होते. त्यांना आशेने हात दाखवला. पण कोणी थांबेनात. मनाशी चंग बांधला— आता एकट्यानेच त्यांना वरपर्यंत न्यावे. गाडीचे दार उघडले. स्ट्रेचर पुढे ओढले. त्या अचेतन देहाला उचलून असे घट्ट कवटाळून खांद्यावर टाकले; जणू विक्रम-वेताळाचीच आठवण व्हावी. त्या दोघींना 'थोडा आधार द्या' म्हणालो, पण ते जिन्यातून नेताना जमणार नव्हते. आधीच त्या दु:खाने गलितगात्र झाल्या होत्या. त्यातून जिना थोडा अरुंद, मग कसे काय शक्य होते मदत करणे? जिन्याच्या जेमतेम चार पायऱ्या चढलो. ब्रह्मांडच आठवले.

त्यांना वरपर्यंत नेणे तर अशक्य वाटायला लागले. आता तर आणखी बिकट परिस्थिती. मधेच कसे ठेवणार त्यांना? पुढच्या चार पायऱ्या चढलो.

जिन्याच्या कोपऱ्यात 'तो देह' माझ्या छातीचा आधार देऊन दाबून धरला. जरा दम टाकला. आता पायातून प्रचंड गोळे पण येत होते. घामाघूम तर झालोच होतो. कसा तरी वर चौथ्या मजल्यापर्यंत गेलो. त्या बाईंना म्हटलं, "शक्य तितक्या पटकन दार उघडा; फरशीवर काही सतरंजी, चटई वगैरे टाका." दार उघडल्यावर तो देह मी अक्षरश: धाड्कन खाली टाकला. तसे केले नसते तर मीच छाती फुटून मरायची वेळ आली होती.

तेव्हा तसे करण्याशिवाय पर्यायच नव्हता. आज मात्र मला माझ्या त्या कृतीची लाज वाटते. अतिशय वाईट वाटते. मी तो देह असा टाकून द्यायला नको होता, असे वाटते. असो.

मी त्यांच्याकडे प्यायला पाणी मागितले. गटागटा ते प्यायलो. आता हळूहळू त्या दोघी धक्क्यातून जरा सावरल्या. स्थिरावल्या. मग त्यांच्या परिचितांचा फोन नंबर त्यांच्याकडून घेतला. त्यांना फोन केला. त्यांना निराधार वाटत होते. त्या दोघींनी ते गृहस्थ येईपर्यंत थांबण्याची विनंती केली. मलाही तसेच त्यांना सोडून येणे पटेना. मग ते गृहस्थ येईपर्यंत थांबून राहिलो आणि ते येताच क्षणी मात्र तिथून सटकलोच.

अशा विलक्षण अनुभवातून बाहेर यायला मला दोन दिवस लागले. मग मात्र नेहमीचा जीवनक्रम सुरू झाला. असेच काही तरी सात-आठ दिवस गेले. भल्या सकाळपासून एक दिवशी आमच्या घरी फोन सुरू झाले. कधी मोबाईल वाजे, तर कधी आपला लॅन्डलाईनचा फोन वाजे. जो तो माझे तोंडभरून कौतुक करे. माझ्यावर अभिनंदनाचा वर्षाव होत होता. 'सकाळ' पेपरच्या वाचकांच्या पत्र-व्यवहारातून तो माझा 'विक्रम-वेताळ पराक्रम' सर्वांना समजला होता. सर्व आप्त, मित्र, परिचित सर्वांचेच फोन आले.

त्या दोघींनी त्या सकाळ पेपरच्या वाचकांच्या पत्रातून डॉ. पटेल ह्यांच्या ॲम्ब्युलन्सच्या दाढीवाल्या ड्रायव्हरविषयी मनापासून कृतज्ञता व्यक्त केली होती. 'कै. वैभव फळणीकर ट्रस्ट'च्या दाढीवाल्या चालकाने आम्हा परक्या स्त्रियांना, अशा संकटकाळी आपुलकीने कशी मदत केली... निरपेक्षपणे, पैशाची अपेक्षा न करता काम झाल्यावर तो कसा निघून गेला वगैरे वर्णन त्या पत्रात होते.

ही ॲम्ब्युलन्स डॉ. परेश पटेलांच्या दवाखान्यासमोर उभी असे. त्यांचाच फोननंबर संपर्कासाठी दिला होता. त्या दोघी नंतर डॉ. पटेलांना भेटल्या. सर्व हकिगत सांगितली. दाढीवाल्या चालकाचे मन:पूर्वक कौतुक केले. पोटभर आशीर्वाद

दिले. सर्व ऐकून डॉ. पटेल काही काळ गोंधळले. सर्व संदर्भ तर जुळत होते. साक्षात देवच वाटावा, असा हा दाढीवाला चालक म्हणजे दुसरे-तिसरे कोणी नसून श्री. विजय फळणीकर, म्हणजे ह्या ॲम्ब्युलन्सचा जनकच असल्याचे त्या दोघींना सांगितले.

त्यांना वाटणारे आश्चर्य आणि दिलगिरीची भावना शब्दांत व्यक्त करणे शक्य नव्हते, इतक्या त्या अवाक् झाल्या. भारावून गेल्या.

ॲम्ब्युलन्स सेवा सुरू केल्यापासून असे भले-बुरे, काही गंभीर स्वरूपाचे अनुभव आले खरे. तसाच एक जरा मजेदार अनुभव पण काही दिवसांतच आला. अर्थात तोपर्यंत 'आपलं घर' हा आश्रम सुरू झाला होता. संस्थेसाठी लोक काही धान्य वगैरे देत असत. ते दुचाकीवरून आणण्यापेक्षा मी ॲम्ब्युलन्स नेत असे.

माझा 'काळे' नावाचा मित्र. सदाशिव पेठ, नागनाथ पाराजवळ राहणारा. त्याचा मला फोन आला. 'तुझ्या संस्थेसाठी मी काही तरी वीस-पंचवीस किलो तांदूळ घेतले आहेत, ते घेऊन जा. मला ते आणून देणे इतक्यात तरी जमणार नाही.'

आम्हाला अशा धान्याची गरज तर नेहमीच असे. मग मी लवकरात लवकर ते आणायचे ठरवले. तेव्हा बजाजची एम ८० होती. पण ती न घेता ॲम्ब्युलन्सच नेली. वेळ सकाळची काहीतरी नऊ-साडेनऊची होती. गाडी त्याच्या घरासमोर लावली. घरात गेल्यावर त्याच्या पत्नीने 'या, बसा' वगैरे म्हटले आणि म्हणाली, "हे घरात नाहीत. ते काही कामाला बाहेर गेलेत." मी म्हटलं, "ठीक आहे, मला त्यांनी काही धान्य नेण्यासाठी बोलावलंय वगैरे." त्या म्हणाल्या, "ते मला काही बोलून गेले नाहीत की हे धान्य फळणीकरांना दे. ते इतक्यात येतीलच. तोवर तुम्ही थांबा. मी चहा टाकते."

त्या काळे मित्राचे वडील घरात आजारी होते. मी त्यांच्याशी थोडे बोलत राहिलो. एकीकडे मित्राची वाट पाहत होतो. थोडा पेपरही चाळून झाला. मी त्याची वाट पाहत असल्याने माझी नजर सारखी त्याच्या दाराकडे आणि बाहेरच्या गेटकडे जात होती.

थोड्या वेळाने त्यांच्या घरासमोर एक-एक करून माणसे जमायला लागली. जमलेली मंडळी आपसात कुजबुजत होती. मी हे सर्व पाहत होतोच. मला वाटले, त्याच्या घरासमोर काही धडकाधडकी झाली आहे, काही किरकोळ बाचाबाची झाली, म्हणून लोक जमताहेत. कुतूहलाने मी बाहेर गेलो. मला बघितल्यावर त्या

जमावातले एक आजोबा जरा दबकतच पुढे आले, मोठ्या अधीरतेने त्यांनी मला विचारले, ''कधी गेलेत?'' मी म्हटलं, ''कधी गेलेत ते मला माहिती नाही, पण बराच वेळ झालाय.'' पुन्हा त्या जमावापैकी कोणी तरी, ''मग अजून कसे काय त्यांना ? ...काही तयारी वगैरे?'' मला काही तरी वेगळेच वाटले. मी म्हटले, ''तयारी? कसली तयारी?'' पुन्हा कोणी तरी, ''तुम्ही सांगता आहात ते आजोबा... तुम्हीच म्हणालात, बराच वेळ झाला.'' मग त्यांचा काय घोळ झाला आहे, हे लक्षात आले. ''ते आजोबा घरात झोपलेत, त्यांच्याविषयी बोलता का तुम्ही? ते चांगले बरे आहेत.''

मग मात्र मी सर्व परिस्थिती त्यांना समजावून दिली. त्यांची मने नि:शंक झाली. कोणी चकित झाले, कोणी हसायला लागले. नुसत्या अधांतरी प्रश्नोत्तरांनी कसा गोंधळ होतो ना? ते आजोबा आजारी असल्याचे सगळ्यांना माहिती होते. त्यात दारासमोर ही ॲम्ब्युलन्स. मग काय वावड्यांना तोटा?

म्हणून मला नेहमी वाटते, पोलिसांची गाडी आणि ॲम्ब्युलन्स कोणाच्या घरासमोर उभी राहू नये.

0 0 0

काही दिवसांपूर्वीचा दत्तक घ्यायच्या 'त्या' विशिष्ट आणि किचकट पद्धतीमुळे 'दत्तक घेण्याचा' विचार तर रहित झाला. घरातले सगळे चैतन्यच वैभवबरोबर निघून गेले होते. आमची मने रमायला, आमचे दु:ख किंचित तरी हलके करायला काही तरी जालीम उपाययोजना करणे आवश्यक होते. 'रिकामे मन सैतानाचे घर'. तसेच आमच्या मनात अनंत वाईट विचार येत होते— विशेष म्हणजे स्वत:चे जीवन संपवण्याविषयीचे. पण आता इतका काळ मधे निघून गेल्यावर तेही भ्याडपणाचेच वाटत होते.

नोकरीत तर मन अजिबात रमत नव्हते. मी ऑफिसमधून घरी आलो की आम्ही दोघे अगदी विमनस्कपणे एकमेकांच्या तोंडाकडे नुसते बघत राहून दिवस कंठत होतो.

मनात विचारांची, असंख्य आठवणींची घुसळण सुरू असे. मनाचे बरे असते, त्याला ना काळाचे बंधन, ना वेळाचे. मी वैभवच्या आठवणींबरोबर माझ्या बालपणातल्या ही सुखद, काही दु:खद आठवणी आळवत असे. अशाच आठवणींच्या मंथनातून नवनीत निघाले ते एखादा अनाथाश्रम काढण्याचे. अशाच प्रकारच्या आश्रमात मी काही काळ राहिलो. तिथे माझ्या जगण्याला एक नवी दिशा मिळाली.

एक सकारात्मक मार्ग गवसला. कोणी वंचित असेल, उपेक्षित असेल, अनाथ असेल, पोरके असेल; अशांसाठी आपण एखादा हक्काचा निवारा सुरू का करू नये; ज्यायोगे आपणही मुलांच्यात रमून जाऊ आणि त्या निराधार मुलांनाही आधार मिळेल, छत्र मिळेल—प्रेमाचे, आपुलकीचे, हक्काचे.

मनात विचार पक्का झाला. साधनाला बोलून दाखवला. तिचीही संमती होती. माझ्या कोणत्याही नव्या कल्पनेला तिचा पाठिंबाच असे. नुसता शाब्दिक पाठिंबा नाही, तर ती त्यात सक्रियसुद्धा असे. खरोखरच ती माझी सखीसहचारिणी आहे ना!

आता आमच्या विश्वस्त मंडळींपुढे हा नवा प्रकल्प मांडायचा ठरवले. त्यांची माझ्याच घरी एक मीटिंगसुद्धा बोलावली. निमंत्रण दिल्याप्रमाणे सर्व जण हजर होते. औपचारिक गप्पा झाल्या आणि ॲम्ब्युलन्सनंतर कोणती नवी योजना ह्या 'विक्रमादित्याच्या' डोक्यात आहे, अशी उत्सुकता त्यांच्या बोलण्यातून मला जाणवत होती. त्यांना ती लपवता येत नव्हती. मी फार काळ त्यांना तणावपूर्ण मन:स्थितीत ठेवले नाही. विषयालाच हात घातला. "रुग्णवाहिका झाली. तिला बऱ्यापैकी मागणी आहे. आता मात्र माझ्या मनात अनाथांसाठी काम करावं, असं वारंवार येतंय. एखादा अनाथाश्रम काढावा. अनाथांना हक्काचा आसरा द्यावा." माझ्या मनातली कल्पना तर सांगून झाली.

प्रत्येकाच्याच चेहऱ्यावरचे भाव झरझर बदलले. हे माझे बोलणे कोणालाच झेपले नसावे बहुतेक. कोणाच्या चेहऱ्यावर मला स्पष्ट नाराजी दिसली. कोणाचा चेहरा, त्यांना माझी जाणवलेली असमर्थता सांगता होता. कोणाला माझे 'हे' वेडे स्वप्न वाटत होते. कोणाला माझी काळजीही वाटत होती. हे सर्व त्यांचे भाव मला त्यांच्या चेहऱ्यावर, डोळ्यांत वाचता येत होते.

माझे तर बोलून झालेच होते. आता जमलेल्या विश्वस्तांपैकी एकेकाने बोलायला सुरुवात केली. त्यातले जे वयाने मोठे होते, ते म्हणाले, "फळणीकर, तुझं ऐकलं सगळं. पण एक सांग, अनाथाश्रम काढायला निघाला आहेस, तर किती आहे रे तुझी मालमत्ता? तुझा पगार किती? अरे, अनाथाश्रमाला स्वतंत्र इमारत लागते, कर्मचारी वर्ग लागतो, रुग्णवाहिका लागते, डॉक्टर लागतो. हे करायला तू काय गुजराती-मारवाडी आहेस? ही त्यांची कामं. जे मोठ्या-मोठ्या संस्थांना जमत नाही, ते तू करायला निघाला आहेस. तू ह्या फंदात न पडलेलच बरं."

मी सगळे निमूटपणे ऐकून घ्यायला हवे होते. त्यांच्या प्रश्नांच्या यादीतले

माझ्याकडे काहीही नव्हते, हे खरे होते; पण माझ्याकडे होती जबरदस्त इच्छा, आंतरिक तळमळ, मुलांच्यात रहायची अनिवार ओढ. ती आमची गरजच होती म्हणा ना!

मी पण माझ्या दोन्ही सदनिका विकेन, सोने विकेन वगैरे गोष्टी सांगून पाहिल्या. पण त्यांनी काही त्यांचे समाधान होणार नव्हते. ते कडवा विरोध करायच्याच भूमिकेत होते ना!

दुसरे विश्वस्त सरसावले. म्हणाले, ''आता माझे ऐक. मी तुझ्यापेक्षा चार पावसाळे जास्त पाहिलेत. वैभव गेला; मान्य आहे, होऊ नये ते झालं. त्याला इलाज नाही. तुला चांगली नोकरी आहे, पुरेसा पगारपाणी आहे. दोघांनी आता फक्त एकमेकांसाठी जगा. सुखाने जगा. जीवनाचा उपभोग घ्या. देशविदेश फिरा. ह्या वर्षी कन्याकुमारी, पुढच्या वर्षी काश्मीर, केरळ— मस्त फिरा. सहलीला जा.'' मी तेही ऐकले. थोडक्यात, ऐषारामात जगा; फुकटच्या लष्कराच्या भाकऱ्या भाजायचा विचार करू नका.

तिसऱ्यांनीही अशाच पद्धतीची नकारघंटा वाजवली. ते एकदम अशुभातच शिरले. म्हणाले, ''समजा, तू अनाथाश्रम सुरू केलास. त्यातला एखादा कोणी मेला, तर तुला काय नियम माहिती आहेत? काय जबाबदाऱ्या माहिती आहेत? नाहीत ना, मग हा विचार सोडून दे. आपलं आपण सुखाने जगा. कशाला ह्या भानगडीत पडताय?''

सर्वात शेवटी एक विश्वस्त वैतागलेच. म्हणाले, ''तू काहीच ऐकायला तयार नाहीस, तर आमचे सर्वांचे राजीनामे घे. पण आम्हाला ह्या बाबतीत गुंतवू नकोस.''

सर्वांचाच त्यांना दुजोरा होता. त्या सर्वांनीच एकदमच राजिनामे द्यायची तयारी दर्शवली.

मग इतके सगळे तणावपूर्ण रामायण झाल्यावर मी पण थोडा विचारात पडलो. 'मी आश्रम काढणार नाही. मी तुमच्या शब्दाबाहेर नाही.' अशी त्यांना तत्त्वत: ग्वाही दिली.

दुसऱ्या दिवशी ऑफिसला गेलो. सर्व नित्याचे व्यवहार सुरू तर होतेच. माझ्या डोक्यातून 'अनाथाश्रमाची' कल्पना हलत नव्हती. मी आणि साधना मुलांच्यात रमायची स्वप्ने रंगवत होतो. कसे असते बघा— माझ्या अपुऱ्या राहिलेल्या इच्छा, महत्त्वाकांक्षा मी वैभवकडून पूर्ण करून घेण्याचा मनसुबा रचला होता.

माझ्याच दुर्दैवाने ते सारे अधुरेच राहिले. आता त्या अधुऱ्या गोष्टी सफल करण्यासाठी मला अनाथाश्रम काढायचा होता आणि निदान ह्या क्षणी तरी ते स्वप्न सत्यात उतरण्याची चिन्हे नव्हती.

घरातल्या मीटिंगमध्ये काय घडलं, ते साधनाला माहिती होतेच. मी साधनाचा कल पाहायचा म्हणून तिला विचारले, ''बघ साधना, विश्वस्तांच्या मीटिंगमध्ये माझ्या योजनेला कडाडून विरोधच झालाय. मग आपण काय करायचं?'' तिने अपेक्षेप्रमाणेच उत्तर दिले. म्हणाली, ''तुम्ही जो काय निर्णय घ्याल, त्याला माझा पाठिंबा आहे. तुम्ही काय म्हणाल, त्यासाठी मी तयार आहे. मी पण तुमच्याबरोबर आहे.'' ती खरी सहधर्मचारिणी! पुढे असेही म्हणाली, ''आता उर्वरित आयुष्य जर दोघांनी बरोबर काढायचे, तर ते एकमेकांना समजून घेऊनच काढायला हवे. त्यातच आता आनंद आहे.''

त्या रात्रीची जेवणे उरकली. माझ्या ध्यानीमनीस्वप्नी एकच होते— अनाथाश्रम! परत तोच विषय काढला. परत साधनाला म्हणालो, ''विश्वस्त जर विरोधात आहेत तर, मग आपण विश्वस्तांच्या माध्यमातून नकोच हे सुरू करायला. आपण खासगी, वैयक्तिक पातळीवर आश्रम सुरू करू. नाही आपल्याला फार मुलांचं करायला जमलं, तर चार-पाचच मुलं सांभाळू. आपल्या घरात त्यांना ठेवून घेऊ. तसंही एकदम मोठा घास नकोच घ्यायला.'' ह्यालासुद्धा साधनाचा नकार असण्याचा प्रश्नच नव्हता.

आता विचारांचा त्या नव्या दिशेने प्रवास सुरू झाला. तसे तर एकीकडे जनमत चाचणी सुरू झाली म्हणा ना. कोणी भेटेल त्याला मनातले बेत सांगू लागलो. सर्वांना ते पटतही होते, तरी त्या प्रत्येकाचे म्हणणे असेच असे की, ''अशी मुले घरात ठेवून घेऊ नका. एकतर आपली घरं लहान पडतात. त्यांना खेळायला-बागडायला पुरेशी जागा नसते. लहान घरात त्यांना चांगल्या रीतीनं वाढवणं अवघड जातं. सोसायटीचेही काही नियम-अटी असतात.'' हे लोकांचे विचार मला जरा सुज्ञपणाचे, शहाणपणाचे वाटले.

मुले घरात ठेवता येणार नाहीत, आता पुढची योजना—मग त्यासाठी कुठे तरी नवी स्वतंत्र जागा शोधली पाहिजे. ती विकत घेण्यासाठी पैसा हवा. मी यापूर्वीच वैभवच्या भविष्याच्या दृष्टीने दोन सदनिका घेतल्या होत्या. तसाही आता त्या ठेवण्यात काही उद्देश नव्हता. मग त्या सदनिका विकायच्या ठरवल्या. आता आश्रमासाठी जागेची शोधमोहीम सुरू झाली.

ऑफिस सुटल्यावर घरी येऊन जरा मी फ्रेश होत असे, नंतर मग साधनासोबत आजूबाजूला जागा शोधणे सुरू झाले. तोच रोजचा दिनक्रम ठरला. घरून निघताना थोडा विरंगुळा म्हणून बरोबर कुठे चिवडा, कधी फरसाण, पाणी वगैरे घेऊन जायचे आणि फिरायचे जागा शोधत. त्या वेळी वारजे, माळवाडी ह्या भागात भरपूर रिकाम्या जागा होत्या. तिथे पेरूची, आंब्यांची, शिंदीची झाडे वगैरे होती. फिरून-फिरून थकलो की खुशाल बसावे एका झाडाखाली, बरोबर आणलेले तोंडात टाकावे, वर पाणी प्यावे. दुसरीकडे भावी योजनांच्या दिवास्वप्नात रमावे. भानावर आलो की, घरी परतावे. तेही आपल्याच नादात.

असा हा कार्यक्रम काही दिवस तरी सुरू होता. पण हेही एक गृहस्थ नेहमी पाहत असत. आमच्याही नकळत. त्यांची अशी गोड समजून झाली होती की, आम्ही दोघे कोणी अविवाहित स्त्री-पुरुष आहोत. आमचे काही लफडे वगैरे आहे. त्यामुळे आम्ही इकडे-तिकडे फिरतो. झाडाखाली बसून काही खातो-पितो. अंधार झाला की निघून जातो. त्यांनी ही सर्व फिल्मी गोष्ट शेजारी-मित्र वगैरेंना सांगितली. त्या सर्वांनी संधी मिळताच ह्यांना हाकलून देऊ; नाहीच ऐकले तर चोप देऊ, असा बेत ठरवला होता. अर्थातच ही गंमत मला नंतर समजली.

माझे एक श्री. पंडित नावाचे मित्र होते. त्यांनाही आमची जागेची शोधमोहीम, जागा घेण्याचे कारण मी जरा विस्तृत स्वरूपात सांगितले. तेव्हा ते म्हणाले, ''माझ्या ओळखीचे एक पटेल नावाचे गृहस्थ आहेत. त्यांचा तुम्ही पाहाता आहात त्याच भागात दोन गुंठ्यांचा प्लॉट आहे. त्यांना तुम्ही विचारून तर बघा.''

चला, काही तरी मार्ग तरी सापडला. त्यांनी सांगितलेला पत्ता शोधला. त्या पटेलांपर्यंत पोहोचलो आणि रहस्य उलगडले. हेच ते गृहस्थ, रोज आम्हाला असे इकडे-तिकडे भटकताना पाहत असत. ते जणू आमच्या पहाऱ्यावर होते. मी त्यांना ''मला श्री. पंडितांनी आपल्याकडे जागेसाठी पाठवले आहे.'' जागा कशासाठी हवी आहे, वगैरे हेतू सांगितला. सर्व शांतपणे त्यांनी ऐकून घेतले. मला पटकन म्हणाले, ''वो जगह का रहने दो, बाद मे देख सकते है, पहले ये तो बताओ, यहाँ क्या करने आते थे?''

''मला अनाथालय सुरू करायचं आहे. माझा मुलगा काही महिन्यांपूर्वीच कॅन्सरने वारलाय, तर त्याच्या स्मृतिप्रीत्यर्थ तो आश्रम काढायचा आहे.'' हे सगळे एका दमात सांगून टाकले.

श्री. पटेलांना आता आमच्या दोघांच्या खऱ्या नात्याचा बोध झाला. शोध

लागला. आमच्या जागा घेण्यामागच्या सद्हेतूने त्यांना कदाचित नाही म्हणणे जड गेले असावे. त्यांनी त्यांचा तो प्लॉट दाखवला. त्यावर भरपूर रान माजले होते. काटेरी झुडपे होती. मोठी झाडे होती. आज जिथे टुमदार आश्रम उभा आहे, तिथे बाभळीचे बन होते. हे बाभळीचे बन मुलांचे नंदनवन होईल, असे भाकीत जर कुणी केले असते, तर कदाचित सांगणाराच द्रष्टा ठरला असता.

जागा तर आवडली. आता व्यवहाराचे बोलणे सुरू झाले. त्यांनी मला त्या प्लॉटची किंमत साडेतीन लाख रुपये सांगितली. मी आता थोडा संभ्रमात पडलो. जागा योग्य वाटल्याने ती हातची सोडायचे पण जीवावर आले. पैसे तर इतके माझ्याकडे नव्हतेच. मी आपले मनातले बोलून दाखवायचा प्रयत्न केला. मी म्हटले, ''सर, पण माझी ऐपत फक्त दोन लाख रुपये देण्याइतकीच आहे.'' ते म्हणाले, ''ठीक आहे. मला साडेतीन लाखापेक्षा एक पैसा पण कमी चालणार नाही. नाहीतर मला ती जागा विकायचीच नाही.''

तिथून बोलणी फिसकटल्यावर तसाच निघालो. निराश मात्र झालो नव्हतो. ही नाही तर दुसरी जागा शोधू, असा विचार केला.

दुसऱ्याच दिवशी त्यांच्या मुलाबरोबर मला स्वत: श्री. पटेलसरांचा निरोप आला की, ''मला ती जागा तुम्ही सांगितलेल्या किमतीला तुम्हालाच विकायची आहे.'' आमचा काहीसा गोड अपेक्षाभंगच झाला. पुन्हा एकदा पटले की, आपली इच्छा प्रामाणिक असली तर परमेश्वर कुठल्या ना कुठल्या रूपात साह्यकर्ता होतोच. अर्थातच आम्हाला दोघांना झालेला आनंद अवर्णनीय होता. हे इतके सगळे पटकन बदलले तरी कसे?

आमची बोलणी फिसकटली. आम्ही दोघे तिथून बाहेर पडलो. तेव्हाच श्री. पटेलांची मोठी मुलगी त्यांच्या घरी आली. तिने आम्हाला पाहिले. पण आम्ही आमच्याच नादात असल्याने कदाचित तिच्याकडे लक्ष गेले नाही. ती विमल विद्याकुंजमधे नोकरी करत होती. 'हे जोडपे आपल्याकडे कशाला आले होते? मी त्यांना ओळखते,' वगैरे तिच्या वडिलांना सांगितले. पटेलांनी सर्व वृत्तांत सांगितला. त्यावर ती पट्कन म्हणाली, ''ही माणसं खूप चांगली आहेत. त्यांच्या वैभवला मी शिकवत होते. खूप गुणी मुलगा होता. मीच त्याची वर्गशिक्षक होते. बिच्चारा! दुर्दैवाने लहानपणीच हे जग सोडून गेला. त्याच्या आई-वडिलांचे दु:ख कशानेही संपणार नाही.'' एका अर्थी तिने आमची शिफारसच केली. मिसेस रबिया हे त्यांचे नाव. खरोखरच त्यांचे ऋण कोणत्या शब्दांत व्यक्त करायचे? श्री.

पटेलांच्या निरोपानुसार मी त्यांच्याकडे गेलो. ते इतके भारावले होते की, वारंवार अल्लाचे नाव घेत होते. "अल्ला की मर्जी है. इस प्लॉट में कुछ अच्छा काम होगा।" असे म्हणून त्यांनी दोन लाख रुपये किंमत तर मान्य केलीच आणि लवकरच आता पुढच्या कायदेशीर गोष्टी करून टाकू, अशीही इच्छा व्यक्त केली. मी परत-परत त्या परमेश्वराचेच आभार मानतो. पटेलांसारखा एक नमाजी मुस्लिम गृहस्थ सत्कार्याचा साह्यकर्ता झाला. तिथे त्यांचा धर्म आडवा आला नाही. परमेश्वराचे अस्तित्व असेच जाणवत असते; नाही का?

विश्वस्तांच्या विरोधाला न जुमानता वारज्याला दोन गुंठे जागा घेतली. ठरल्याप्रमाणे व्यवहार झाला. आता शुभकामाला सुरुवात करायची तर उशीर कशाला? भूमिपूजन पं. सुरेशजी वाडकरांनी करावे, असे फारच मनात होते. पं. सुरेशजी माझ्यामागे नेहमीच खंबीरपणे उभे राहिलेत. मग अशा सुखाच्या क्षणी ते आमच्यासोबत राहावेत, असे वाटणे स्वाभाविकच नव्हते का? वाडकरांना माझा सर्व उपद्व्याप आणि भूमिपूजन आपल्या शुभहस्ते व्हावे, हा मनोदय बोलून दाखवला.

अनाथाश्रमाचा मनसुबा सांगितला. तो खासगी स्वरूपात सुरू करायची तयारी असल्याचेही त्यांना सांगितले. विश्वस्तांचा तत्त्वतः विरोध असल्याचे पण त्यांना बोललो. खरेच सांगतो; पं. सुरेशजी पण माझ्या आयुष्यातले अतिशय महत्त्वाचे व्यक्तिमत्त्व आहे. मला दुःखात दिलासा देणारे, चुकत असलो तर कानउघाडणी करणारे. थोडक्यात फ्रेंड, फिलॉसॉफर आणि गाईड म्हणतात तसे! त्यांनी सर्व ऐकून घेतले. भूमिपूजनाचे आमंत्रण त्यांनी त्वरित स्वीकारले. पण आश्रमाचे काम खासगी स्वरूपात, एकट्याच्या जबाबदारीवर न करता विश्वस्तांच्या मदतीनेच कर, असेही बजावले. मी पुन्हा एकदा सर्व मागचे प्रकरण, म्हणजे त्यांच्या शंका, रागावणे, राजीनामे हे सर्व जरा विस्ताराने सांगितले. त्यावरही त्यांनी तोडगा काढलाच. म्हणाले, "ठीक आहे, तू संस्थेचे नाव वगैरे इतक्यात जाहीर करू नकोस. पण त्या सर्व मान्यवर विश्वस्तांना भूमिपूजनाचे सस्नेह निमंत्रण तर दे, तेही कदाचित मागचं सगळं विसरून जातील, तुझी धडपड बघून."

मला आज राहून-राहून वाटते, ह्या संगीत उपासकाला भविष्यातले काही भव्य-दिव्य दिसले असेल की काय; ज्यामुळे त्यांनी फार आग्रह करून काही गोष्टी मला करायला लावल्या! श्री. वाडकर जाणोत आणि तो देव जाणे!

भूमिपूजनाचा शुभदिवस ठरला. पत्रिका छापल्या. मी मनाविरुद्धच पण पं. सुरेशजींचा शब्द प्रमाण मानायचा म्हणून विश्वस्तांना स्वतः घरी जाऊन निमंत्रण-

पत्रिका दिल्या. तेही सर्व जण कार्यक्रमाला उपस्थित राहिले. कदाचित प्रेमापोटी, कदाचित माझी तयारी कुठपर्यंत झाली आहे ते बघायला. ते आले खरे, पण अलिप्तपणे वागत होते. त्यांनी कशातही भाग घेतला नाही. अगदी परकेपणाने वागले.

माझ्यावरच्या प्रेमापोटी वाडकरांनी अगदी अनौपचारिकपणे चार शब्द बोलायची इच्छा प्रकट केली. वाडकर उभे राहिल्यावरच उपस्थितांचे कान टवकारले, भुवया उंचावल्या. ते इतकेच बोलले, ''हा विजय फळणीकर स्वत:च्या हिमतीवर काही समाजोपयोगी काम करू पाहतो आहे. त्याला मुलांच्यात राहायची गरज आहे. खरं तर त्याच्याच घरात मुलं हवी होती; पण दुर्दैवाने तो योग नाही म्हणून तो मुलांच्यात राहू पाहातो आहे. त्याचा आनंद जर त्यातच आहे, तर त्याला आपण कमीत कमी शुभेच्छा तरी द्यायलाच हव्यात ना? तो हे सर्व आपल्या कोणाकडून एका पैशाचीदेखील अपेक्षा न करता करतोय, इतकंच नाही तर आपला वेळही तो मागत नाहीये. आपण इतके तर कद्रू नाही, कंजूष नाही त्याला आशीर्वादसुद्धा न देण्याइतके. हे ईश्वराचे काम आहे.''

विश्वस्तमंडळींची नाराजी भाषणाने कमी झाली नाही ह्याचे मला मात्र फार वाईट वाटले. ती सर्व मंडळी तशीच काही चहापाणी न घेताच निघून गेली.

जून महिना तसा जवळ आला होता. म्हणजे जर कोणी मुलांनी ॲडमिशन घेतली, तर त्यांची राहायची सोय वगैरे करणे भागच होते. ह्या रिकाम्या जागेवर बांधकाम करायचे, तर ते इतक्या कमी वेळात होणे शक्य नव्हते. एक तर वेळेची कमी. पैसे पण उभे करायला हवे होते. म्हणजे तसा सगळा कसोटीचाच मामला होता. सुदैवाने प्लॉटच्याच बाजूला एक छोटेखानी घर होते. मालक होते श्री. नटे. मी त्यांच्याकडे जागेसाठी शब्द टाकला. थोडी फार दुरुस्ती करून घ्यावी लागणार होती, पण बाकी अडचणीचे नव्हते. ती जागा महिना तीन हजार रुपये भाड्यानी घ्यायची ठरले. आणि अनामत रक्कम ठरली दहा हजार. अकरा महिन्यांचा करार-देखील झाला. सर्व काही रीतसर झाले. अनाथाश्रमाची मुहूर्तमेढ रोवली गेली.

आता वृत्तपत्रात मी एक निवेदन दिले. अनाथ आश्रमासंबंधी. आश्रमाचे नामकरण झाले नव्हते. अनेकांनी अनेक नावे सुचवली. पण माझ्या मनात पहिल्या फटक्यातच नाव आले 'आपलं घर'. इथे आलेल्या मुलांना हे स्वत:चेच घर वाटावे. त्यांच्यावर तशाच प्रकारचे संस्कार व्हावेत. तीच आपुलकी, स्नेह, जिव्हाळा त्यांना मिळावा. घरच्यासारखेच स्वातंत्र्य अनुभवता यावे. अशा अनेक भावना 'आपलं घर' ह्या दोन शब्दांत ठासून भरल्या होत्या. जे नाव अगदी पहिल्यांदाच

माझ्या मनात येते, तेच लोकप्रिय होते, ही माझी खात्री आणि 'आपलं घर' हे नाव असेच लोकप्रिय झाले. हा नंतरचा बोलका अनुभव!

माझे मित्र डॉ. राम साठे ह्यांचा 'रामदास' हा आवडीचा आणि व्याख्यानाचा विषय. आपल्या व्याख्यानात ते नेहमी एक श्लोक वापरतात, तो असा—

पृथ्वीमधे जितुकी शरीरे । तितुकी भगवंताची घरे ।।
जितुकी घरे तितुकी मंदिरे । मानिली पाहिजे की ।।

0 0 0

यापूर्वी काही परिचितांनी सुचवलेल्या नावात वैभव सदन, फळणीकर होम, विजय निवास वगैरे नावांचा समावेश होता; पण मला अशा पद्धतीने 'फळणीकर' कुटुंबाचा उदो-उदो नको होता. आता कसे कोणीही म्हणावे, मी 'आपलं घर'चा मुलगा आहे. तिथल्या आपुलकीने, मायेने मी मोठा झालोय— ही माझी प्रामाणिक इच्छा. 'आपलं घर' ही सुखाची सावली व्हावी, निराधारांना उबदार आसरा ठरावा. केवळ नियमांनी बांधलेली संस्था नसावी व तिथे एक आस्था असावी.

जेव्हा ॲम्ब्युलन्स घेतली, तेव्हा म्हणजे दोन हजार एकमध्येच 'स्व. वैभव फळणीकर मेमोरियल फाऊंडेशन' स्थापन होऊन नोंदणीदेखील झाली होती आणि 'आपलं घर' त्याद्वारेच चालणार होते. त्यामुळे सर्व कायदेशीर तरतुदी पूर्ण झाल्या होत्याच.

'आपलं घर' नाव ठरले. वृत्तपत्रातून प्रसिद्ध झालेले निवेदन साधारण ह्या प्रकारचे होते— 'ज्यांना आई-वडील नाहीत, अशा निराधार मुला-मुलींसाठी आपलं घर नावाची संस्था सुरू होत आहे. जेवण-खाण, शिक्षण, निवास सर्व काही विनामोबदला. जवळच्या नातेवाइकांनी त्वरित संपर्क साधावा.'

अर्ज भरपूर आले. प्रतिसाद तर उत्तमच मिळाला. पण आपल्या समाजातल्या 'निराधारांची संख्या' इतकी मोठी आहे, ते पाहून अतिशय वाईट वाटले. मी मुंबईला पळून गेलो होतो, तेव्हा माझ्यासारखीच अनेक मुले मला चर्नीरोड चौपाटीवर भेटली, मुंबापुरी देवीच्या देवळासमोर भेटली. बालसुधारगृहात भेटली. ती बरीच जण निराधारच होती. म्हणजे मागच्या पस्तीस-चाळीस वर्षांत समाजस्थितीत फारसा बदल झाला नव्हता. त्यावेळी हा विचार मनाला शिवलादेखील नव्हता. पण आता मात्र वयाच्या, विचारांच्या परिपक्वतेमुळे किंवा बाह्य जगाच्या अनुभवामुळे ही परिस्थिती फारच गंभीर वाटत होती. विचित्र योगामुळे का होईना, पण अशाच अनेक अनाथांचा नाथ होण्याचा प्रयत्न करण्याचे भाग्य माझ्या भाळी लिहिले होते.

खऱ्या गरजूंची पारख करून 'चौदा' मुलांना प्रवेश दिला. ह्यापूर्वीच आम्ही असे काम करणाऱ्या काही संस्थांना भेटी दिल्या होत्या. पाहणीच्या, चौकशीच्या निमित्ताने त्यांचे फॉर्म्स पाहिले होते. त्यात काही बदल केले. काही नवे मुद्दे वाढवले. नको होते ते काढून टाकले आणि नव्या रूपात फॉर्म्स छापले. नियमावली ठरली. शिकणाऱ्या मुलांची जवळच्या आबासाहेब मोहोळ विद्यालयात ॲडमिशन घेतली. शाळा दहा जूनला सुरू होणार होती. त्या मुलांना नऊ जूनला आश्रमात आणून सोडण्याची विनंती केली.

हे सर्व उद्योग करण्यासाठी मी ऑफीसमधून रीतसर रजाच घेतली होती. सगळ्या गोष्टी मला मनसोक्त करता येत होत्या. नवीन येणाऱ्या मुलांचे स्वागत जोरदार करायचे ठरवले. 'स्वागत' ही संकल्पना किती रम्य आहे नाही? येणाऱ्याला प्रसन्न वाटावे, परकेपणाची भावना नाहीशी व्हावी, असाच हेतू 'स्वागत' करण्यामागे असेल असेच वाटते. त्या घराला छान रंगरंगोटी केली. कागदाच्या पताका, झिरमिळ्या लावून सजावट केली. जून महिना होता, पण सुदैवाने पाऊस नव्हता, त्यामुळे रांगोळ्यांनी अंगण सुशोभित केले. सगळीकडे विदूषकाचे मुखवटे लावल्याने लहान मुलांसाठी एक आकर्षण तयार झाले.

ही येणारी मुले कुठल्या प्रतिकूल परिस्थितीतून येणार होती, हे ज्याचे त्यांनाच माहिती होते. त्यांना आपल्याकडे आल्यावर कुठे येऊन पडलो, असे वाटू नये; त्यांच्या मनातले सगळे दुःख पुसले जावे, म्हणून हा खास प्रयत्न होता. मुलांची काळजी घ्यायला कोणीतरी नेमणे जरुरीचे होते. पैसा पण फार देण्यासारखा नव्हता. पण आम्हा सर्वांच्या सुदैवाने अगदी अत्यल्प पगारात श्रीमती ननावरे मावशींची नेमणूक झाली. मी, साधना आणि ननावरेमावशी इतकेच तीन कर्मचारी मालक, पालक, चालक ह्या त्रिपेडी भूमिकेत होते.

मुलांना आल्या-आल्या पुरणपोळीचे जेवण ठेवले. सर्वांना त्यांच्या मापानुसार नवीन कपडे आणले. नवीन गादी-पांघरूण स्वतंत्र दिले; जेणेकरून त्यांचे आनंदाचे दिवस सुरू व्हावेत. आश्रमाच्या उद्घाटन प्रसंगी परत एकदा सुरेशजी वाडकरांकडे धाव घेतली. ह्या वेळी त्यांचे आधीच काही कार्यक्रम ठरल्याने त्यांना येणे जमणार नव्हते. त्यांनी आस्थेने चौकशी केली. शुभेच्छा मात्र अगदी भरभरून दिल्या. अनेकदा काय होते— एखाद्याच्या धीराच्या, आपुलकीच्या शब्दांनीसुद्धा उभारी येते. नेमके तसेच ह्या वेळी वाडकरांच्या शब्दांनी मला झाले.

मी काय करायचा घाट घातलाय? ते पूर्णत्वाला जाईल की नाही? मुलांचे

भले करायचा हेतू सफल होईल की नाही? नाहीतर काय, नुसती मजा बघणारे पुष्कळ असतात; ते फजिती झाली तर टाळ्याच पिटतील—अशा गोष्टी मधून-मधून मनात येत होत्या. पण श्री. सुरेशजींसारखा असता पाठीराखा इतरांचा लेखा कोण करी? असा मी नि:शंक झालो, निर्धास्त झालो.

सुरेशजींनी विश्वस्तांना बोलावण्याचा आग्रह याही वेळी कायम ठेवला होता. सुरेशजींचा शब्द मोडणे मला शक्य नव्हते. त्यांचा मान राखायचा म्हणून ह्या वेळी सुद्धा सर्व विश्वस्तांना आमंत्रणे द्यायला स्वत:च गेलो. ते येणार होते किंवा नाही ह्याचा मात्र अंदाज येत नव्हता.

ठरल्या दिवशी दहा वाजल्यापासूनच मुले यायला लागली. कोणा नातेवाइकांच्या सोबतीने ती आली होती. कोणी तीन वर्षांचे, कोणी आठ वर्षांचे अशी साधारण तीन ते नऊ वयोगटातली ती मुले. कोणाची आई गेलेली, कोणाचे वडील परागंदा झालेले. कोणाची सावत्र आई छळ करे, तर कोणाचे कोण नातेवाईक उपाशी ठेवत असे. आता मात्र ही सर्व जण सुरक्षित आणि सुखी जीवन जगायला मिळणार, शिक्षण मिळणार, ह्या आशेने 'आपलं घर'मध्ये आली होती. कोणाच्या चेहऱ्यावर अनामिक भीती, तर कोणाचा चेहरा अगदी कोरा करकरीत. कोणाच्या चेहऱ्यावर आनंद, तर कोणाच्या चेहऱ्यावर औत्सुक्य. अशा विविध भावछटा त्यांच्या चेहऱ्यावर दिसत होत्या.

ह्या वेळी सर्व विश्वस्त उपस्थित राहिले होतेच. येण्यामागचा त्यांचा हेतू नक्की काय होता, ते समजले नाही. कदाचित मी एवढा बोलावयाला आलो होतो, मग 'मान' म्हणून तरी यावे; याची धाव कुठल्या कुंपणापर्यंत आहे, ते पाहावे, अशा अंतस्थ हेतूनेदेखील ते आले असावेत. त्यांना मात्र तिथली सगळी जय्यत तयारी बघून अचंबा वाटला असेल. कदाचित फळणीकरांनी मनावर घेतले की ते बरेच काही करू शकतात, याचा थोडा अंदाजही त्यांना आला असेल. तिथे दैनिक 'लोकसत्ता'चे वार्ताहर श्री. श्रीनिवास पत्कीही उपस्थित होते. हा सारा वृत्तांत आता पेपरमध्ये छापला जाणार होता. पुण्याच्या कानाकोपऱ्यात 'आपलं घर'चे नाव पोहोचणार होते. श्री. पत्कींना त्यावर काही लेखही लिहायचा होता.

सर्व मुले, पालक, विश्वस्त आणि आणखी काही निमंत्रित अशी सर्व आप्तेष्ट मंडळी जमली होती. यात आणखी एक ऋषितुल्य व्यक्तिमत्त्व मोठ्या प्रेमाने हजर होते. ते म्हणजे माझे आदरणीय गुरुजी श्री. यशवंत रामकृष्ण काळे. ह्या व्यक्तीचा माझ्या जडणघडणीत किती मोलाचा वाटा आहे! किंबहुना, ते योग्य

वेळी मला भेटले नसते तर माझा आजचा चेहरा कोणालाच दिसला नसता. माझ्या भूतकाळाविषयी कोणालाच काही माहिती नव्हती. काळेगुरुजीच ह्या उद्घाटन समारंभाचे प्रमुख पाहुणे होते. उपचार म्हणून मी त्यांची 'माझे गुरू' इतकीच त्यांची ओळख करून दिली. योग्य पद्धतीने त्यांचे सहर्ष स्वागत केले.

प्रमुख पाहुणे म्हणून श्री. काळेगुरुजी बोलायला उठले. कदाचित माझे मनापासून कौतुक करायचे, त्यांच्या शुभेच्छा तर होत्याच; पण आशीर्वाद द्यायचे म्हणून ते मोठ्या तयारीने बोलायला उभे राहिले असतील. पण बोलतात कसले, दोन वाक्ये बोलायची, आसू टिपायचे— इतके ते गहिवरले होते. ते इतकेच म्हणाले, ''ज्या मुलाला मी फुटपाथवरून उचललं होतं, तो मुलगा मोठा झाला. तो मला भेटेपर्यंत तो कुठे राहत होता, कसा राहत होता, काय खात-पीत होता, त्याने किती आणि काय सहन केलंय; हे त्याचं त्यालाच ठाऊक! खरोखरच, हा मुलगा बावनकशी सोनं आहे. म्हणून परिस्थितीच्या मुशीतून उजळून निघालाय. समाजाच्या कसोटीच्या दगडावर तो कसास उतरलाय. पण पुन्हा नियतीने त्याच्यावर कठोर आघात केला; जो केवळ असह्य असाच आहे. त्यातून तो पुन्हा फिनिक्स पक्ष्याप्रमाणे उभा राहिला. ज्या अनाथ मुलांच्यात तो काही वर्षे राहिला, शिकला; तशाच अनाथांसाठी आपण काही चांगलं करावं, जी दुःखं आपण सहन केली, ती अशा उपेक्षितांच्या—वंचितांच्या वाट्याला येऊ नयेत, ह्या तळमळीपोटी त्यांनी हा आश्रम सुरू करण्याचे ठरविले आहे. प्रतिकूलतेवर मात करायचा तर त्याचा स्वभावच आहे. त्याची ही सगळी सहानुभूतीतून केलेली धडपड पाहून मला इतकंच म्हणायचं आहे, ह्यापेक्षा माझ्यासाठी कोणती मोठी गुरुदक्षिणा असेल? आजही देवळासमोर भीक मागणारा, केस वाढलेले, फाटकी चड्डी अंगात असलेला असा विजय मला स्पष्ट आठवतोय. त्याने ते दिवस कसे काढले, हे फक्त तो आणि ती परिस्थितीच जाणे. असे प्रसंग आणखी कोणाच्या वाट्याला येऊ नयेत, असं त्याला अगदी मनापासून वाटतंय. ही त्याची अंतस्थ इच्छा आहे. विजयसारखा सुजाण, संवेदनशील, कृतज्ञ नागरिक घडवण्यात माझा खारीचा वाटा आहे, ह्याचा मला आनंद होतोय.'' काळेगुरुजी हे सर्व साश्रुनयनांनी बोलत होते. मला तर नेहमीच वाटते, त्या भाषणात गुरुजी नम्रपणे खारीचा वाटा म्हणाले, पण खरे तर तो 'सिंहाचा वाटा' होता. त्या वेळी गुरुजी मला भेटले नसते, तर... विचार न केलेलाच बरा.

गुरुजी बोलणे संपवून खाली बसले आणि अत्यंत कोरडेपणाने, अलिप्तपणाने हजर राहिलेल्या विश्वस्तांच्या मनात खळबळ सुरू झाली. एकदम चित्रच पालटले.

माझा पूर्वेतिहास सर्वांना समजला, तो गुरुजींच्या तोंडून. चमत्कार व्हावा तसा रागावलेल्या विश्वस्तांचा पारा एकदम उतरला. सर्वांचीच मने हेलावली. सद्‌गदित झालेल्या श्री. भगवान दातारांनी तर अगदी अनावर होऊन अश्रूंच्या साक्षीने मला मिठीच मारली. आता संस्थेचे तेच उपाध्यक्ष आहेत.

उरलेल्या सर्वांनाच आता मी कोणीतरी ग्रेट वगैरे भासायला लागलो. माझे कौतुक कोणत्या शब्दांत करायचे, ते त्यांना समजत नव्हते. त्यांचे मत पारच पालटून गेले. ते अपेक्षितपणे म्हणालेसुद्धा—''फळणीकर, नसा तुम्ही गुजराती मारवाडी; नसू दे तुमच्याकडे अमाप पैसा-अडका; पण तुमच्या जमेला उपेक्षितांविषयीची आत्मीयता आहे, त्यांच्या दुःखाची जाणीव आहे. तुम्ही संवेदनशील मनाचे आहात. तुम्ही हे काम नक्कीच चांगले कराल.''

आज अशी परिस्थिती आहे की, त्याच विश्वस्तांचे आणि माझे वैयक्तिक आणि संस्थेशी असलेले संबंध अतिशय जवळिकीचे आहेत. ते एक विश्वस्त म्हणून त्यांचे काम करतात, पण त्याचबरोबर संस्थेचे हितचिंतक म्हणूनही ते स्वत: देणगी देतात. इतकेच नाही; तर कुठेही गेले तरी 'आपलं घर'विषयी इतरांच्या मनात विश्वास, आपुलकी निर्माण करतात. संस्थेच्या कार्याचा गौरव करतात आणि अनेक देणगीदार संस्थेशी जोडून देतात, कायम स्वरूपाचे.

चौदा मुलांसह 'आपलं घर' सुरू झालं. वय वर्षे तीन ते साधारण दहा ह्या वयोगटातील ती मुले. काही पुण्यातली, तर काही बाहेरगावची. वारज्याच्या 'मामासाहेब मोहोळ विद्यालयात' त्यांचा प्रवेश झाला. त्या विद्यालयातले श्री. ढाकणे-सर फारच उदार मनाचे. त्यांनी आम्हाला सर्व सहकार्य करायची तयारी दर्शविली. प्रवेशाची अंतिम तारीख निघून गेल्यावरसुद्धा कोणी 'आपलं घर'तर्फे शाळेत प्रवेशासाठी आले, तरी त्यांना दाखल करून घेण्याविषयीचे आदेश त्यांनी त्यांच्या सहकाऱ्यांना दिले होते. मुलांकडून फीदेखील घ्यायची नाही, हे त्यांनी निश्चित केले. हे समाजाचे काम आहे, चांगले काम आहे; ही जाणीव त्यांच्या ठायी होती. सामाजिक बांधिलकीचा डांगोरा न पिटता अतिशय प्रामाणिकपणे, मनापासून बांधिलकीचे भान असलेले असे श्री. ढाकणेसर... खरेचच मला नेहमी वाटते, 'तुम्ही काही चांगलं काम करायला लागा; समाजपुरुष तुमच्या पाठीशी उभा राहतोच.'

संस्था सुरू झाली, त्याला जवळपास तीन महिने होत आले. मुले आता छान रमू लागली. आम्हा सर्वांना त्यांची सवय झाली आणि त्या सर्वांना आम्हा

तिघांची माया लागली. त्यांची आपसातसुद्धा छान मैत्री जमली आणि एके दिवशी अगदी अचानकपणे जागेचे मालक श्री. सूर्यकांत नटे संस्थेत आले. ते सांगू लागले की, ''हे घर मला आता विकायचं आहे. मला गिऱ्हाईकसुद्धा मिळाले आहे. त्याची किंमत साडेपाच लाखइतकी ठरली आहे. आमचा सौदा पूर्ण होण्याच्या मार्गावर आहे. तेव्हा तुम्ही हे घर सोडून खाली करा. आज सात तारीख आहे. मला ह्या महिन्याच्या तीस तारखेला जागा खाली करून हवी. कोणतीही सबब सांगू नका.'' सर्व शांतपणे ऐकून घेतलं आणि बोलायचा प्रयत्न केला. ''अहो, आपला करार झालाय अकरा महिन्यांचा. पैकी तीनच महिने होत आहेत. मी ह्या चौदा मुलांना घेऊन जाऊ कुठे?'' पण त्यांना काही ऐकायचेच नव्हते. ''मला त्या कराराचे वगैरे सांगू नका. त्या मुलांना कुठे न्यायचे वगैरे ते तुम्हीच ठरवा. तो तुमचा प्रश्न आहे. मला गिऱ्हाइकाला घराचा ताबा द्यायचा आहे. पाहिजे तर अजून चार दिवसांची मुदत मागून घ्या, पण घर खाली कराच.'' त्यांचा हेका—''जागा सोडा'' सुरूच.

आमच्यावर, पर्यायाने 'आपलं घर'वर अगदी अनपेक्षितपणे हे नवेच संकट कोसळले. तसे तर 'संकट' हे माझ्यासाठी काही नवे नव्हते; ते तर माझा जीवन—साथीच होते. पण काही झाले तरी आमच्या जीवावर जी चौदा अजाण लेकरे होती, त्यांना आता वाऱ्यावर का सोडायचे होते? त्यांचे चिमुकले जीवन ह्या वावटळीमुळे विस्कटून जाऊ नये, असे मात्र मनापासूनच वाटत होते. आधीच परिस्थितीने त्यांचे जगणे असह्य केले होते. आता कुठे जरा त्यांच्या सुरक्षित जीवनाची सुरुवात होणार होती, तोच हा घाला यायला नको होता. पण 'प्रतिकूल तेच घडेल' हे जसं स्वातंत्र्यवीर सावरकरांनी मनावर ठसवले होते, तसंच काही आता माझे झाले होते.

खरंचच, मला काय करावे, ते सुचेना! पाऊस होताच. आमचे राहते घर दोनच खोल्यांचे. आता ह्या मुलांच्या डोक्यावरचे छप्पर जायचीच वेळ आलीय. मी आधीच विश्वस्तांना न जुमानता माझ्या मनाप्रमाणे हा निर्णय घेतला होता. आता सर्व भरवसा त्या परमेश्वरावर. गजाननमहाराज करतील काही तरी व्यवस्था. ह्या विचारापाठोपाठच माझ्या पटकन लक्षात आलं की, ते श्री. नटे बोलता-बोलता म्हणालेत की, ''मला फक्त पैशाचीच गरज आहे. तुम्ही माझी गरज भागवू शकणार असलात तर मी ते तुम्हालासुद्धा विकायला तयार आहे. मला काय 'त्याच' माणसाला घर विकायचंय, असं नाही. मी चार-पाच दिवसांनी चक्कर मारतो. तुमचा निर्णय मला सांगा.'' असे सांगून ते निघून गेले होते. त्या वेळी संस्थेच्या खात्यावर फक्त अठराशे रुपये शिल्लक होते. खिशात दमडी नाही.

साडेपाच लाख रुपये जमवायचे कसे? बरं, आता मुलांची शाळा पण सुरू झाली होती. ती अर्धवट सोडणे पण शक्य नव्हते.

श्री. नटे गेले ते माझ्या डोक्यात खळबळ माजवून. साडेपाच लाख रुपयांचे आव्हान स्वीकारायचे ठरवले. अनेक परिचितांची, दानशूर व्यक्तींच्या नावांची यादी मनात तयार होऊ लागली. अनेकदा काय असते, आपण एखाद्याकडे पैसे मागायला जात नाही, तोवरच त्याची देण्याची तयारी असते. पण प्रत्यक्षात वेगळा अनुभव येऊ शकतो. आपण ज्यांच्याकडे गेल्यावर निश्चित रिकाम्या हाताने परत येणार नाही, त्या व्यक्तींना भेटायचे ठरवले. प्रथम माझ्या मनात सौ. संजीवनी गायकवाड ह्या भगिनीचे नाव आले. संजीवनीताईंचा आणि माझा परिचय त्यांच्याच एका बहिणीमुळे झाला होता. आमचे संबंध पण तसे घनिष्ठ होते. एक दिवस गेलो त्यांच्याकडे. लगेचच काही त्यांच्याकडे माझी समस्या बोलून दाखवली नाही. मग त्यांनीच सुरुवात केली—"तुम्ही अनाथ मुलांसाठी संस्था सुरू केल्याचं वाचलं. कसं काय चाललंय तुमचं?" हे ऐकले; पण खरे सांगतो, मनापासून मी ह्याच मुद्द्यावर त्या येण्याची वाट पाहात होतो. "हो ताई, पण ते सुरू करून मी घोडचूकच केली, असं आज वाटतंय. अगदी पश्चात्ताप होतोय. मी घेतलेली जागा अकरा महिन्यांच्या कराराने होती खरी, पण मालकाला आता ती लगेचच विकायची आहे. तो काही ऐकायलाच तयार नाही. बरं, विकत घ्यायचा विचार करणंही शक्य नाही. कारण त्याची अपेक्षा भरमसाट आहे. त्याला त्या घराची किंमत साडेपाच लाख रुपये हवीच आहे. मुलांचं छत्र जातंय. असं झालंय बघा." हे सर्व एक दमात सांगून मी सुस्कारा सोडला.

त्या म्हणाल्या, "ठीक आहे. मग मी काय मदत करू शकते? माझ्याकडून तुमची काय अपेक्षा आहे?" ते ऐकून मला दिलासा मिळाला. त्यांच्या मनात देवच उभा राहिला, असं वाटलं. मी म्हटले, "ताई, खरंच सांगतो, आज मी पैसे गोळा करायलाच बाहेर पडलोय. पैसे गोळा केल्याशिवाय बहुतेक मी घरी पण परतणार नाही, असा काहीसा अव्यक्त निर्धार पण आहे. तहानभूक हरपलेय हो माझी!"

"असं काही करू नका. तुमची चिंता दूर होईल."

त्यांच्या तोंडून जणू देवच बोलला. त्या घरात गेल्या. माझ्या हाती त्यांनी शुभारंभाचा चेक दिला होता— तो चक्क तीन लाख रुपयांचा! चेक तर दिलाच; पण तुम्ही हिंमत हरू नका. अजून प्रयत्न करा—अशी उभारीही दिली. मी उल्हासित झालो. माझ्या सकारात्मक विचारसरणीच्या स्वभावामुळे वाटले, 'आता अडीच

लाखच गोळा करायचेत ना? चुटकीसरशी होतील!' घरी न जाता पुढच्या ठिकाणी गेलो.

हे ठिकाण होते एम.आय.टी.चे सर्वेसर्वा श्री. विश्वनाथ कराडसरांचे. कसे काय ते माहिती नाही, पण माझ्यावर त्यांचे मनापासून प्रेम आहे. त्यांचा पुतण्या सुनील माझा चांगला मित्र. श्री. कराडसर ऑफिसमध्ये होते. ''काय फळणीकर, कसं काय येणं केलंत?'' ह्या प्रश्नाबरोबरच माझं सुस्मित स्वागत झालं. पुढची चौकशी, ''काय म्हणतेय, 'आपलं घर'? नवी संस्था?'' मी मनात विचार केला—'आमचा वैभव गेला, नंतरचा माझा हा उद्योग, हे सर्व ह्यांच्या कानावर आलंय तर!' माझी नवी समस्या त्यांना सांगितली. गायकवाडताईंनी दिलेला चेक दाखवला. कराडसर पण तसे दिलदार वृत्तीचे. क्षणाचाही विचार न करता त्यांनी लगेच त्यांच्या पी.ए.ला सांगून एक लाख रुपयांचा चेक दिला.

''तुम्ही चांगले काम करता आहात. समाजकल्याणाचा तुम्ही विडा उचलला आहे. समाजपुरुष तुमच्या पाठीशी उभा राहील.'' असा भरभरून आशीर्वादही दिला.

ह्या दोन्ही अनुभवांनी मी इतका भारावून गेलो की, मला खरोखरच त्यांचे ऋण कसे फेडायचे, ते समजेना. त्यांच्याविषयीची कृतज्ञता तरी मी कोणत्या शब्दात व्यक्त करणार होतो? मी त्यांच्या ऋणात रहाणेच पसंत केले.

गंमत वाटते आज; संस्था सुरू केली त्या वेळी संस्थेकडे होते फक्त अठराशे रुपये. पुढची पायरी होती, साडेपाच लाख रुपये गोळा करायची. दात्या व्यक्ती लाख-लाख रुपयांबरोबर अमूल्य असे आशीर्वाद देत गेल्या. तीच स्थिती आजही आहे. गेल्या दहा वर्षांत संस्था विस्तारली. तिचा व्याप वाढला. अनाथाश्रमा-बरोबर वृद्धाश्रम, औद्योगिक प्रशिक्षण केंद्र सुरू झाले. संस्थेच्या उद्योग प्रशिक्षण केंद्रात निरनिराळे चौदा प्रकारच्या व्यवसायांचे शिक्षण नि:शुल्क पद्धतीने दिले जाते. गरीब, निराधार स्त्रियांना, डोणज्याला नेण्याआणण्याची सोयसुद्धा मोफत केली जाते. तुम्ही काम चांगले आणि अत्यंत पारदर्शीपणे करत असाल; तर अक्षरश: देणाऱ्यांच्या हजार हातांचा आधार मिळतोच. देणारा प्रत्येक जणच तुमचा उत्कर्ष होईल, तुम्हाला काही कमी पडणार नाही, असा आशीर्वाद देतोच.

देणगीदार देणगी देतात ते कधी कोणाच्या स्मृतिप्रीत्यर्थ, कधी कोणाच्या वाढदिवसानिमित्त, तर कधी विनाकारणही. पण त्यांच्या चेहऱ्यावर एक आंतरिक समाधानाची लहर उमटते; ती त्यांच्या सर्व सद्‌भावना, शुभेच्छा आमच्याकडे परावर्तित करतेच. हा नेहमीचाच अनुभव. शिवाय देताना आम्ही काही उपकार

करतोय, ही भावना न ठेवता, आम्ही काय कणभरच देतोय, पण तुमचे काम मणा-
इतके मोठे आहे! म्हणजे देणारा पन्नास हजारसुद्धा देत असतो, पण स्वत:कडे
लहानपणा घेण्यात त्याचा मोठेपणा दिसतो. 'फळणीकर, तुम्ही खरंच देवाचं काम
करताय हो. आम्ही तुमच्या पाठीशी आहोतच.' असे पाठबळ देतात. माझे काम
देवाचे काम आहे, ही भावना अनेक जण अनेक वेळा व्यक्त करतात.

अर्थात, असा विश्वास संपादन करण्यासाठी काही पथ्ये पाळावी लागतात.
त्यापैकी सर्वांत महत्त्वाचे पथ्य म्हणजे 'पारदर्शीपणा'. अर्थात संस्थेने तो पारदर्शीपणा
आजवर जपलाच आहे, हे मी सार्थ अभिमानाने सांगेन. असो.

आता मात्र मी तिसऱ्या ठिकाणी न जाता तडक संस्थेत गेलो. चार लाख
जमल्याचा आनंद साधनाबरोबर वाटून घेऊन द्विगुणित करायला. 'आता उद्या कुठे
जायचे,' हा विचार सुरू झाला. अजून दीड लाख रुपये जमवायचे होतेच ना! पण
आता ती रक्कम फारच किरकोळ स्वरूपाची वाटत होती.

दुसऱ्या दिवशी संजीवनीताईंनी त्यांच्या ऑफिसमध्ये बोलावले. तिथे
श्री. नवलेसरांना भेटलो. त्यांनी वीस हजार दिले. पुढच्या दोन दिवसांत उरलेले
पैसे जमले आणि आमची अवस्था जणू 'आनंदाचे डोही आनंद तरंग' अशी झाली.
मी सर्व विश्वस्तांना बोलावून घेतले. ही आनंदाची बातमी त्यांना सांगितली. श्री.
दातार आता पुढचा व्यवहार पूर्ण करायच्या तयारीला लागले.

पैसे जमले, ती संध्याकाळ फारच रमणीय भासली. आमच्या सर्व मुलांना
एकत्र केले. जवळ बसवले. त्यांना म्हणालो, "बाळांनो, आपलं घर वाचलं बरं
का!" त्यांच्या अजाण मनात अनेक प्रश्न उमटले. कोणी विचारे, "म्हणजे काका,
काय झालं? आपण हे घर विकत घेतलं?" कोणी साशंक मनाने विचारे, "म्हणजे
आपल्याला हे घर कोणी आता सोडायला सांगणार नाही ना?" तर कोणाला सर्व
चर्चेवरून हे फक्त 'आपलं' झालं, हाच आनंद पुरेसा वाटला. सर्वांनाच आपल्या
सुरक्षिततेचे समाधान झाले. अत्यंत लहान वयाची ती मुले. प्रत्येकालाच काहीतरी
चांगले झाले, हे मात्र समजले होते. ते घर सर्वांचे झाले. मुलांच्या मालकीचे झाले.
त्यांना जणू अढळस्थान मिळाले.

त्या आनंदात सहभागी व्हायला विश्वस्तही आले होते. पैकी श्री. भगवान
दातार पुढील व्यवहारांची सर्व चौकशी करून आले होते. त्यांच्या माहितीनुसार
कागदपत्रांची पूर्तता, नोंदणी वगैरे कार्यालयीन पूर्ततेसाठी आणखी साठ हजार रुपये
लागणार होते.

पुन्हा साठ हजार रुपये उभे करायचा प्रश्न. दिवाळीचे दिवस होते, म्हणजे कोणाकडे मागणे तरी शक्य वाटत नव्हते. आशेचा किरण तर दिसतच नव्हता. विचार करून मेंदू शिणला.

ह्या वेळी साक्षात गृहलक्ष्मीच मदतीला आली आणि एकदमच ताण नाहीसा झाला. साधनाचे काही दागिने, मंगळसूत्र आणि माझी अंगठी राजमल लखीचंदकडे नेऊन विकली आणि पैसे उभे केले. अर्थात ते होते अठ्ठेचाळीस हजार. दागिने विकले तेही दिवाळीच्या आधी दोन दिवस. पण साधनाने विरोध केला नाही. त्रागा तर जरासुद्धा नाही. ते दागिने पुन्हा घडवणे परत लवकर शक्य मात्र झाले नाही. साधनाचा समंजसपणा मात्र मी मानतो. दागिने विकल्याचे दुःख तिला तेव्हाही नव्हते, आजही नाही. उरलेले बारा हजार मात्र आमच्या विश्वस्तांनी जमवले. तो घर खरेदीचा व्यवहार पूर्ण झाला.

आणि मागच्या काही दिवसांतली पैसे जमवण्यासाठी झालेली वणवण, 'घर सोडावे लागणार' ह्या विचाराने मनावर आलेला ताण, अगदी शेवटचा उपाय म्हणून साधनाचे मंगळसूत्रासह दागिने विकणे—ह्या सर्वांचा विसर पडला. ध्येयपूर्तीच्या क्षणात केवढे विलक्षण सामर्थ्य असते, नाही?

एका शुभमुहूर्तावर नव्या वास्तूची वास्तुशांत देखील झाली. ह्या वेळी तो समारंभ अगदी साधेपणाने, कोणताही बडेजाव न करता पार पडला. आता संस्थेचे नित्याचे काम, मुलांचा रोजचा दिनक्रम सुरू झाला.

माझ्या पगारातली बरीचशी रक्कम मी ह्या संस्थेसाठीच वापरत असे. संस्था आणि तिचे कामकाज समाजापर्यंत अजून पाहिजे त्या प्रमाणात पोचले नव्हते. ज्या संस्था लोकांना माहिती होत्या. ज्यांचे काम पाच-दहा वर्षे झाले होते; त्या प्रस्थापित होत्या. त्यांना आर्थिक चणचण नव्हती. लोकांचे पण अशा संस्थांकडे लक्ष असे. त्यांना देणगी स्वरूपात सतत काही मिळत असे.

'आपलं घर' ही संस्था अजून बाल्यावस्थेतच होती. तिच्यासाठी काही मदत मिळवण्याची धडपड मलाच करावी लागे. इतके मोठे कुटुंब चालवायचे तर पुष्कळ पैसे लागत. त्याच वेळी हट्टीपणा सोडून विश्वस्तांचे ऐकले असते, तर बरे झाले असते, असे सुद्धा वाटे. माझा हा उपद्व्याप कशासाठी, असे तर सारखेच वाटे. मनावरचे हे नैराश्याचे जळमट मात्र क्षणात दूर होई. ज्यांना त्यांना 'आपलं घर' विषयी काही माहिती होतं, ती मंडळी अगदी आवर्जून काही मदत करत. माझ्या असे लक्षात आले की, लोकांकडे मदत म्हणून पैसे मागितले तर लोक

देताना दहा वेळा विचार करतात; पण धान्यरूपात मदत मागितली की थोडे फार तरी लगेच देतात. मग मी पण पैशापेक्षा धान्याची गरज सांगू लागलो. लोक मग तांदूळ, गहू, साखर, चहा पावडर, डाळी अशा नित्योपयोगी गोष्टी देत.

मी हा व्याप सुरू केल्यापासून माझ्याबरोबर ताडपत्रीच्या मोठ्या दोन थैल्या बाळगत असे. त्या वेळी माझ्याकडे एम एटी ही बजाजची दुचाकी होती. ऑफिसमध्ये जाताना त्या थैल्या रिकाम्या असत, पण येताना मदत गोळा करत त्या भरून जात. दिवसभर साधना आणि त्या ननावरे मावशी सर्व मुलांबरोबर असत. त्यांची काळजी घेत. संस्था, ऑफिस सांभाळत. मी रसद पुरवण्याचे काम करत असे. हळूहळू संस्थेविषयी लोकांना कळू लागल्यावर मदतीचा ओघ वळू लागला.

त्यातले काही अनुभव मला वाचकांना सांगायला नक्कीच आवडतील. एका प्रसन्न सकाळी एक फोन आला. पलीकडचा आवाजह्व

''हॅलो, कोण फळणीकर का?''

''हो सर, मी विजय फळणीकर बोलतोय.''

''मी बिबवेवाडीहून बोलतोय. मला आपल्या संस्थेसाठी काही धान्य द्यायचे आहे. अक्कलकोट संस्थानाकडून आलं आहे. ते तुम्ही आमच्याकडे येऊन घेऊन जा.''

''कधी येऊ सर? सांगाल तेव्हा येतो.''

''या उद्या बारा वाजता दुपारी. पण वेळ नक्की पाळा. आणि हे बघा, ते धान्य पुण्यात आणायला मला सातशे रुपये खर्च आलाय. ते मात्र तुम्हालाच द्यावे लागतील.''

मी विचार केला, सातशे रुपये देण्याचा प्रश्न नाही; पण निदान धान्य किती आहे, ते तरी विचारून घ्यावे. कारण धान्य असायचे पाच-सात किलो. ते आणायला पन्नास रुपयांचे पेट्रोल खर्च करायचे. शिवाय सातशे रुपये वर द्यायचे. त्यापेक्षा इथेच काही धान्य विकत घेणे परवडेल. म्हणून जरा धीर करूनच विचारले -

''सर, धान्य साधारण किती असेल?''

''आहे पुष्कळ. तुम्ही या तर खरं.''

मी ठरल्याप्रमाणे निघालो. ह्या वेळी ॲम्ब्युलन्सच बरोबर घेतली. मनाशी वेळेचा हिशेब करून साडेअकरा वाजता निघालो. वाटले होते, बरोबर बारा वाजता पोचता येईल. पण योग बघा कसा खडतर. सातारा रोडवर गेलो आणि गाडीचे मागचे चाक पंक्चर झाले. गाडीत स्टेपनी होती. म्हटले, पाच मिनिटांत चाक बदलून वेळेवर पोचता येईल. गाडीचे चाक बदलून झाले. पत्ता दिला होता, त्या

पत्त्यावर जाऊन पोचलो. तोपर्यंत काहीतरी साडेबारा वगैरे वाजले होते. त्यांच्या दाराची बेल वाजवली. एकदा -दोनदा- तीनदा. उत्तर नाही. तसाच निमूट तिथे उभा राहिलो. दार उघडण्याची वाट बघत. प्रतिसाद नाही. बाहेर पडताना त्यांच्या गेटची कडी वाजली. आता मात्र आतून आवाज आला,

''कोण फळणीकर का?''

''हो सर.''

''तर मग निघायचं इथून. तुम्हाला साधी दिलेली वेळ पाळता येत नाही तर लोकसेवेसाठी संस्था कशाला चालवताय? बरोबर बारा वाजता बोलावले होते ना? वेळ पाळा, असंही सांगितलं होतं ना? चला, जा इथून. नाही द्यायचं धान्य तुम्हाला. चला, जा इथून.''

तसाच परत निघालो, हताश होऊन. मनातून खूप वाईट मात्र वाटत होते. 'चूक आपलीच ना! एक तर अशा लष्कराच्या भाकऱ्या भाजायचे काम करतोय. वेळ पाळली नाही. नादुरुस्त गाडी रस्त्यात बाजूला लावून गेलो असतो रिक्षाने, तर काय बिघडलं असतं? आपण गरजू आहोत. असे अपमानित होण्याच्या घटना सहन कराव्याच लागणार. डोक्यावर बर्फ आणि जिभेवर खडीसाखर ठेवूनच वागायला हवं.'

हा पहिलाच फटका शिकवून गेला. लोकांना दिलेली वेळ कोणत्याही परिस्थितीत पाळायलाच हवी.

तिथून परतताना मनात नाना विचार येत होते, 'ते असतील मोठे देणगीदार, तरी मी त्यांच्याकडून अपमान का म्हणून सहन करायचा? मी माझ्या पोटाची खळगी भरायला तर त्यांच्याकडे काही मागितले नव्हते? मी एक प्रकारचे समाजाचेच काम करत आहे ना? मग त्या समाजानी नको का जरा विचार करायला? सहकार्य करायला? मी काही मुद्दाम उशीर केला नव्हता. वेळेचे महत्त्व मलाही समजतेच. त्यांनी इतकी ताठर भूमिका न घेता थोडंस समजून घ्यायला हवे होते. माहिती आहे मला 'टाकीचे घाव सोसल्याशिवाय देवत्व येत नाही', पण मला देवत्व नकोच आहे; निदान एक माणूस म्हणून तरी मला जगू द्या. इतकी साधी अपेक्षा आहे.' असे काही झाले असले तरी आजही माझ्या मनात त्या गृहस्थांविषयी केवळ आदरच आहे.

'आपलं घर'च्या सुरुवातीच्या काळातली अशीच एक जीवाला चटका लावणारी आठवण. त्या आठवणीने आजही डोळ्यांच्या कडा ओल्या होतात. असाच एकदा नाना पेठेतल्या श्री. बलकवडे ह्या गृहस्थांचा फोन आला.

‘‘फळणीकर, जरा आजच येता का? माझ्या वडिलांना ‘आपलं घर’साठी काही रक्कम देणगी रूपात द्यायची आहे. ते चेक देणार आहेत. पण सध्या ते खूप आजारी आहेत. ते जागचे उठू पण शकत नाहीत. तेव्हा आजच या.’’

मी एकदा धडा शिकलो होतो. मी त्याच दिवशी बलकवड्यांच्या घरी गेलो. घरातले वृद्ध गृहस्थ अत्यवस्थच होते. बलकवडे स्वत: होतेच. ते म्हणाले, ‘‘हे माझे वडील. त्यांनाच तुम्हाला एकावन्न हजार रुपयांचा चेक द्यायचा आहे.’’

ते वृद्ध गृहस्थ अतिशय क्षीण आवाजात माझ्याशी बोलायचा प्रयत्न करत होते. त्यांनी संस्थेविषयी विचारपूस केली, माहिती वगैरे विचारली. केविलवाणा होता त्यांचा स्वर. त्यांना श्वासदेखील नीट घेता येत नव्हता. धापच लागली होती. ती सगळी परिस्थिती बघून मला वाटले, ‘त्या वृद्ध गृहस्थांना जरा बरं वाटलं की मी आलो असतो चेक न्यायला; इतकी घाई कशासाठी?’ अर्थात मी हा विचार मनातच ठेवला. त्यांनी आपल्या मुलाकडून चेकबुक मागवले. ते त्यांना नीट हातात धरतासुद्धा येत नव्हते. अत्यंत थरथरत्या हातांनी त्यांनी चेकवर सही केली. चेक मुलाने लिहिला. त्या वृद्ध गृहस्थांनी तो अत्यंत कृतकृत्यतेने माझ्या हाती दिला. त्यांच्या डोळ्यांत मला जे समाधान दिसले, ते नाही व्यक्त करता यायचे. मी त्यांचे मन:पूर्वक आभार मानून काही वेळात त्यांच्या घरून बाहेर पडलो. घरी आल्यावर साधनाला सर्व हकिगत सांगितली. इतक्यातच पुन्हा श्री. बलकवड्यांचा फोन आला. तो असा—‘‘फळणीकर, मी खरंचंच तुम्हाला मनापासून धन्यवाद देतो. तुम्ही बोलावल्याप्रमाणे तात्काळ आलात म्हणून बरं झालं. तुम्हाला चेक देण्याची माझ्या वडिलांची जणू शेवटचीच इच्छा असल्याप्रमाणे तुमची पाठ फिरली आणि त्यांचे डोळे मिटले कायमचे!’

मी खरोखरच सुन्न झालो. मला सारखे भरून येत होते. लोकांना समाजऋणाची किती जाणीव आहे! अखेरचा श्वास घेण्यापूर्वी त्यांना हे सत्कृत्य करायचे होते. समाजऋणातून अंशत: तरी मोकळे व्हायचे असावे का? परमेश्वराने त्यांना नक्कीच सद्गती दिली असेल. तुम्ही काही तरी चांगले करायला सुरुवात करा, लोक आपुलकीने तुम्हाला मदत करतात. त्यांच्याच आशीर्वाद आणि पाठबळावर आपण संस्था चालवू शकतो. समाजाने दिलेला पैसा प्रामाणिकपणे त्यांच्यासाठी वापरला तर काहीच कमी पडत नाही...’ असे मनात विचार येत होते. बलकवडे आजोबा गेले ते आम्हाला त्यांच्या ऋणात कायमचे ठेवून आणि त्यांच्या स्मृती मनात जागत्या ठेवून!

देणगीदार हे आपले परमेश्वरच आहेत, असे मी मानत आलोय. असाच एक काहीसा कसोटी लावणारा किंवा परीक्षा बघणारा प्रसंग. अशोकनगर येथील 'जीवनधारा' सोसायटीतून एका वयोवृद्ध गृहस्थांचा फोन येतो. ते म्हणतात, "फळणीकर, मला तुम्हाला देणगी द्यायची आहे. पण ती न्यायला तुम्ही स्वतःच या. मला पाठवून देणे वगैरे जमणार नाही. ते पैसे न्यायला तुम्ही याल ना?" देणगीदाराला त्याने ती देणगी द्यायची इच्छा व्यक्त केल्यावर 'किती देणार?' वगैरे विचारणे मला पटत नाही. देणगीदारांची ती मानहानी वाटते. आता पावती देताना विचारणे योग्य असते, तो व्यावहारिक भाग म्हणून. पुन्हा ते गृहस्थ म्हणाले, "हे बघा, मी फक्त दहा रुपयेच देणार आहे." मी त्वरेने सांगितले, "हे बघा काका, तुम्ही दहा रुपये द्या नाहीतर एक रुपया द्या. त्याबरोबर लाख मोलाचे आशीर्वाद तर द्याल की नाही? मी तर त्या पुढे जाऊन म्हणतो, तो रुपया पण देऊ नका. आपली त्या निमित्ताने छानशी ओळख तरी होईल. चांगली मैत्री होईल. एक वयोवृद्ध, ज्ञानवृद्ध व्यक्ती संस्थेशी जोडली जाईल. काही हरकत नाही, मी कबूल केल्याप्रमाणे येतो." पुन्हा त्यांनी विचारले, "नक्की येणार ना? काय ते पक्के सांगा; नसाल येणार तर मी आपला फिरायला जायला मोकळा. कारण लोक असा विचार करतात, पन्नास रुपयाचे पेट्रोल आणि अमूल्य वेळ खर्च करून कशाला जायचं दहा रुपये आणायला? आपल्याला तर ते परवडणारच नाही वगैरे. म्हणून पुन्हा विचारतोय."

त्यांनी सांगितलेल्या वेळेला मी त्यांच्या घरी गेलो. घरी त्यांची पत्नी होती. आदरातिथ्याचे उपचार पूर्ण झाले. संस्थेव्यतिरिक्त अजून काय करतो, याची माहिती दिली. घरातून त्यांनी चेकबुक आणले. मी मनात विचार करू लागलो दहा रुपयेच तर द्यायचेत तर चेक कशाला? "काका, दहा रुपयांसाठी चेक कशाला लिहिता?", हे माझ्या ओठांवर आलेले शब्द मी निकराने मागे परतवले. चेक माझ्याकडे देण्यासाठी त्यांनी आता तो पाकिटात भरण्यास सुरुवात केल्यावर मात्र मी न राहवून म्हणालो, "काका प्लीज, ते पाकीट बंद करू नका. मला तुम्हाला लगेचच पावती द्यायची आहे. आमची तशी शिस्त आहे. पद्धतच आहे म्हणा ना!" त्यावरही त्यांचे उत्तर ठरलेलेच होते. म्हणाले, "आत्ताच पावती वगैरे देऊ नका. सावकाश मला संस्थेत गेल्यावरच पावती द्या ना पाठवून, इथे कोणाला घाई आहे!" मला काही न बोलता ते मान्यच करावे लागले. शिवाय माझे बोलणे आवडल्याचेदेखील त्यांनी मनमोकळेपणे सांगितले.

पुढे चहापाणी, इतर गप्पा झाल्या. ते 'पै' नावाचे गृहस्थ माझ्यावर निहायत खूष होते. म्हणाले, ''फळणीकर, इथे मी व माझी पत्नी आम्ही दोघंच राहतो. मला अपत्य नाही. आपल्या मिळकतीतला खारीचा वाटा का होईना, सेवाभावी संस्थांना द्यावा, हा आमचा हेतू. आजपर्यंत गेल्या सात-आठ वर्षांत आम्ही पुण्यातल्या बहुतेक सर्व सामाजिक संस्थांना फोन करून 'दहा रुपये' नेण्यासाठी बोलावतो. पण 'दहा रुपये' इतकी अल्प रक्कम ऐकली, की काहीच प्रतिसाद मिळत नाही. जणू कोणालाच गरज नाही. कोणी उलट फोनही करत नाही. मला खरंचंच तुमचं खूप कौतुक वाटतंय. शिवाय एक प्रामाणिक कार्यकर्ता म्हणून एक प्रकारचा आदरही वाटतोय. तुम्ही आमचाही मान राखलात; केवळ रकमेचा नाही. तुम्हाला कधीच काही कमी पडणार नाही.''

त्यांनी मनापासून दिलेला आशीर्वाद आणि तथाकथित दहा रुपयांचा चेक घेऊन मी संस्थेत आलो. त्यांच्या रकमेची पावती द्यायची म्हणून चेक पाकिटाबाहेर काढला. आता चकित व्हायची वेळ माझी होती. त्या चेकवर 'दहा हजार' इतकी रक्कम लिहिली होती. एकदा वाटले, वयोमानाप्रमाणे कदाचित शून्यांची चूक होऊ शकते. पण अक्षरी रक्कमदेखील दहा हजारच होती. मी ताबडतोब त्यांना फोन केला. झाली गोष्ट कानावर घातली. त्यावर ते प्रसन्नपणे एवढंच म्हणाले, ''फळणीकर, तुम्ही आज माझ्या परीक्षेला उतरलात. तुम्ही खरंचंच दात्यांचा मान राखणारे आहात. मला परीक्षा बघायची होती म्हणूनच मी हा दहा रुपयांचा बहाणा केला. पण मला 'दहा हजारच' द्यायचे आहेत.'' मी पुन्हा सांगायचा प्रयत्न केला, ''पै काका, मी दहा रुपयेच न्यायला आलो होतो. ह्या पैशांची आता ह्या उतारवयात तुम्हालाच गरज आहे.'' पुन्हा थोड्याशा प्रेमाने पण अधिकाराने म्हणाले, ''हे बघा फळणीकर, मला अक्कल शिकवू नका. मी काय सांगतो, ते नीट ऐका. तुम्ही खरोखरच पहिलेच गृहस्थ आहात, केवळ दहा रुपयांसाठीसुद्धा इतक्या लांबून प्रेमाने आलात. दिल्या लक्ष्मीचा मान राखलात. तुमची योग्यता मोठी आहे. दहा हजारसुद्धा तुमच्यासारख्यांना देणं कमीच आहे.''

माझी परीक्षा झाली. मला धन्य वाटले. मी परीक्षेला उतरलो होतो. ज्यांचा पैसा घामाचा आहे, त्यांनी अशी परीक्षा बघायला काय हरकत आहे? दानदेखील सत्पात्री असले तरच पुण्यकारक ठरते.

पैकाकांचे असे दहा रुपयांचे दहा हजार झाले. त्यांचे दर वर्षी न चुकता 'आपलं घर'साठी दहा हजार देणगी स्वरूपात येतात. पैकाकांचे मनापासून प्रेम

आहे सर्वांवर.

अशा उदार आश्रयदात्यांच्या कृपेने तर 'आपलं घर' मोठं होतंय. सरकारी अनुदान न घेता संस्था चालवता येत आहे. मंडळी कधी स्वयंप्रेरणेने, तर कधी ईश्वरी प्रेरणा मानून संस्थेच्या पाठीशी उभी राहतात. सर्व मोठे प्रकल्प चुटकीसरशी पूर्ण झाले आहेत. मी कधीही काही करायचे म्हटले तरी शक्य आहे. सेवाभावी आणि प्रामाणिक सहकारी मात्र मिळत राहोत. आपण समाजाचा विश्वास संपादन केला, त्यांच्या परीक्षेला उतरलो की आशीर्वाद आणि पैसा यांची कमी नाही, हा माझा सततचा अनुभव आहे.

'आपलं घर' सुरू होऊन काही तरी चार-पाच वर्षे झाली असावीत. 'आपलं घर'चा व्याप वाढत होता. ऑफिसमधेही माझे काम सुरू होतेच. पण काय होते, कधी कोणी देणगीदार देणगी न्यायला बोलावे, कोणी किराणा नेण्यासाठी फोन करे आणि मला ऑफिसच्याच वेळात जावे लागे. ह्याचा मी कधी माझ्या कामावर परिणाम होऊ दिला नाही, हे जरी खरे होते तरी काही विघ्नसंतोषी मंडळी होती, त्यांना हे काही पचले नाही. मग साहेब पण म्हणायला लागले, ''फळणीकर, दोन डगरींवर पाय ठेवू नका. एक तर नोकरी मन लावून करा नाही तर पूर्ण वेळ संस्थेचंच काम करा.'' मग मीही विचार केला—वैभव गेल्यापासून मन नोकरीतही रमत नव्हतेच. संस्थेत सुद्धा दिवसभर त्या मावशींबरोबर साधनाला राहावे लागत असे. मग नोकरी सोडूनच द्यावी. विचार साधनाला सांगितला आणि नोकरीतून सुटका करून घेतली. स्वेच्छानिवृत्ती स्वीकारली.

0 0 0

ह्या चौदा मुलांबरोबर दिवस मजेत जात होते. मुले हळूहळू छान रमू लागली होती. आम्हाला त्या सर्वांची चांगली सवय होऊ लागली होती; त्यांनाही आमची. आमचे भावबंध छान जुळले. सुखदु:खाची, हसू-आसूची छान अनुभूती घेत होतो. आम्ही आमचा पोटचा गोळा गमावला होता. आमचे जणू सर्वस्वच गमावले होते. ते दु:ख कोणत्याही उपायाने नाहीसे होणार नव्हतेच. त्याचबरोबर 'ज्यासी अपंगिता नाही' अशांना घर दिले, प्रेम दिले तर आपले दु:ख कणभर तरी कमी होईल, अशी आशा होती. आई-वडील नसलेली मुले आपल्याकडे मायेच्या ओलाव्यासाठी आली होती. त्या मुलांचे दु:ख तर आपण नाहीसे करू शकणार नव्हतोच. त्यांना त्यांच्या जन्मदात्या आई-वडिलांची आठवण तर येणारच. आपण फक्त त्यांच्या दु:खावर हलकी फुंकर घालणार होतो. त्यांचे दु:ख हलके करण्याचा प्रयत्न करणार

होतो, अशीच भावना होती. आपण त्यांचे रक्षक आहोत, पालक आहोत, भरणपोषण करणारे आहोत, पण त्यांच्या आई-वडिलांची जागा घेऊ शकणार नाही, ह्या वास्तवाचे शहाणे भान होते.

कधी कधी तर वाटायचे, ही मुले आपण प्रेमाने वागवतोय-वाढवतोय; पण त्यांना असे तर वाटत नसेल ना की, आपण एक प्रकारे त्यांची 'कीव' करतोय? त्यांना त्यांच्या दुःखाची आठवण करून देतोय? संस्थेत नेहमीच पाहुणेमंडळी येत. ते मुलांबरोबर गप्पा मारत. त्यांच्याबरोबर विविध खेळ खेळत. त्या पाहुण्यांबरोबर कधी त्यांचे स्वतःचे मूल असे. सर्व मुलांना नेहमीच सर्वांनी स्वतःकडे लक्ष द्यावे, आपलेच लाड आई-बाबांनी करावेत, असे वाटत असते. ती संस्थेत आल्यावरदेखील लहान मुले आई-बाबांचे लक्ष स्वतःकडे वेधून घ्यायचा प्रयत्न करीत. मग आई-बाबादेखील त्यांचे लाड करत. जवळ बसवून घेत. प्रेमाने कुरवाळत. कधी मांडीत बसवत. अशा वेळी ही संस्थेतील मुले त्यांच्याकडे अशा काही आशाळभूत नजरेने पाहात की, त्या नजरा वाचता येत. पोटात कालवाकालव होई. नेहमी वाटे, ही संस्थेतील मुले असा विचार करत नसतील ना, की 'ही पाहुण्यांची मुले किती नशिबवान आहेत. त्यांचे स्वतःचे आई-बाबा त्यांच्या बरोबर राहतात. त्यांचे लाड करतात. मग आपले आई-बाबा कुठे असतील? का सोडून गेले ते आपल्याला? कधी भेटतील ते आपल्याला? आपल्याला कधी घरी नेतील?' मुलांच्या चेहऱ्यावर हे प्रश्न दिसले तरी मी समाधानकारक उत्तर देऊ शकणारच नव्हतो.

कधी कधी मनात येई, हे असे होण्यापेक्षा लहान मुलांना संस्थेत आणण्यास बंदीच करावी. पण पुढचा विचार लगेचच येई, असे काही करण्यापेक्षा पदरी पडलेलं दुःख मुलांना पचवायला शिकवायला हवे. उलटपक्षी जी मुले आई-बाबांसोबत मोठ्या लाडाने वाढताहेत, त्यांनाही समाजाची ही दुसरी बाजू समजावी. उपेक्षितांच्या अंतरंगांची दुरून का होईना, पण ओळख व्हावी. असे काही विचित्र नियम केले, तर समाज आपल्या संस्थेकडे पाठ फिरवेल. ज्यांच्या भरवशावर आपण हे काम सुरू केले, ही जबाबदारी स्वीकारली; तेच नाराज होऊन चालणार नाहीत.

मुलांना भेटायला तर खूप लोक येतच होते. असेच एकदा कोणी पाहुणे आले होते. ते एक जोडपे होते. सोबत त्यांचे चिमुकले बाळदेखील होते. आमचा अजय नावाचा मुलगा त्यांचे बारकाईने निरीक्षण करत होता. त्यांच्याकडे कुतूहलमिश्रित नजरेने पाहत होता. त्या अजयची मोठी बहीण पण आपल्याच संस्थेत राहत होती. अजयच्या मनात खळबळ सुरू असावी. त्याने एकदम येऊन मला विचारले,

"काका, त्या कोण आहेत त्या बाळाच्या?" मी सहज सांगितल्यासारखेच उत्तर दिले, "अरे, ती त्याची आई आहे." मग अजयचा पुन्हा प्रश्न, "मग माझी आई कुठंय?" त्याच्या बहिणीने ते ऐकले. तिच्याही मनात प्रश्नांचे काहूर माजले होते. ती पुढे आली. म्हणाली, "काका, माझी आई कशी दिसत होती हो?" काय देणार होतो मी ह्या प्रश्नांची उत्तरे? असे अनुत्तरीत करणारे प्रश्न मुले विचारत आणि आम्हीच विचारात गढून जात होतो. 'ठाऊक आहे का, तुज काही, कशी होती रे माझी आई?' ह्या जुन्या गाण्यातली कातर उत्सुकता मला त्या वेळी अनुभवता आली. असह्य वेदनांशिवाय दुसरे काय होईल अशा वेळी?

'आपलं घर' मध्ये नवीन मुले येत होती. येताना काही तरी दुःखाचे ओझे बरोबर आणत होती. येणारी बहुतेक पोरकीच असत. इथे आली की रमत होती. त्यांचे आई-वडील दोघेही कधी काळाने हिरावून नेलेले असत, तर कधी एकटी आई वारलेली, वडील परागंदा; तर कधी आईचा वडिलांनी खून केलेला आणि वडील तुरुंगात जन्मठेप भोगताहेत. अशा प्रत्येकाच्याच काहीतरी मने हेलावून टाकणाऱ्या कथा असत. नातेवाइकांना पण त्या मुलांना सांभाळणे जमणारे नसे.

असाच एक करण पोटे नावाचा गरीब आणि गुणी मुलगा. त्याची कथा काय सांगावी? तीही जीवाला चटका लावणारीच. 'आपलं घर' संस्थेचे उपाध्यक्ष श्री. भगवान दातारांचा एकदा पहाटे फोन आला. इतक्या सकाळीच फोन म्हणजे नक्कीच काहीतरी आणीबाणी असणार, हे मी समजलो. श्री. दातारांचा काहीसा तणावपूर्ण आवाज. म्हणाले, "फळणीकर, शक्य तितक्या लवकर ॲम्ब्युलन्स घेऊन या. आमच्या शेजारच्या इमारतीवरून एका माणसाने उडी मारून आत्महत्या केली आहे. ती केस ससूनला न्यायची आहे." अर्थात, मी लगेचच तिथे पोहोचलो. घटनास्थळी पोलीस आले होते. पंचनामा सुरू होता. नंतर त्या गृहस्थांना ससूनला नेले. तिथे काही वेळानंतर त्यांचे शवविच्छेदन झाले. वैकुंठला अग्निसंस्कारासाठी मीच त्यांना आणले. मी जरा इकडे-तिकडे करत होतो. वास्तविक ॲम्ब्युलन्स चालवायचा सराव झाला होता. तरीही अशी प्रत्येकच घटना माझ्या मनावर ओरखडे उमटवीत असे. या वेळीसुद्धा मी जरा अस्वस्थच होतो. तेवढ्यात माझे लक्ष झाडाखाली बसलेल्या एका वृद्ध गृहस्थांकडे गेले. त्यांच्या बाजूला चार छोटी मुले पण बसली होती. त्यापैकी एक जण कमी बुद्धीचा वाटत होता. उरलेली तिघं मुलं मात्र धाय मोकलून रडत होती. मी न राहवून त्यांच्या जरा जवळ गेलो. त्यांना धीर द्यायचा प्रयत्न केला. त्या मुलांची आई काही दिवसांपूर्वीच हे जग सोडून गेली

होती आणि आज त्यांच्या दुर्दैवाने वडिलांनी आपले जीवन संपवले होते, मुलांच्या भविष्याचा काहीही विचार न करता! बिच्चारे आजोबा त्यांना त्यांच्या परीने सावरत होते.

ते थकलेले आजोबा तिथेही जणू आधार शोधत होते. अगतिक झाले होते. ते माझ्याजवळ आले. म्हणाले, ''कसं हो या पोरांचं होणार? मी पण आता थकलो आहे. माझे आता असे किती दिवस उरलेत? मला कायमच्या काळजीत टाकून यांच्या बापानं आत्मघात केलाय. मी आता करू तरी काय?'' त्यांचा तो काळीज कापत जाणारा कातर स्वर ऐकून मी अक्षरश: घायाळ झालो. माझ्या तोंडून कसलाही मागचा-पुढचा विचार न करता शब्द गेले, ''आजोबा, तुम्ही काही काळजी करू नका. आहे ना 'आपलं घर'! मी अगदी मायेने सांभाळीन त्यांना.'' मी हे बोलून गेलो आणि त्या आजोबांना मनोमन दिलासा मिळाला, असे वाटले. तेव्हा तो विषय तिथेच संपला.

त्या घटनेनंतर सगळे सगळीकडे पांगले. आपापल्या उद्योगांना लागले. माझाही दिनक्रम सुरू होता. मीही मधून-मधून त्या मुलांच्या विचाराने व्यथित होई. वाटले, कोणी नातेवाइकांनी नेले असेल पोरक्या पोरांना. महिना उलटून गेला. एके दिवशी त्या पोटेआजोबांकडून मला त्यांच्या नातवंडांच्या पालनपोषणाविषयी विचारले गेले. मला सगळा इतिहास माहिती होताच. मी त्या मुलांना आपल्या संस्थेत दाखल करून घेतले. त्या गोष्टीलासुद्धा आता सात-आठ वर्षे झाली. आज करण पोटे 'आपलं घर' मध्येच आहे. त्याची बहीणही इथेच राहते. त्यांचा मतिमंद भाऊ मात्र मुंबईला मतिमंदांच्या शाळेत आहे. करण अतिशय गुणी तर आहेच, पण शालेय शिक्षणातदेखील तो अतिशय हुशार आहे. संस्थेतल्या व्यावसायिक प्रशिक्षणाचा पण तो फायदा करून घेतो. त्याने ऑफसेट प्रिंटिंगचा कोर्स पूर्ण केला आहे.

खरं तर मी अगदी नकळत्या वयापासूनच 'घटाघटांचे रूप आगळे, प्रत्येकाचे दैव वेगळे' ह्याचा अनुभव घेत होतो. पण आता अगदी खऱ्या अर्थाने ही उक्ती जगायला लागलो, 'आपलं घर' सुरू केल्यापासून. नियतीच्या कचाट्यात सापडलेल्यांना सुटकेचा रस्ता 'आपलं घर' दाखवते. अशीच एक काही वर्षांपूर्वी 'आपलं घर' मध्ये दाखल झालेली मुलगी कोमल चौधरी. तिची कहाणी अशीच अतिशय करुण, जीवघेणी. तिची सख्खी आई नाही. तिच्या वडिलांनी दुसरे लग्न केले. साहजिकच कोमल तिच्या सावत्र आईबरोबर राहू लागली. सुरुवातीचे काही दिवस बरे गेले. त्या सावत्र आईबरोबर तिची स्वत:ची मुलेपण राहात होती.

त्यांच्यात हिचा त्रास नको म्हणून सावत्र आईने कोमलचा छळ करायला सुरुवात केली. कदाचित कधी मारले असेल, कधी उपाशी ठेवले असेल; पण ह्या पुढची पायरी म्हणजे लोखंडी सळई तापवून तिने कोमलच्या डोक्यावर, गालांवर चटके दिले. अक्षरश: भाजून काढले. त्या वेळी कोमलचे वय होते सहा वर्षे. तिला 'आपलं घर'मध्ये येऊन आता आठ-नऊ वर्षे झाली.

ती संस्थेत आली, त्या वेळी तिच्या भाजल्याच्या जखमा स्पष्ट दिसत होत्या. चेहरा काहीसा विद्रूप झालेला. अतिशय दीनवाणा. आजी अगदी विनवणी करत होती— "माझ्या नातीचा ती बया जीवसुद्धा घेईल हो!" अशी काळजी तिच्या स्वरात भरली होती. "तुम्हीच तिचे मायबाप व्हा, तुम्हीच तिचा आता सांभाळ करा." असेही परत-परत सांगत होती. एकूण, सारेच ते काळजाचे पाणी करणारे होते. खरं पाहाता ही येणारी मुलगी 'पंधरावी' होती. वास्तविक 'आपलं घर'ची क्षमता 'चौदा' मुलांचीच होती. शेवटी तिच्या आयुष्याचा विचार केला. 'ती जर इथे राहिली नाही, तर तिच्या सोन्यासारख्या आयुष्याचे वाटोळे व्हायला वेळ लागणार नाही. ठीक आहे. चार घरी अजून अन्नधान्याची मागणी करू. पण तिचा सांभाळ करायलाच हवा. देवाठिकाणी नाहीतर क्षमा नाही.' आजी तर थकली आहे. ती तरी तिचे किती दिवस करू शकेल? कोमल 'आपलं घर'ची आणि आम्हा सर्वांचीच झाली ती त्या दिवसापासून. खरंचंच आजमितीला संस्थेचे ती एक भूषण आहे. शाळेतसुद्धा ९८% पेक्षा खाली कधीही येत नाही. त्यामुळे शाळेत नेहमीच पहिला नंबर. शाळेत त्यासाठी तिचा नेहमी सत्कार होतो.

अशीच अतिशय करुण कहाणी आहे प्रदीप शिंदेची. प्रदीप शिंदे मूळ साताऱ्याचा. प्रदीपच्या लहानपणीच वडील परागंदा झालेले. लहानग्या प्रदीपला घेऊन आई एका खोपटात राहत होती, काबाडकष्ट करत होती आणि प्रदीपला मोठ्ठे करायचे स्वप्न बघत होती. तोच तिच्या वंशाचा खऱ्या अर्थी 'दीप' होता. पण नियतीला हेही पाहवले नाही. प्रदीपची आई आजारी पडली. निदान झाले— कॅन्सरसारख्या असाध्य रोगाचे. साताऱ्याला काही उपचार झाले. डॉक्टरांनी अधिक चांगल्या उपचारांसाठी पुण्याला 'ससून'ला दाखल व्हायला सांगितले. प्रदीपने आईला ससूनला आणले. तोच आता कर्ता पुरुष झाला. प्रौढ झाला. त्यांना नातेवाईक नव्हतेच. ससूनमधे आईसोबत राहणार कोण? नववीत शिकणारा प्रदीपच हिमतीने म्हणाला, "आई, मी राहातो तुझ्यासोबत. तू कशाला काळजी करतेस? तुला तिथे चांगले उपचार होतील. तू चांगली बरीसुद्धा होशील."

आईला प्रदीपचे बोलणे पटले. तिला धीर आला. ती दोघे पुण्यात आली. प्रदीपनेच आईला ससूनला दाखल केले. उपचार सुरू झाले. 'आईला आज नाही तर उद्या बरे वाटेल. मी आईला घेऊन परत साताऱ्याला जाईन. शाळेत जाईन. शिकून मोठा होईन. आईचे कष्ट संपवून तिला सुखात ठेवीन.' अशी मनोराज्ये रंगवत प्रदीपने आईची अविरत सेवा केली. चार महिने इतका काळ स्वत:च्या खाण्यापिण्याचा विचार केला नाही. हॉस्पिटलमधल्याच एखाद्या वॉर्डबॉयने किंवा नर्सने काही दिले तर तो तेवढेच खाऊन राहात होता. कधी अर्धपोटी राहावे लागे, तर कधी अगदी उपाशीसुद्धा. आईच्या आजाराला उतार पडण्याची चिन्हे नव्हतीच. ती अधिकच खंगत गेली आणि एक दिवस ती तिच्या एकुलत्या एका लेकराला सोडून कायमची गेली. प्रदीपचे सारे जीवनच क्षणात अंधकारमय झाले. एका परमेश्वरा-व्यतिरिक्त त्याला कोण तारणारा होता? प्रदीपलासुद्धा माणसातील देवत्वाचा अनुभव आला. ससूनच्या कर्मचारीवर्गाने आणि तिथे सामाजिक कार्य करणाऱ्या श्रीमती संजीवनी गोहाड यांनी काही मदत गोळा केली आणि प्रदीपच्या आईवर अंत्यसंस्कार केले.

आता प्रदीप खरोखरच एकाकी झाला. मायेचा अखेरचा पण धागा तुटला. हा जाणार कुठे? ससूनच्या कर्मचाऱ्यांमागे परत ससूनमध्येच आला. साताऱ्याला जाण्यासारखे काहीच नव्हते. संजीवनीताईंनी ह्या मुलाचे पुनर्वसन करण्यासाठी प्रयत्न सुरू केले. त्यांनी अनेक सेवाभावी संस्थांमध्ये प्रदीपसाठी चौकशी केली; पण सगळीकडे नन्नाचा पाढा. प्रदीपसाठी कुठेही जागा नव्हती. संजीवनीताईंना मग 'आपलं घर' आठवलं. यापूर्वी काही कार्यक्रमांत आमची भेट झाली होती. तेवढी ओळख होतीच. एकदा आमची भेट झाल्यावर त्या म्हणाल्या, "फळणीकर, काही करता येईल का हो? हा मुलगा अनेक ठिकाणी स्वत: जातो. आईच्या मृत्यूचा दाखला दाखवतो. तो छातीशी कवटाळून रडतो. पण कोणालाच दया येत नाही. प्रत्येकच ठिकाणी ह्याची हमी कोण देणार? फॉर्मवर सही कोण करणार? वगैरेसारख्या तांत्रिक गोष्टी आड येतात. ह्याला कोणी जवळ करत नाही. तुम्ही काही कराल का?" हे सर्व बोलून झाल्यावर त्यांनी त्याची कहाणी थोडक्यात सांगितली.

मला ते काहीच सहन झाले नाही. मी तत्काळ त्यांना म्हणालो, "संजीवनीताई, बाकीचा तांत्रिक मामला नंतर बघू. त्याला अगदी आत्ताच्या आता 'आपलं घर'ला पाठवा."

दुसऱ्या दिवशी मी ऑफिसमधे गेलो. आधीच एक मुलगा ऑफिसमध्ये

बसलेला दिसला. चेहऱ्यावर आशा दिसत होती. काहीसा सुरक्षिततेचा भाव दिसत होता. मी म्हटले, ''कोण बाळा तू? काय काम आहे रे?'' तो म्हणाला, ''मी प्रदीप शिंदे. संजीवनीताईंनी मला पाठवलंय. हे आईच्या मृत्यूचे प्रमाणपत्र.'' त्याला बघून संजीवनीताईंनी सांगितलेली त्याची कथा डोळ्यांसमोरून सरकून गेली. त्याला ना भाऊ-बहीण ना काका-मामा. होती फक्त आई. आता तर तीही सोडून गेली. प्रवेशासाठी चाललेले त्याचे आर्जव पाहून माझ्या डोळ्यांत पाणी आले. मी त्याला हमी दिली. ''बाळ, तू आता एकटा नाहीस. आमचा झालास ह्या क्षणापासून. काही काळजी करू नकोस. हे 'आपलं घर' स्वत:चं समजून राहा. भरपूर शीक.''

हे ऐकल्यावर तो मनाने जरा स्थिरावल्यासारखा वाटला. त्याने त्याची वास्तविक अडचण सांगितली. म्हणाला, ''काका, माझे स्कूल लीव्हिंग सर्टिफिकेट बरोबर नाहीये.'' मी सांगितले, ''तू कशाची काळजी करू नकोस. तू फक्त शिकायचं मनानं ठरव. मी तुझी सगळी व्यवस्था करतो.''

आमचा 'प्रताप' नावाचा हरहुन्नरी किंवा चतुरस्र कर्मचारी आहे. त्याला प्रदीपबरोबर साताऱ्याच्या शाळेत पाठवायचे ठरविले. सोबत कोणत्या गोष्टींची पूर्तता करून हवी आहे, त्या संदर्भात पत्र दिले. शाळेने पूर्ण सहकार्य केले. प्रदीपला पुण्याच्या शाळेत नववीत प्रवेश दिला. तो नववी चांगल्या मार्कांनी उत्तीर्ण झाला. आता तो दहावीत शिकत आहे.

प्रदीपसुद्धा अत्यंत गुणी आहे. कोणत्याही कामात तो मागे नाही. अतिशय लाघवी आहे. जो कोणी कर्मचारी हजर नसेल, त्याचे काम प्रदीप मनापासून करतो. त्याला स्वच्छतेची आवड आहे. आश्रमाची स्वच्छता तो करतो. इतकेच नाही, तर स्वयंपाकघरातील मदतसुद्धा तो प्रेमाने करतो. स्वयंपाकघरातील मावशींना वाढण्यासाठी मदत करतो. आश्रमात लहान मुलांत कधी कधी भांडणे होतात. कोणी पडतात. मारामारी होते. त्या वेळी प्रदीप मोठ्या भावाच्या प्रेमाने, पडलेल्याला प्रेमाने उचलून घेतो. रागावला असेल, त्याची गोड शब्दांत समजून घालतो.

'आपलं घर'च्या औद्योगिक प्रशिक्षण केंद्रात ऑफसेट प्रिंटिंग शिकून तो पेपर डिशेश बनवण्याचे तंत्रही शिकला. प्रत्येक नवीन गोष्ट आत्मसात करायची, हा त्याचा गुण आहे. मला तर नेहमी वाटते, एका हाताने परिस्थितीने त्याच्या जीवनातून बरंच काही काढून घेतले आहे; तरीदेखील 'आपलं घर' दुसऱ्या हाताने त्याला समृद्ध करायचा प्रयत्न करते आहे. 'आपलं घर'चा प्रदीप आधारसुद्धा आहे.

वंचित, उपेक्षित, निराधार ह्यांच्यासाठी 'आपलं घर' आधारवड बनून राहिले आहे.

० ० ०

'आपलं घर'चे भाग्य खरोखरच खूप मोठे आहे. संपूर्ण महाराष्ट्राच्याच नव्हे तर भारताच्या भौगोलिक सीमा पार करून 'आपलं घर'चे नाव परदेशातही गेले आहे. काही उल्लेखनीय लेख, काही प्रसारमाध्यमांनी प्रसिद्ध केलेल्या मुलाखती, ह्या परदेशातील लोकांना वाचायला, ऐकायला मिळाल्या. 'आपलं घर'च्या कार्याची त्या परदेशस्थ नागरिकांना ओळख होऊ लागली. सौ. अश्विनी धोंगडे यांनी 'मेनका' मासिकात लिहिलेला 'अठ्ठावीस मुलांचे आईबाप' हा लेख तर खरोखरच साता समुद्रापलीकडे गेला. आमच्या एका हितचिंतक भगिनीने तर त्या लेखाच्या साधारण शंभर तरी झेरॉक्स कॉपीज स्वखर्चाने काढून आप्तेष्टांना, परिचितांना वाचायला दिल्या आणि असेसुद्धा अनेक हितचिंतक, देणगीदार 'आपलं घर'शी जोडले गेले. 'आपलं घर'चा परिवार विस्तारू लागला.

अनेक मान्यवरांच्या सहयोगाने, शुभेच्छांनी, 'आपलं घर' श्रीमंत होते आहे. समृद्ध होते आहे. पुण्यातले असेच एक मान्यवर व्यक्तित्व म्हणजे डॉ. मंदार परांजपे. त्यांची पुण्यात 'दर्पण' नावाची लॅबोरेटरी आहे. हे अत्यंत संवेदनशील आणि सहृदय व्यक्तिमत्त्व.

अशाच एका मणिकांचन योगाने 'दिलीप प्रभावळकर' संस्थेचे आश्रयदाते झाले. डॉ. मंदार परांजपे 'मी लॅब टाकली' हा एकपात्री प्रयोग नेहमी सादर करतात. शंभरावा प्रयोग 'भरत नाट्य मंदिर'मध्ये होणार होता. त्या प्रयोगासाठी प्रमुख पाहुणे मा. दिलीप प्रभावळकर येणार होते. डॉ. परांजपे ह्यांनी ह्या प्रयोगाची जाहिरातच अशी केली की, ह्या शंभराव्या प्रयोगाचे मिळणारे सर्वच्या सर्व उत्पन्न ते 'आपलं घर'ला देणार होते. अर्थातच प्रयोगासाठी येणारा खर्चदेखील ते त्यातून घेणार नव्हते. कार्यक्रमाला 'आपलं घर'च्या मुलांनाही आमंत्रण होतं. आम्ही मात्र त्या वेळी सर्वच मुलांना नेले नाही. त्यातली काही मोजकीच मोठी मुले घेऊन गेलो.

डॉ. मंदार परांजपे ह्यांनी कार्यक्रमाच्या प्रास्ताविकातच 'आपलं घर'ची सुरुवात कशी झाली, 'आपलं घर'चे कार्य कशा प्रकारचे आहे, अशा गोष्टींची ओळख करून दिली. त्याच वेळी पावणेदोन लाख रुपयांची थैली त्यांनी 'आपलं घर'साठी दिली. तीही मा. दिलीप प्रभावळकरांच्या शुभहस्ते. गंमत म्हणजे कार्यक्रमाचा प्रत्यक्ष निधी साठ हजार इतकाच जमला होता; पण श्री. परांजपे ह्यांनी उर्वरित

रक्कम देणगीदारांकडून गोळा केली होती.

डॉ. मंदार परांजपे ह्या वेळी फारच भारावले होते. त्यांनी 'आपलं घर'ची समग्र माहिती दिलीच; पण त्याबरोबर त्यांनी माझ्याविषयी पण बरेच काही सांगितले. वास्तविक मला अशा प्रसंगी फारच अवघडल्यासारखे होते. म्हणजे माझ्या हातून हे जे काही काम करून घेतले जातंय, ते परमेश्वरी प्रेरणेने, ह्याची मला पूर्ण जाणीव आहे. इतकेच नाही, तर आमच्या वैयक्तिक दु:खातून आणि व्यक्तिगत स्वार्थासाठी भावनिक गरज म्हणून हे कार्य उभे राहिले आहे, ह्या गोष्टीची पण मला पूर्ण आठवण आहे.

तर डॉ. मंदार परांजपे म्हणाले, " 'आपलं घर'चे श्री. विजय फळणीकर हे स्वत: ॲम्ब्युलन्स चालवतात. ती अगदी अल्पदरात गोरगरिबांना उपलब्ध करून देतात. ते स्वत: एक उत्तम हार्मोनिअमवादक आहेत आणि प्रसारमाध्यमांशी त्यांचे नाते जवळचे आहे. अनेक निराश्रितांसाठी चालणारी त्यांची ही संस्था अनेकांना नावाप्रमाणेच 'आपलं घर'च वाटते; इतकी आपुलकी त्या ठिकाणी अनुभवायला मिळते. अतिशय पारदर्शी कारभार हे त्यांचे वैशिष्ट्य आहे."

हे सर्व ऐकल्यावर श्री. दिलीप प्रभावळकर अतिशय भारावून गेले. त्यांनी एका वाक्यात स्वत:ची भूमिका मांडली. म्हणाले, "अशा संस्थेशी, माणसांशी मला स्वत:ला पण जोडून घ्यायला आवडेल."

मी मा. दिलीप प्रभावळकरांचे तेवढेच वाक्य मनावर कोरून ठेवले. डॉ. मंदार परांजप्यांच्या कार्यक्रमात मला मात्र दुहेरी फायदा झाला. एक तर पावणेदोन लाखांची थैली संस्थेला मिळाली आणि दिलीप प्रभावळकरांसारखा 'बहुरूपी' अभिनेता जिंदादिल माणूस आज आमचा व्हायला तयार झाला.

मला त्या रुपेरी क्षणांची फार वाट पाहायला लागली नाही. पाच-सहा दिवसांनीच श्री. प्रभावळकरांचा फोन आला. "मला पाच हजार रुपये 'आपलं घर'ला द्यायचे आहेत. कसे पाठवू आपल्याकडे? कोणी माणूस पाठवाल का? माझ्यासाठी ही तर लाखमोलाचीच संधी होती. कोणी माणूस कशाला पाठवायचा, स्वत:च जावे त्यांच्या घरी. त्यांचा पत्ता विचारून घेतला आणि गेलो त्यांच्या लॉ कॉलेजवरच्या घरी. मला त्यांचे घर, त्यांचे बोलणे अतिशय प्रसन्न वाटले. देणगी तर स्वीकारलीच, "पण 'आपलं घर' संस्थेचे विश्वस्त म्हणून संस्थेशी नवं नातं जोडलंत तर मला विशेष आनंद होईल." असा गोड इशारा पण दिला. आमच्या सुदैवाने प्रभावळकरांनी लगेच होकार दिला. वर असंही नम्रपणे म्हणाले, "विश्वस्त

म्हणून मी काम करीनच, पण त्यापेक्षा तुमच्यासोबत नुसते म्हणजे कोणताही पदभार न घेता काम करायला पण मला अधिक आवडेल.'' तिथून निघताना मन समाधानाने भरले. अत्यंत सज्जन, गुणी कलाकार; त्याहीपेक्षा एक भावनाशील माणूस आज आपल्या परिवारात सामील झाल्याच्या आनंदात निघालो.

त्यांच्या संवेदनशील मनाचा, सच्चेपणाचा पुढच्या प्रवासात अनेकदा प्रत्यय येत गेला. ते एक लेखक किंवा अभिनेते म्हणूनसुद्धा महान आहेत, हे मी वेगळे सांगायची गरजच नाही. 'आपलं घर'च्या डोणजे येथील वृद्धाश्रमाचा शुभारंभ होता. कार्यक्रमाचे प्रमुख पाहुणे म्हणून श्री. प्रभावळकरांचे नाव ठरले होते. त्याप्रमाणे ते निमंत्रणपत्रिकेतदेखील छापले गेले होते. त्यांचे येणे निश्चित होतेच. योग मात्र विचित्र आणि काहीसा दुःखद आला. तो असा की, प्रभावळकरांच्या सख्ख्या भावाचे गोव्यात दुर्दैवी निधन झाले, ते नेमके कार्यक्रमाच्या अगदी आदल्या दिवशीच. साहजिकच दिलीपजी गोव्याला गेले. पण दिल्या शब्दाचा सच्चा हा माणूस, कार्यक्रमाच्या दिवशी विमानाने डोणज्याला हजर झाला. म्हणाले, ''भाऊ गेला, हे तर क्लेशकारकच आहे; पण झाल्या गोष्टीला इलाज नाही. मी तुम्हाला शब्द दिला होता, तो पाळला पाहिजेच ही एक भावना, शिवाय उद्या समाज तुम्हाला नावं ठेवेल, की फुकटचा मोठेपणा मिरवायचा म्हणून नटांची नावं पत्रिकेत खोटीच छापतात आणि छोट्या कार्यक्रमाचे मोल वाढवतात.'' त्यात संस्थेची नाचक्की होऊ नये, हा त्यांचा विचार मला त्यांच्या मनाच्या मोठेपणाचाच निदर्शक वाटतो.

मी त्यांना संवेदनशील किंवा सहृदय म्हणतो त्याचे आणखी एक बोलके उदाहरण म्हणजे त्यांच्या व्यग्र जीवनक्रमातून जेव्हा पुरेसा वेळ मिळतो, तेव्हा ते फोन करून सांगतात, ''मी आणि माझी पत्नी आज डोणज्याला जातोय. तिथल्या मुलांबरोबर आणि आजी-आजोबांबरोबर आम्ही असेल ते जेवण जेऊन परत येऊ.'' तिथले सर्वच जण नेहमीच कोणा तरी पाहुण्यांची, वेगळ्या व्यक्तीची अगदी आतुरतेने वाट पाहत असतात. मग त्यांच्यासाठी आपल्या इतक्या व्यग्र जीवनशैलीतून जाणीवपूर्वक वेळ देणे, ही संवेदनशीलता नाही का? आणि सांगा, हा माणूस सहृदय असल्याशिवाय असा दुसऱ्यांच्या मनांचा विचार करेल?

'मानद संचालक' म्हणून त्यांचे संस्थेत नाव लागल्यावर डोणज्याला जेव्हा जेव्हा मीटिंग असेल तेव्हा ठरल्या वेळेच्या पूर्वी पंधरा मिनिटे ते हजर असतात. मग आमच्यासारख्या अगदी वेळेवरच पोहोचणाऱ्या किंवा कदाचित पंधरा मिनिटे उशिरा पोहोचणाऱ्यांना खजील व्हायची वेळ येते. दिलेली वेळ काटेकोरपणे पाळणे, हा

त्यांचा आणखी एक मला जाणवलेला गुणविशेष!

बरं, आपण तिथे पोहोचल्यावर ''सर, क्षमा करा हं, आम्हाला जरा उशीर झालाय,'' असं म्हटलं की, लगेच म्हणणार, ''तसं काही नाही हो, उलट मी लवकर आल्याने मला ह्या इथल्या रहिवासी मंडळींशी बोलायला वेळ नाही का मिळाला?'' मग आमचे तोंड बंद. असे ते मनानेसुद्धा उदार आहेत. शिवाय अशी परिस्थिती सकारात्मक दृष्टिकोनातून कशी हाताळायची, हेही त्यांच्याकडून शिकण्यासारखे आहे.

अशीच 'आपलं घर'ची चमकती मानद संचालक म्हणजे प्रसिद्ध अभिनेत्री मृणाल कुलकर्णी. मी बालचित्रवाणीत काम करत होतो, तेव्हापासून एक गुणी अभिनेत्री म्हणून तिचा आणि माझा परिचय होता. तिने बालचित्रवाणीसाठी एक छोटा कार्यक्रम देखील केला होता. संजीवनी गायकवाड ह्या एका भगिनीने आयोजित केलेल्या कार्यक्रमासाठी माझ्याच ओळखीने मी मृणालजींना प्रमुख पाहुण्या म्हणून घेऊन गेलो होतो. त्यांना त्या वेळी 'आपलं घर' संस्थेच्या कार्याविषयी समजले. त्या प्रभावित झाल्या आणि त्यांनीही 'मला काम करायला आवडेल' अशी इच्छा व्यक्त केली. गंमत म्हणजे, त्यानंतर त्या कुठेही कार्यक्रमाला गेल्या तर तिथले मानधन त्या 'आपलं घर' नावाने स्वीकारत. चित्रीकरणासाठी गेल्या तरी 'आपलं घर'ची माहितीपत्रके वाटतात आणि 'आपलं घर'साठी मदत मिळवतात. स्वत:च्या मुलाचा वाढदिवस पती व इतर कुटुंबीय ह्यांच्या समवेत संस्थेत येऊन साजरा करतात. त्यानिमित्ताने काही देणगीही संस्थेला देतात. 'आपलं घर'ची भाद्रपद महिन्यातली पहिल्या दिवशीची गणपतीची आरती मृणालजींच्या हस्ते असते. अगदी दर वर्षी.

मनात आले की, कधीही अगदी अचानकपणे संस्थेत येतात. कधीही रिकाम्या हातांनी येणार नाहीत. मुलांसाठी प्रचंड प्रमाणात खरेदी करतात. मुलांना आकर्षित करेल असा मोठ्ठा केक, भरपूर इतर खाऊ वगैरे घेऊन येतात. अख्खा दिवस मुलांसोबत व्यतीत करतात. अर्थात हे सर्व करतात हे विशेषच आहे; मला नेहमी कौतुक वाटते ते मात्र ह्या गोष्टीचे त्यांच्या व्यग्रतेतून स्वत:चा बहुमोल वेळ त्या मुलांसाठी देतात याचं!

ही मंडळी 'मानद संचालक' म्हणून संस्थेची जबाबदारी पार पाडतातच, पण याही पलीकडे जाऊन मुलांसाठी, वयोवृद्धांसाठी काही तरी केले पाहिजे, ह्या भावनेतून हे भूतलावरचे चमचमते तारे मुलांचा 'तो दिवस' लखलखीत करतात.

चमकदार करतात. त्यांच्या सहवासाने मुलांना अनामिक आनंद मिळवून देतात. त्याची कशीही मोजदाद करता येणार नाही.

ह्या मंडळींचा जिथे जिथे कोणत्याही कारणांनी संबंध येत असेल, तिथे ही मंडळी 'आपलं घर'चे कार्य पोहोचवतात. लायन्स क्लब, रोटरी क्लब अशाही संस्थांतून ही मंडळी देणग्या मिळवून देण्यात क्रियाशील असतात.

पं. सुरेशजींचा तर नेहमीच सक्रिय पाठींबा असतो. शुभेच्छा तर नेहमीच असतात. अगदी पहिल्या कार्यक्रमापासून त्यांनी दिलेले योगदान विशेष उल्लेखनीय आहे. पं. सुरेशजी वाडकर, दिलीप प्रभावळकर, मृणाल कुलकर्णी ह्या तिघांचे 'आपलं घर'शी असलेले ऋणानुबंध अतूट आहेत आणि हे आमचे परमभाग्यच मी मानतो.

0 0 0

संस्थेतील मुले किंवा वृद्ध मंडळी ह्या सर्वांनाच 'आपलं घर' ह्या नावाला साजेसेच अगदी घरगुती पद्धतीनेच वागवले गेले पाहिजे, हा माझा अलिखित आणि अटळ असा नियम आहे. त्यांना दोन वेळा चहा, नाश्ता, जेवण देणे; केवळ अन्न-वस्त्र-निवारा ह्या गरजांची पूर्तता करणे, इतर वेळ दूरदर्शन समोर बसवणे, म्हणजे त्यांची व्यवस्था बघणे— इतकाच मर्यादित विचार मला करता येत नाही. काही दयनीय परिस्थिती आल्यामुळेच ते आपल्या आश्रयाला आले आहेत. अगदी कोणीही आपला सुखाचा आसरा, नांदते घर आपणहून सोडत नाही. परिस्थितीमुळे त्यांना काही गोष्टी कराव्या लागतात. त्यांना आपण नि:शुल्क ठेवून घेतो म्हणून त्यांना कसेही निकृष्ट दर्जाचे जेवण द्या, फाटके-तुटके कपडे द्या, असे मला पटत नाही.

जे त्यांच्यासाठी करायचे ते उच्च दर्जाचेच करायचे. समाज आपल्याला जे भरभरून देतो; त्याचा विनियोग मुलांना आणि वृद्धांना चांगले कपडे, चांगल्या सुविधा, चांगले राहणीमान मिळावे म्हणून देतो. मग त्या 'लक्ष्मी'ला योग्य मानानेच वागवले पाहिजे. सगळेच जर असे पुरेपूर, किंबहुना जास्तच, जर समाज आपल्या पदरात टाकत असेल तर मग एकट्या 'आपलं घर' ह्या संस्थेनेच नाही, तर कोणत्याही संस्थेने चांगल्या दर्जाच्या सोई लोकांना दिल्याच पाहिजेत, हे माझ्या कायम मनात असते आणि मी तसेच वागायच्या प्रयत्नात असतो.

संस्थेतला कोणताही सण—मग तो पाडवा असेल, रंगपंचमी असेल किंवा दसरा-दिवाळी असेलह्नआपण घरी ज्या पद्धतीने तो विशिष्ट सण साजरा करतो, त्याच पद्धतीने संस्थेत साजरा केला जातो. रंगपंचमीला मुलांना रंगांची मनसोक्त

उधळण करायला मिळते. रंगात न्हायला मिळतं आणि नागपंचमी हा तर खास मुलींचा सण! 'पंचमीचा सण आला डोळे माझे ओले' अशा हळुवार आठवणी जागवणारा सण. या दिवशी मुलींचे हात मेंदीने रंगलेले असतात आणि नव्या बांगड्यांनी सजलेलेसुद्धा असतात. सगळेच सण-समारंभ-उत्सव साजरे होतात ते अशाच पद्धतीने.

बाहेरच्या स्पर्धांत मुलांनी भाग घ्यावा म्हणून 'आपलं घर' प्रयत्नशील असते. तशी संधी त्यांना दिली जाते. दिवाळी आणि मे महिना ह्या दोन मोठ्या सुट्टीच्या कालावधीत त्यांना पुण्याबाहेर सहलीला नेले जाते. कधी कोकणातली मनोहारी समुद्रसफर असते, तर कधी एखादे प्राणिसंग्रहालय बघायला नेले जाते. अशा सहलींसाठी प्रायोजकदेखील मिळतात. समुद्रात मुले मनसोक्त डुंबतात. तिथल्या निसर्गात रमतात. सर्कस असो, पथनाट्य असो, दर्जेदार संस्कारक्षम सिनेमा, नाटक असो; अशा कार्यक्रमांचा मुलांना जरूर आस्वाद दिला जातो. संस्थेत येताना दुःखाची चव तर त्यांनी पुरेपूर चाखलेली असतेच; पण इथे आल्यावर मात्र त्यांना आनंदाचे, हौसेमौजेचे रंग दाखवावेत आणि बाह्य जगाचा, वास्तवाचा, वास्तव जगातील सर्व प्रकारच्या स्पर्धांचा त्यांना अनुभव द्यावा; या वेगवान युगात त्यांचा चौरस विकास व्हावा, बिनभिंतीच्या शाळेतील शिक्षणसुद्धा त्यांना घेता यावे, ही प्रामाणिक धडपड असते.

असाच एकदा वारज्याच्या संस्थेच्या अंगणात मुलांसोबत गप्पा मारत होतो. मुलेसुद्धा अगदी मोकळेपणाने आपसात छान दंगामस्ती करत होती. कोणी माझ्याबरोबरच राहाण्याचा प्रयत्न करत होती. निरभ्र निळ्या आकाशाखाली ह्या चिमण्या पाखरांचा सहवास मन जणू शांतवत होता. दिवसभराचे ताणतणाव विसरायला लावत होता. असे मोजकेच क्षण अनुभवायला मिळतात; मग ते जपून ठेवावेसे वाटतात. आमच्या गोष्टी रंगात आल्या होत्या. इतक्यात विमानाचा आवाज आला. सहजच सर्वांचीच नजर उंच आभाळाकडे गेली. विमानाचा आवाज ऐकल्यावर खिडकीतून बाहेर डोकावयाचे नाही, तर घराबाहेर पळायचे, असे आतुर, औत्सुक्यपूर्ण बाल्य सर्वांनीच जपलेले असते. इथे तर सर्व बालकेच होती. वर मोकळे निरभ्र आकाश होते आणि विमानही पूर्ण दिसत होते. कोणाचे तरी कुतूहल चाळवले. तो मला म्हणाला, "काका, ते विमान पाहिलेत? कोण चालवतं ते? इतकं उंच कसं उडतं ते? खाली पडत नाही, असं अधांतरी चालत असताना?" मी म्हटले, "अरे, विमान वैमानिक चालवतो. विमान चालवतो त्याला वैमानिक म्हणतात."

पुन्हा प्रश्न, ''काका, विमानात दोघेच बसतात?'' त्यांची शंका बरोबर होती. कारण खूप उंचावर गेल्याने विमान छोटंसंच दिसत होते. पुन्हा मी सांगितले, ''नाही रे, आपल्या बसपेक्षा कितीतरी पटीने ते मोठे असते.'' आता त्याची आतुरता शिगेला पोचली. म्हणाला, ''काका, आपण बसू शकू विमानात?'' मी म्हणालो, ''का नाही, नशिबात असलं तर नक्कीच ती संधी मिळेल.'' मुलांच्या कल्पनांना, त्यांच्या उत्सुकतेला पंख फुटले. मला प्रत्येकाच्या चेहऱ्यावर त्यांची उंच-उंच भरारी घेण्याची इच्छा स्पष्ट दिसायला लागली.

असा संवाद घडला आणि डोक्यात सतत एक गोष्ट घोळू लागली—ह्या मुलांना विमानात बसायला मिळायलाच हवे. ती 'अनाथ' आहेत म्हणून त्यांच्या नैसर्गिक आकांक्षांचे पंख छाटायचे नाहीत, तर त्यांना ही संधी द्यायचीच. मनाशी पक्कं झालं. माझे तसे प्रयत्नदेखील सुरू झाले. पण अजून मनासारखा मार्ग सापडत नव्हता. अचानक एक किरण दिसला. त्याच वेळी 'एअर डेक्कन'सारख्या कंपन्या अगदी कमी दरात लोकांना विमानप्रवासाची सुविधा उपलब्ध करून देत. वास्तविक हा अगदी नावीन्यपूर्ण प्रघात विमान कंपन्यांनी सुरू केला होता. अनेक जण ह्या सोईचा फायदा घेत होते. ही कल्पना मूलत: कॅ. गोपीनाथ यांची होती. आपली महामंडळाची बस जशी कोणालाही प्रवासासाठी परवडते; अगदी तशाच पद्धतीने विमानप्रवास सामान्य जनतेच्या खिशाला परवडावा, ही सर्वसमावेशक भूमिका त्या मागे होती. अर्थातच तिकीट तसे बेताचेच होते, म्हणजे काही तरी तेराशे-चौदाशे वगैरे असे.

सर्व विचार करून झाला. मुलांना विमानप्रवास घडवावा, हे तर निश्चित होतेच; पण इतक्या पंधरा जणांना प्रवासाला नेणे तसं काही जमेल, असे वाटत नव्हते. पण ज्याने हा प्रश्न विचारला होता, त्याला तरी विमानातून प्रवासाला न्यावे, हे मात्र वारंवार मनात येत होतं. पण केवळ त्याने प्रश्न विचारला म्हणून त्याला नेणे, हेही ठीक नव्हते. काही तरी निमित्त हवेच होते आणि योगायोगाने घडलेही तसेच.

आपल्या संस्थेत दर वर्षी 'सर्वोत्तम विद्यार्थी' असा एक संस्थेअंतर्गत पुरस्कार दिला जातो. त्यासाठी एक मुलगा आणि एक मुलगी निवडली जाते. ह्यासाठी त्या मुलांची संस्थेतली वर्षभराची वागणूक, शाळेतली अभ्यासातली प्रगती, अशा गोष्टींचे निकष लावून ही निवड केली जाते. त्या मुलांना संस्था काहीतरी बक्षीस देते. त्या वर्षी 'बाळासाहेब डोंगरे' व 'कोमल चौधरी' ही दोन मुलं निवडण्यात

आली होती. माझ्या मनात आलं की, मग काहीतरी वेगळे बक्षीस देण्यापेक्षा ह्या दोन मुलांना एक आगळंवेगळं बक्षीस म्हणून विमानप्रवास घडवला तर? केवळ विचारानेच माझ्याच अंगावर रोमांच उभे राहिले. मी ती एक हजाराची तिकिटे आरक्षित केली. पुणे-अहमदाबाद हा प्रवास ठरला. कारण एक तर प्रवासाचा कालावधी काहीतरी तास-दीड तासाचा होता. शिवाय अहमदाबादला माझा मित्र राहात होता, म्हणजे राहण्याच्या सोईचा पण प्रश्न नव्हता.

प्रवासाची तयारी मोठ्या उत्साहाने सुरू झाली. मुले आनंदात होती. त्यांना विमानप्रवासाचा त्यांच्या दृष्टीने अप्राप्य असा विलक्षण क्षण अनुभवता येणार होता. ती अगदी खऱ्या अर्थाने त्या क्षणापासूनच हवेत तरंगत होती. गंमत मात्र अशी झाली की, प्रवासाच्या तारखेच्या एक आठवडा आधी काही कारणाने त्या विमान कंपनीच्या पुणे-अहमदाबाद ह्या फेऱ्या रद्दच झाल्या. अर्थात त्या विमान कंपनीची मला मेल आली. आमचे तिकिटांचे पैसे परत मिळून ते बँकेत जमा होणार होते. त्या अर्थी आमचे खरंच काही नुकसान नव्हते. मी मात्र अतिशय नाराज झालो. हवेतून दाण्कन आपटल्यासारखेच झाले. मुलांचा पण विरस होणार, हे स्पष्टच होते. काही दिवस त्यांच्या चेहऱ्यावरचे हसू मावळले. मला वाटले, ‘मुलांना आता माझ्याविषयी विश्वासच वाटेनासा होईल. त्यांना कदाचित असंसुद्धा वाटेल, काकांनी खरंचंच तिकिटे काढली होती की, आपल्याला नुसतेच भुलवत होते?’

माझ्याकडे त्या कॅ. गोपीनाथांचा मेल आयडी होताच. ह्या प्रकारानंतर मी त्यांना त्यांच्या भावनेला हात घालणारे पत्र पाठवले. त्या पत्राचा आशय साधारण असा होता की, ‘मी ज्या मुलांना आपल्या विमानसेवेचा आनंद देणार होतो, ती दोनही मुले अनाथ आहेत. त्यांचे विमानात बसायचे एक रम्य असे स्वप्न होते. त्यांचा हा प्रवास म्हणजे संस्थेतर्फे देण्यात येणारे एक अनोखे बक्षीस होते. आपल्या ह्या ‘सेवा बंद’ प्रकारामुळे आमचे मनसुबे धुळीला मिळाले. कदाचित त्या मुलांच्या मनात माझ्याविषयी अविश्वासदेखील निर्माण झाला असेल.’ वगैरे. मेल तर पाठवली. उत्तर नाही. चिकाटीने मीही पुन:पुन्हा साधारण दोन-तीन महिने मेल पाठवत होतो, पण उत्तरे कशाचीच येत नव्हती. मी अगदी न विसरता दिनक्रमाचा भाग म्हणून मेल तपासत होतो. एके दिवशी आश्चर्याचा सुखद धक्काच बसला. मेल तपासताना कॅ. गोपीनाथांची मेल आढळली. त्यात त्यांनी अतिशय उदार मनाने म्हटले होते, ‘मला क्षमा करा. मी आपली मेल फार उशिरा वाचली. आमची पुणे-अहमदाबाद विमानसेवा रद्द झाल्याने तुमच्या मुलांची मने दुखावली गेली आणि त्याची भरपाई

म्हणून आमच्या पुण्याहून जाणाऱ्या कोणत्या तरी मार्गावरील मोठ्या शहरात आपल्या सर्वच मुलांना हवाई-सफर घडवण्याची मी ग्वाही देतो. ह्या पंधरा ऑगस्टलाच ही सफर आयोजित करावी, असा आमचा विचार आहे. आपण आपल्या मुलांच्या नावाची यादी, वय इ. विषयीचा तपशील जरूर कळवा. अर्थात, ह्या वेळी ह्या सेवेसाठी आपल्याला एकही पैसा भरावा लागणार नाही.' ही मेल वाचली आणि मला परमानंदच झाला म्हणा ना! माझा माझ्या डोळ्यांवर विश्वासच बसला नाही. अगदी खऱ्या अर्थी 'आंधळा मागतो एक डोळा आणि देव देतो दोन डोळे' अशी विलक्षण अवस्था झाली. मी जराही विलंब न लावता कॅ. गोपीनाथांना आभाराची मेल पाठवली, पण त्याबरोबर सर्व मुलांची यादीही न विसरता पाठवली.

आता मधले दिवस नुसतेच गोड प्रतीक्षेचे होते. प्रत्येकात काही तरी वेगळाच उत्साह संचारला होता. अखेर तो सोनियाचा अविस्मरणीय दिवस उगवला. १५ ऑगस्ट २००५ ह्या खऱ्या अर्थी संस्मरणीय दिवशी आमची सर्व मुले आणि आम्ही 'पुणे-बंगलोर' ह्या सफारीला निघालो. त्या विमानात खास मुलांसाठी विशेष सेवा पुरविण्यात आल्या होत्या. नुसत्या विमानातच नाही, तर पुण्यात एअरपोर्टवरसुद्धा गेल्यावर हवाईसुंदरींकडून ह्या मुलांचे विशेष स्वागत. प्रत्येकाला स्वतंत्र खाऊचे पुडे, पाण्याची बाटली, छोटंसं गिफ्ट. कॉकपिटमध्ये प्रत्येकाला प्रवेश करता आला. सोबतीला एक छायाचित्रकार—असा काहीसा व्ही.आय.पी. स्वरूपाचा थाट होता.

विमानाचा कॅप्टनसुद्धा ह्या मुलांबरोबर छान संवाद साधत होता. बंगलोरला उतरल्यावर सर्वांचा ग्रुप फोटो एअर डेक्कनच्या काऊंटरवर काढला गेला. विमानात वाचायला जे मॅगेझिन असते, त्यात पूर्ण एक पान मुलांच्या ह्या सफरीची माहिती दिली गेली. त्या वेळी सोळा मुले आमच्यासोबत होती. त्या सर्वांनीच विमानप्रवासाचा म्हणजे एका अर्थी हवेत उडण्याचा आनंद लुटला.

बंगलोरहून आम्ही चेन्नईला गेलो. मुलांना पुन्हा नवा छान अनुभव. त्यांना चेन्नई फिरून दाखवायची होती. चेन्नईला एक सज्जन गृहस्थ आमची बडदास्त ठेवत होते. त्यांचे नाव मिस्टर के. पद्मनाभन्. 'आपलं घर'चे मा. विश्वस्त श्री. नरेश अय्यर ह्यांचे ते साडू. के. पद्मनाभन् ह्यांनी मुलांना फिरायला वातानुकूलित गाड्या ठेवल्या. एका प्रशस्त मंगल कार्यालयात त्यांची राहाण्याची सोय केली. जेवण बनवण्यासाठी खास आचारी नेमला होता. जेवणासाठी, तसेच नाश्त्यासाठी तो आचारी खास दाक्षिणात्य पदार्थ बनवत होता. असा सर्व शाही थाट होता. श्री. के. पद्मनाभन आणि 'आपलं घर'चे आजही जिव्हाळ्याचेच संबंध आहेत. ते आपले

देणगीदारही आहेत. त्यांच्याविषयी माझ्या मनात नेहमीच कृतज्ञतेचा भाव जागता असतो.

अशी ही हवाई सफर मुलांच्या मनावर कायम कोरली गेली.

संस्थेतल्या प्रत्येकाच्या क्षमतेनुसार त्याचे त्याला अवकाश मिळवून देण्याचा माझा नेहमीच प्रयत्न असतो. एकदा सहज मनात आले— आपल्या संस्थेत जो बाळासाहेब डोंगरे आहे, तो चांगला हुशार आहे, चुणचुणीत आहे. त्याची आपले राष्ट्रपती मा. अब्दुल कलाम ह्यांच्याबरोबर भेट झाली पाहिजे. स्वत: कलामजींचे बालपण तसे गरिबीत गेलेले असल्यामुळे त्यांना सामान्य माणसांची चाड आहे ह्याची मला खात्री होती. एम. आय. टी. कॉलेजच्या मदतीने मी बाळासाहेब डोंगरेचे दिल्लीचे विमान तिकीट वगैरे काढले. मा. राष्ट्रपतींबरोबर भेट ठरवून घेतली.

बाळासाहेब डोंगरेचे भाग्य थोर. ठरल्याप्रमाणे सर्व कार्यक्रम व्यवस्थित पार पडला. तो कलामजींना भेटला. त्या दोघांनी दुपारचे जेवण बरोबरच घेतले आणि दोघांचे एकत्रित बरेच फोटो काढले गेले. संध्याकाळी तो विमानानेच परत पुण्याला सुद्धा आला. आल्यावर तो इतका खुलला होता की, इतरांना त्याच्या भाग्याचा हेवाच वाटावा. तो जणू एका रात्रीत मोठा झाला. ही बातमी सर्वदूर पसरली. वर्तमानपत्रांनी ह्या घटनेला प्रसिद्धी दिली; मग निरनिराळ्या संस्थांतून, शाळांमधून त्याच्या मुलाखती वगैरे सुरू झाल्या.

ही बातमी त्याच्या गावाकडे भावाच्या कानावर जायला वेळ लागला नाही. भावाचे मन पालटले. त्याला एके काळी नकोसा झालेला बाळासाहेब आता प्रसिद्धीच्या झोतात आल्यावर हवासा वाटला. त्या भावाने बाळासाहेबाला गोड बोलून परत गावाकडे नेले. वास्तविक तो जाऊ नये, असे मला वाटत होते. पण मी सांगूनसुद्धा बाळासाहेब ऐकायला तयार नव्हता.

गावाकडे गेल्यावर काही दिवसांतच त्याचे फोन सुरू झाले. ''काका, माझे इथे हाल होत आहेत. शेतात काम तर करावं लागतंच, पण भाऊ-वहिनी खूप त्रास देतात. पोटभर जेवणही मिळत नाही. मी परत पुण्याला येतो. मला घेऊन जा.'' पण आता परत तो आल्यावर टिकेल ह्याची खात्री नव्हती. मी काहीच हालचाल केली नाही. संस्थेतून एकदा बाहेर गेल्यावर खरंतर जाणाऱ्यांना परत येण्याची मुभा नसते.

'झी टी व्ही' मराठीवर जेव्हा लिटिल चॅम्प्सनी छोटा पडदा व्यापून टाकला होता. त्यांच्या देवदत्त आवाजांनी ती संगीत स्पर्धा गाजवली होती. त्या वेळी 'आपलं घर'च्या मुलांना त्या कार्यक्रमाच्या प्रत्यक्ष चित्रीकरणात सहभागी होता

आले. 'सारेगमप'चे निर्माते श्री. राजन डांगे माझे चांगले मित्र आहेत. त्यांनी 'आपलं घर'च्या सर्व मुलांना कार्यक्रमाचे खास निमंत्रण दिले होते. हा एक वेगळाच, झगमगत्या दुनियेचा अनुभव घेण्यासाठी सर्व आसुसलेली होती. इतर सर्व श्रोते जे आपण त्या पडद्यावर पाहातो, तसेच लोकांनी आपल्याला पाहिले तर किती मज्जा येईल? त्यांच्या मनातला विचार मला त्यांनी न सांगताच समजला होता. सर्व लहान मुलांसाठी एक खासगी बस ठरवली. मुंबईतील 'फेमस' नावाच्या स्टुडिओत सर्वांना नेले. आता आपण सर्वत्र टीव्हीवर दिसणार, ह्या स्वप्नवत वाटणाऱ्या कल्पनेत मुले रमली होती. स्टुडिओत पोचलो. तिथे ह्या सर्व मुलांची खास तैनात ठेवली होती. त्यांची खास बैठकव्यवस्था होती. खाऊचे प्रत्येकाला स्वतंत्र पॅक्स् होते. छान बिल्ले दिले गेले होते. एकूणच श्री. राजन डांगे स्वत: व्यवस्था बघत होते. सर्वांनाच व्ही.आय.पी. वागणूक दिली गेली. ठरल्या वेळी कार्यक्रम सुरू झाला. मुलांचे चेहरे कॅमेऱ्यात उजळत होते. चमकत होते. एक अनामिक आनंद सर्वांच्या चेहऱ्यावर विलसत होता. श्री. अवधूत गुप्ते, वैशाली सामंत, शिवाय स्वत: श्रीमती पल्लवी जोशी ह्यांनी 'आपलं घर'च्या बालचमूंचा खास उल्लेख केला. अनेकदा त्यांच्यावर कॅमेरा फिरवला गेला. अर्थात प्रत्यक्ष कार्यक्रमाच्या वेळी मात्र मला थोडेसे टेन्शन होते. पण मी जेव्हा त्या एपिसोडचे प्रसारण घरी बघितले, तेव्हा आमच्या प्रत्येक बच्छड्याचा उजळलेला चेहरा पाहून मिळालेले समाधान अवर्णनीय आहे. प्रत्यक्ष स्टुडिओमध्ये श्री. राजन डांगे ह्यांनी ह्या मुलांची अशी खाशी तैनात ठेवली, तो त्यांच्या अधिकाराचा भाग म्हणू या. पण त्यांच्यातल्या माणूसपणाचे दर्शन घडले, जेव्हा आम्ही पुण्याला यायला निघालो तेव्हा, स्वत: सर्व शूटिंग व्यवस्था सांभाळून बसपर्यंत निरोप देण्यासाठी बसजवळ आले तेव्हा. इतकंच नाही तर 'आपलं घर'साठी अकरा हजार रुपयांची देणगी देखील दिली. असा सर्वार्थाने मोठ्या मनाचा हा माणूस!

त्या दिवसापासूनच सुप्रसिद्ध गायिका वैशाली सामंत 'आपलं घरची' कुटुंब सदस्या झाली. 'आपलं घर'वर तिचे नितांत प्रेम आहे. अगदी आठ दिवसांच्या आतच, त्या कार्यक्रमानंतर जेव्हा ती पुण्यात तिच्या खासगी कामासाठी किंवा कार्यक्रमासाठी आली, तेव्हा ती आवर्जून संस्थेतील सर्व मुलांना भेटायला आली. स्वत:चे प्रसिद्धीचे वलय विसरून आमच्या मुलांसमवेत जेवली, हसली, खेळली, नाचली आणि कोणतेही आढेवेढे न घेता गायलीसुद्धा. सर्व मुलांची मने तिने अल्पावधीतच जिंकून घेतली. जाता-जाता 'आपलं घर'साठी रु. १०,०००/-ची

देणगी दिली.

या वेळेपर्यंत 'आपलं घर'चे वृद्धाश्रमाचे युनिट सुरू झाले होते. आता माझ्या मनात ह्या वृद्धांचे पण फेमस स्टुडिओमध्ये नेऊन चित्रीकरण करावे, हा विचार येऊ लागला. ज्यांच्या आयुष्याची तिन्हीसांज झाली आहे, अशा मंडळींना झगमगते जग दाखवावे, ही इच्छा जबरदस्त होती. मग मीच श्री. राजन डांगेंना फोन करून विनंती केली आणि अर्थातच श्री. राजन डांगेंनी संमती दिल्यावर आम्ही ठरल्या दिवशी स्टुडिओत गेलो आणि तशाच शाही इतमामात आजी-आजोबांचे कार्यक्रमात प्रत्यक्ष चित्रीकरणाच्या सेटवर जंगी स्वागत झाले. सारेगमप लिटिल चॅम्प्सनी त्या वेळी लोकांना अक्षरश: वेड लावले होते. अशा कार्यक्रमाचा एक छानसा अनुभव आजी-आजोबांनी पण घेतला. तो कार्यक्रम होता 'स्वप्न स्वरांचे नवतारुण्याचे' कदाचित गत आयुष्यात असे प्रसिद्धीच्या झोतात येण्याचे स्वप्न त्यांनी कधी पाहिले नसेलही, पण ह्या सरत्या वयात त्यांना हा आनंद घेता आला. अर्थात मलापण धन्य वाटले. तरी ह्यात माझे स्वत:चे कर्तृत्व काय हा प्रश्न पडतोच कारण अशा उपक्रमांना समाजच पैसा देत असतो. मी फक्त त्याचे माझ्या दृष्टीने योग्य नियोजन करतो इतकेच! आजही कधी त्या कार्यक्रमाची, चित्रीकरणाची आठवण निघाली की आमचे आजी-आजोबा मोहरून जातात. असा हा गोड-सुखद अनुभव त्यांनी आपल्या काळजाच्या कुपीत जपून ठेवलाय.

ह्या अनुषंगाने 'आपलं घर'च्या पत्रिकेत असाच एक भाग्ययोग जुळून आला तो पुण्यात स्व. वसंतराव देशपांडे स्मृती समारोह होता, तेव्हा! रसिकांच्या मनात अल्पावधीत आणि अल्पवयात विराजमान झालेली ही मंडळी म्हणजे जणू पंचरत्नेच. आर्या, प्रथमेश, रोहित, कार्तिकी आणि मुग्धा ह्या सर्वांना त्या संगीत समारोहात गाण्यासाठी पाचारण केले होते. पुण्याची शान असा हा संगीत समारोह आणि त्यात ही रत्ने गाणार होती. सर्वांचीच उत्कंठा शिगेला पोहोचली होती. पण त्यापूर्वीच कसेही करून ही मुले 'आपलं घर'मधे घेऊन यावी, असे सारखे वाटत होते. वास्तविक त्यांच्या आवाजाच्या, आरोग्याच्या दृष्टीने त्यांच्यावर काही बंधने होती. तरीही मी संस्थेत येण्याच्या दृष्टीने प्रयत्न करायचे ठरवले. अगदी लहान वयातच प्रसिद्धीचे-प्रतिष्ठेचे पंख फुटू लागलेली ही मुले स्टेजवर न घाबरता सुरेल गातात कशी, सहजतेने वावरतात कशी ते आमच्या मुलांनी पाहिले होतेच, अर्थातच दुरूनच. त्यांचा सोनपंखी, सुरेल सहवास 'आपलं घर'च्या मुलांना मिळावा आणि त्या पाचही जणांचे मनाजोगते कौतुक करावे, असे वाटत होते. मी श्री. राजन

डांगेंना तशी विनंती केली. त्यांनी त्वरेने होकारदेखील दिला.

माझ्यात नवाच उत्साह संचारला. त्यांच्या स्वागताच्या, आदरातिथ्याच्या निरनिराळ्या योजना मनात आकार घेऊ लागल्या. त्यांना काही संस्मरणीय असाच आनंद द्यायचा, हे तर निश्चितच होते.

'लिटिल चॅम्प्स'चा संस्थेत येण्याचा दिवस उगवला. सर्वच जण अतिशय आनंदात होते. आपल्या आवडीचे कोणी घरी येणार असल्यावर जसा वेळ जाता जात नाही, 'येणारी व्यक्ती अजून कशी येत नाही' असे वाटते ना, तसेच सर्वांचे झाले होते. आमची सर्व मुले छान नटून तयार झाली होती. संस्थेचे आवार पण सजवले होते. सगळीकडेच जणू नवचैतन्य जाणवत होते. त्यांच्यासाठी खास केळीच्या पानावर उकडीच्या मोदकांचा बेत जेवणासाठी केला होता. वैशाली सामंतचा लाडका 'उकडीचा मोदक' म्हणजे प्रथमेश लघाटे त्यात होताच ना! रसिकांना पण ते नाव जास्तच भावले होते.

ठरल्याप्रमाणे 'लिटिल चॅम्प्स' आले. त्यांचे जोरदार स्वागत झाले. त्यांना जवळून पाहायला, भेटायला, त्यांचे मनापासून कौतुक करायला खूप लोक जमले होते. आमचे सर्व विश्वस्तही होते. स्नेही, हितचिंतक, परिचितांसह अनोळखी चेहरेही त्या गर्दीत दिसत होते. पुण्यातल्या वृत्तपत्रांनी 'आपलं घर' आणि 'लिटिल चॅम्प्स'चा हा भेटीचा कार्यक्रम आधीच काही दिवस जाहीर केला होता. 'आपलं घर'ची सर्व मुले आणि लिटिल चॅम्प्स एकमेकांशी छान मिळून-मिसळून वागत होते. गप्पा मारत होते. एकमेकांचे अनुभव शेअर करत होते. लिटिल चॅम्प्स गाणी म्हणत होते. एकूणच छान खेळीमेळीचे आणि उत्साहाचे वातावरण होते.

ह्या 'लिटिल चॅम्प्स'ना काही तरी वेगळी, कायम मनात राहील अशी अनोखी 'भेट' द्यावी, हे तर फारच मनात होते. खूप विचार केल्यावर एकदम वाटले, त्यांना हेलिकॉप्टरमधून फिरवता आले तर? पण हे कसे घडावे? एकदम लक्षात आले—माझे परममित्र श्री. रमेश गरवारे, म्हणजे गरवारे उद्योगसमूहाचे सर्वेसर्वा—त्यांचे स्वत:चे खासगी हेलिकॉप्टर आहे. त्यांनाच याविषयी विचारावे, असे वाटले. मी श्री. रमेश गरवारेसरांना तशी विनंतीदेखील केली. त्यांनी ती लगेचच मान्यसुद्धा केली. अर्थात मी इतक्या विश्वासाने अशी मागणी त्यांच्याकडे केली, इतके त्यांचे आणि माझे संबंध अतूट आणि जिव्हाळ्याचे आहेत. 'आपलं घर'ची उभारणी करताना सर्वार्थाने पाया ठरावा अशी भक्कम देणगी त्यांनी देऊन आम्हाला उपकृत केले आहे. आमचे ते आजही आधारस्तंभ आहेत.

श्री. गरवारेसाहेबांचे हेलिकॉप्टर काही खासगी कामासाठी त्याच दिवशी त्यांच्या वाईच्या फार्म हाऊसवर गेले होते. आम्ही जी वेळ ह्या हवाई फेरीसाठी निश्चित केली होती, त्या नियोजित वेळी त्यांनी ते हेलिकॉप्टर पुण्याला मागवून घेतले. सर्वांची हसत, खेळत, गप्पा मारत जेवणे झाली आणि त्या पंचरत्नांना मी श्री. गरवारेसाहेबांच्या हेलिपॅडपर्यंत नेले. श्री. गरवारेसाहेबांच्या कृपेने त्यांच्या खासगी हेलिकॉप्टरमधून ह्या 'रत्नांनी' गगनभरारी घेऊन पंधरा ते वीस मिनिटे इतकी हवाई सफर केली. एकूण, तो सगळाच दिवस सगळ्यांनाच हवेत तरंगायला लावणाराच होता. दुसऱ्या दिवशी सर्व विस्तृत वृत्तांत सर्वच वर्तमानपत्रांत झळकला.

0 0 0

आश्रमात येणाऱ्या मुलांची संख्या वाढत होती; पण आता वारज्याच्या आश्रमाची मुले सामावून घेण्याची क्षमता संपली होती. अनेकांना निराश होऊन परत जावे लागत असे. माझ्या मनाची ह्या प्रकारामुळे विचित्र उलघाल होत असे. आपली समाजाला गरज आहे आणि ती पूर्ण करण्यास आपण समर्थ नाही, असा विचार मनात वारंवार येत असे. आणखी एखादा अनाथ मुलांसाठीच प्रकल्प सुरू करावा, असे वाटत होते. वारज्याच्या अनाथाश्रमाचे काम सुरळीत सुरू होते. त्याच प्रकारचा एक मुलांचा आश्रम आणि त्याबरोबरच वृद्धाश्रमसुद्धा सुरू करायचा ही कल्पना मनात मूळ धरू लागली. वास्तविक वृद्धाश्रम ह्या कल्पनेच्या विरोधातला मी माणूस; पण अलीकडे मात्र वृद्धाश्रमांची गरज भासू लागली—समाजाला आणि मलासुद्धा.

अनाथाश्रमातली मुले चांगली राहत होती. रमली होती. पण घरच्या संस्कारांचे एक वेगळे मूल्य असते; ते संस्कार त्यांना मिळत नाहीत, त्यापासून ती वंचित राहतात, असे वाटत होते. शिवाय अनेक वृद्धाश्रमांची वाढती प्रतीक्षायादी पाहून आपण वृद्धांसाठी काही काम करावे, हे मनात होतेच. खरे सांगायचे तर याही पुढे जाऊन लहान मुलांच्या आश्रमात आजी-आजोबा हवेतच, ही माझी भावनिक गरज होती. एक तर घरच्या अपरिहार्य परिस्थितीमुळे मला माझ्या आजी-आजोबांची मऊ सायीची माया मिळाली नव्हती. मी आणि साधना भविष्यकाळाची स्वप्ने रंगवत होतो. आपण वैभवच्या मुलांचे आजी-आजोबा होऊ. नातवंडांचे चिमुकले बोट हाती धरून त्यांना शाळेत घेऊन जाऊ. बागेत नेऊ. फुगे घेऊन त्यांच्याबरोबर वय विसरून खेळत राहू. घरी आल्यावर ती खूपच दमली असतील, असे मानून त्यांचे गोजिरवाणे पिटुकले पाय दाबून देऊ. त्यांना लागतील तेवढी खेळणी, खाऊ

आणून देऊ. चिऊ, काऊची, परीराणीची, दुष्ट राक्षसाची गोष्ट सांगून त्यांचे मनोरंजन करू. त्यांच्यावर सर्वोत्तम संस्कार करून त्यांना कर्तव्यदक्ष नागरिक बनवू... हे रेखाटलेले चित्र दुर्दैवाच्या एकाच फटकाऱ्यानिशी विस्कटले गेले. मग आता ते स्वप्न काही अंशी पूर्ण करण्यासाठी तरी वृद्धाश्रम काढून मुलांना आजी-आजोबा मिळवून द्यायलाच हवेत, असे वाटू लागले.

माझ्या स्वभावानुसार डोक्यात एखादा विचार पक्का झाला की मग मला स्वस्थता नसते. साधनाला आणि विश्वस्तांना हा नवीन प्रस्ताव सांगितला. त्यांची मान्यता मिळाली. मग मी आणि साधना एखादी जागा मिळविण्याच्या मोहिमेत गुंतलो. पुण्याच्या चौफेर साधारण पन्नास-साठ किमी. पर्यंत जागा घ्यावी, असेच वाटत होते. तसा शोध घेणे सुरू झाले. पुण्यापासून दूर जाण्याचा हेतू मात्र एकच होता, तो म्हणजे निसर्गाच्या सान्निध्यात सर्वांना राहता यावे. शोध घेता-घेता सिंहगडाच्या पायथ्याशी गोळेवाडी इथली एक जागा एका एजंटकडून समजली. चला, सुरुवात तर झाली. तो शुभशकुन समजून मी आणि साधना ती जागा बघून आलो. ती जागा नेमकी सांगायची झाली तर आपला आत्ताचा डोणज्याचा जो आश्रम आहे, त्याच्या अलीकडेच काही फर्लांगांवर होती. जागा अतिशय रमणीय होती. कोणीही पटकन मोहात पडावे, अशीच होती. हिरवाईने नटलेली, डोंगराच्या कुशीतली ही जागा होती. तिथे भरपूर फळांची झाडे होती. आवळ्याचे जणू ते बनच होते. ही जागा बघून आम्ही तर तिच्या प्रेमातच पडलो. सर्व विश्वस्तांना मी नुसते शाब्दिक वर्णन करून त्या जागेविषयी सांगितले होतेच. त्यामुळे सर्वांनाच ती पाहण्याची उत्सुकता लागून राहिली. एके दिवशी छोट्याशा सहलीच्या निमित्ताने विश्वस्तांसह सर्व जण ती जागा पाहायला गेलो. सोबत जेवणाचे डबे होते. आवळी भोजनाचा म्हणा किंवा वनभोजनाचा आनंद सर्वांनी लुटला. सर्वांनाच जागा अगदी मनापासूनच आवडली. एका अनामिक समाधानाने सर्व जण पुण्यास परत आलो.

आता वेळ व्यर्थ घालवायचा नाही आणि त्या एजंटला गाठून काही लाखभर रुपये विसार द्यायचे ठरले. ती जागा हातची जाऊ नये, असे वाटत होते. तो व्यवहार पक्का करायला त्या एजंटाकडे गेलो. आता त्या एजंटाचा नूरच पालटला. तो म्हणाला, ‘‘ती जागा तुम्हाला आवडली असली तरी विकत घेता येणार नाही. वनविभागाच्या ताब्यात ती जागा असल्याने ती विकताच येणार नाही.’’ साहजिकच मला एकदम थोडा राग आला, पण तो गिळायला हवा होता. निराशा पण दाटून आली होती. मी पटकन म्हणालो, ‘‘मग तुम्ही ती जागा आम्हाला दाखवलीच का? कशी?’’

त्यावर तो गप्प बसला.

आता तसंही गप्प बसणे शक्य नव्हते. मी त्या जागेच्या मूळ मालकाचा शोध घेतला. श्री. चव्हाण म्हणून गृहस्थांची ती जागा होती. त्यांना प्रत्यक्ष भेटलो. त्या एजंटाने हा परस्पर केलेला उद्योग त्यांच्या कानावर घातला. आम्हा दोघांच्याही लक्षात आले की, ती जागा परस्परच विकून पैसे लुटायचा त्या एजंटाचा मनसुबा होता. त्या वेळीदेखील श्री गजाननमहाराजांच्या कृपेने आम्ही फसता-फसता बचावलो होतो.

इतके झाले तरी मी त्या परिसराला विसरू शकत नव्हतो. त्यामुळे दुसरी जागा बघायची आणि विकत घ्यायची ती ह्याच भागात, असा मी निर्धारच करून टाकला. मग पुन्हा एकदा जागेची शोधाशोध सुरू झाली. असेच एकदा फिरत असताना त्या भागात एका जागेत काही बांधकाम सुरू असल्याचे दिसले. उत्सुकतेने मी त्या बांधकाम मजुरांशी गप्पा मारल्या. 'हे कोणाचे बांधकाम? कशासाठी?' प्रश्न विचारले आणि समजले ते असे की श्री. नितीन राऊत ह्या व्यक्तीची ती जागा आहे. ते बांधकाम गाई-गुरांच्या गोठ्याचे आहे. मग मी त्या नितीन राऊतांना सहजच भेटलो. त्यांना त्यांची याच भागातली एखादी जागा विकण्यासारखी आहे का, असा अंदाज घेतला. शेवटी अगदी तडकच 'हे चालू बांधकाम आणि ही जागा मला विकता का?' असेच विचारले. अर्थातच ह्या गोष्टीला त्यांची तयारीच नव्हती.

साहजिकच नितीन राऊतांनी मला 'ती जागा कशासाठी हवी आहे?' असे विचारले. त्यांची ही शंका रास्तच होती. मी त्यांना 'आपलं घर' ही संस्था आहे, तिचे काय काम आहे, वगैरे सविस्तर वृत्तांत सांगितला. हे ऐकल्यावर मग ही जागा मी तुम्हाला भाडेतत्त्वावर देतो म्हणाले. पण संस्थेला भाड्याने जागा घेता येत नाही, ही अडचण मी त्यांना समजावून सांगितली. शक्य असल्यास जागा विकतच द्या. हा सर्व संवाद होऊन आम्ही पुन्हा वारज्याला आलो.

मधे दोनच दिवस गेले. नेहमीप्रमाणे मी वारज्याच्या ऑफिसमध्ये नित्याचे काम करत बसलो होतो आणि नितीन राऊत अकस्मात ऑफिसमध्ये आले. माझे मन मला शुभसंकेत देऊ लागले आणि त्याप्रमाणेच ''मला ती जागा तुम्हालाच विकायची आहे, हे सांगण्याकरताच मी आलोय'', हे ऐकल्यावर मी मनोमन देवाचे आभारच मानले. नितीन राऊत सांगत होते, ''मला तुमची वैयक्तिक माहिती आणि तुमच्या संस्थेची कामाची माहिती समजली आहे. इथले रहिवासी 'विजय फळणीकर' ह्या माणसाविषयीदेखील फारच प्रेमाने, आदराने बोलतात. तुम्ही खरंच इतकं मोठं

काम करता आहात, तर मी जागा तुम्हालाच विकायचा निर्णय घेतलाय.'' हा गजाननमहाराजांचा कृपाप्रसादच आहे, हा विचार करून मी खरोखरच सद्गदित झालो.

त्यांना किमतीची अपेक्षा विचारली. त्यावर ते काहीच स्पष्ट बोलायला तयार नव्हते. एवढंच म्हणाले, 'किमतीचं काय हो, तुम्ही द्याल ती किंमत मला चालेल. अगदी एक रुपया दिलात तरी मी तो प्रेमाने स्वीकारीन.'' मला समजेना, कारण नितीन राऊत 'रुपया' म्हणाले म्हणजे आपण थोडीच ती जागा रुपयाला घेणार होतो? मलाही तिथल्या जागांच्या किमतीचा अंदाज नव्हता. मग मी पण एकदा खास जागांच्या दरांच्या चौकशीकरता गावात फेरफटका मारला. चालू दराची माहिती घेतली. नितीन राऊतना म्हणालो, ''तुम्ही बोलायला कचरत असलात तर मोबाईलवर मेसेज करा म्हणजे प्रश्नच मिटला.'' माझी ही मात्रा बरोबर लागू पडली आणि लगेचच त्यांचा मोबाईलवर मेसेज आला, 'सतरा लाख रुपये.' मला एक कोडं सुटल्याचा आनंद झाला. मी पण परत उलटटपाली मेसेज पाठवला, 'अठरा लाख रुपये.' आता माझ्या ह्या अशा प्रकारच्या चढ्या ऑफरनी आश्चर्यचकित व्हायची वेळ त्यांची होती. कारण जगरहाटीचा विचार केला तर असंच दिसते, विक्रीची किंमत विक्रेत्यांनी सांगितली की खरेदीची किंमत पाडूनच मागितली जाते. ग्राहक ती किंमत कमी करायच्याच प्रयत्नात असतो. पण इथे तर अगदीच वेगळा अनुभव! मी एक लाख रुपये स्वत:हून वाढवून दिले होते. मग काय, कोणतीही अडचण न येता दोन्ही बाजूंनी समाधानकारक व्यवहार होऊन ती जागा 'आपलं घर'च्या मालकीची झाली.

जागेचा व्यवहार पूर्ण झाला. नव्याने बांधकाम सुरू झाले. माझे मग तिथे रोजचे जाणे-येणे सुरू झाले. सुरुवातीपासूनच तिथल्या स्थानिक रहिवाशांनी मात्र सहकार्यच केले. मीसुद्धा त्या सर्वांशी परिचय करून घेतला. तिथले शेतकरी जाता-येता मग थांबू लागले. बोलू लागले. मीही त्यांची आपुलकीने चौकशी करायचो. त्यांना चहापाणी करायचो. गाडीतून येता-जाता रस्त्यालगत जी स्थानिक मंडळींची घरे आहेत, त्यांना मी कितीही घाईत असलो तरी हात उंचावून अभिवादन करू लागलो.

हळूहळू मात्र त्यांची खात्री पटली की, हा पांढरपेशा आपल्या गावात येऊन काही झाडांची तोड करून निसर्गाचे वाटोळे करत नाही. त्यांनी सुरू केलेले काम सर्वांच्या उपयोगाचेच आहे. त्याचा काही इथल्या लोकांना कोणताच त्रास नाही. त्यांना आपुलकी वाटायला लागली. एखादा बैलगाडीवाला मग शाळेत जाणाऱ्या

येणाऱ्या मुलांना आपल्यासोबत आणू लागला. नेऊ लागला. आमची गाडी वाजली की पटकन कोणी बाहेर येत, म्हणत 'काका-काकू, चहा प्यायला या. जेवण करा.' गावात काही समारंभ असला तरी सर्व मुलांसह आम्हाला जेवणाचे आग्रहाचे निमंत्रण असतेच.

पण यापूर्वीची एक आठवण मला आहे. ती म्हणजे, असेच मी आणि साधना गाडीने येत होतो, तर आमची गाडी बघून घरातून एक आजी धावतच समोर आल्या. मी काहीसा 'शहरी' मनात पटकन काय आलेह्न ही आता काही तरी पैशांची वगैरे मागणी करणार तरीसुद्धा गाडी थांबवली. आणि आजींनी पटकन एका जुन्या फडक्याची पोटली आमच्या पुढे केली. म्हणाल्या, ''हे घरच्या नाचणीचे पीठ आहे. तुम्हाला भाकरीसाठी.'' माझ्या मनातल्या क्षुद्र विचाराची मलाच लाज वाटली. आपण कसे ना या खेड्यातल्या गरिबांना अंडरइस्टिमेट करतो. त्या रखवालदार नावाच्या आजी. त्यांचे आमच्यावर फारच प्रेम आहे. नेहमीच त्या काही काही वानवळा देत असतात. सणासुदीला कधी पुरणपोळीचा डबा देतील, कधी सूनबाईसाठी घरचा म्हणून मसाला देतील. त्यांच्या प्रेमाचे प्रतीक म्हणजे असे काही खास देणेघेणे. पण मला त्यापेक्षा भावते ती त्यांची मनापासून आमच्यावर प्रेम करायची वृत्ती, आपुलकी आणि निरपेक्ष माया!

नितीन राऊतांच्या सभ्यतेचा आणखी अनुभव असा आला. हा व्यवहार झाल्यावर त्यांनी स्वत:हून त्या जागेची रस्त्यालगतची साडेतीन गुंठे जमीन 'आपलं घर'ला एकही पैसा न मागता दिली. पुन्हा एकदा सत्कार्याचा साह्यकर्ता तो परमेश्वर, हे पटले. असा तो छानसा स्मरणात राहील असा व्यवहार झाला फेब्रुवारीला. भूमिपूजन झाले ३ मार्चला आणि सर्व बांधकाम होऊन वृद्धाश्रम आणि अनाथाश्रम दोन्हींचे प्रवेश होऊन दोन्ही युनिट्स सुरू झाली १५ मे रोजी. इतक्या पटापट सर्वच गोष्टी मनासारख्या होत गेल्या, ही पुन्हा एकदा गजाननमहाराजांचीच कृपा; दुसरे काय?

सद्य:स्थितीत डोणज्याला ज्या ठिकाणी संस्थेचे कार्यालय, जेवणाची खोली, आजी-आजोबा आणि मुलांचे निवासस्थान आहे; ती जागा दोन-तीन वर्षांपूर्वी गुरांचा गोठा म्हणून वापरात होती, हे सांगूनसुद्धा कोणाचा विश्वास बसणार नाही, इतका आमूलाग्र बदल आतल्या बाजूला झाला आहे. त्या इमारतीचे बाह्यरूप मात्र 'खेड्यामधले घर कौलारू' असेच ठेवले आहे. ह्या मुख्य इमारतीच्या बाजूला आणि समोरदेखील सर्व सुखसोईंनी युक्त अशा पाच टुमदार कॉटेजेस बांधल्या. अर्थात त्या सर्वांना दानशूर असे प्रायोजक लाभले. 'स्वास्थ्य निकेतन' हे श्री. अनिल गुप्ते

ह्यांच्या सौजन्याने बांधले. इतर पाच कॉटिजेससुद्धा कायमचे दुरावलेल्या जीवलगांच्या स्मृतिप्रीत्यर्थ दिलेल्या देणगीतून उभी राहिली आहेत. त्यांच्या चिरंतन स्मृती जपायची ही धडपड पाहणाऱ्याच्या डोळ्यांतून पाणी आणल्याशिवाय राहत नाही.

वृद्धाश्रमातल्या वृद्धांचे प्रवेश झाले. सुरुवातीला अशी कल्पना होती की, त्या सर्व सोईंनी सुसज्ज अशा पाच कॉटिजेस आहेत, त्यात प्रत्येकी दोन अशा दहा वृद्धांची सोय सशुल्क करायची. त्यांना महिना साधारण तीन हजार रुपये इतके शुल्क ठेवायचे. ज्यांची पैसे भरायची परिस्थिती नाही, अशा दहा निराधार वृद्धांची मोठ्या मुख्य इमारतीत निःशुल्क सोय करायची. अशा दोन्ही प्रकारांनी वृद्धांचे प्रवेश झाले. गरजेनुसार कर्मचारीवर्ग नियुक्त करून झाला. हळूहळू सर्वच सुरळीत सुरू होईल असे दिसू लागले. महिना-दोन महिने अगदी व्यवस्थित गेले आणि नंतर मात्र एक एक वृद्ध आपले मूळ रंग दाखवू लागले.

एका कॉटिजमध्ये सामान्यत: दोन वृद्धांची सोय केली होती. एक तर उतारवयात कुटुंबापासून दुरावलेली ही मंडळी एकटेपणामुळे अधिकच खचून जाऊ नयेत, एकमेकांचा आधार वाटावा, ही पण कल्पना असे दोघे जण एका खोलीत ठेवण्यामागे होती. शिवाय दोन भिन्न कुटुंबांतले वृद्ध गुण्यागोविंदाने एकत्र राहतील. मित्रत्वाच्या नात्याने राहतील. एकमेकांची सुख-दुःख वाटून घेतील. आयुष्याचे उर्वरित दिवस तरी सुखाने व्यतीत करतील, ह्या आमच्या कल्पनेला प्रत्यक्षात मात्र छेद गेला.

एका खोलीतील दोन वृद्ध आपसांत किरकोळ कारणांवरून भांडणे करू लागले. म्हणतात ना, म्हातारपण हे दुसरे बालपणच असते, ह्याचा अनुभव येऊ लागला. म्हणजे काय होऊ लागले, एकाने म्हणावे, खोलीत पंखा सुरू नको; मला थंडी वाजतेय. लगेच दुसऱ्याने तोच पंखा पूर्ण वेगाने सुरू करायचा, कारण त्यांना उष्मा जाणवायचा. एकाला खोलीत गुडुप अंधार लागे, तर दुसरा लख्ख प्रकाशाचा चाहता. कधी कधी अगदी एकाच वेळी दोघांना अंघोळीला जायची लहर यायची, मग त्यावरून वाद होऊ लागत.

एका कॉटिजमधे राहणारे दोन जोशी आडनावाचे आजोबा पार्टनर होते. त्यांची नेहमीच अगदी क्षुल्लक कारणांवरून भांडणे होत. एक जोशी दुसऱ्या जोशांवर संडास घाण केल्याचा आरोप करत. दुसरे जोशी तोच आरोप त्यांच्यावर करत. घाण नक्की कोणाची, हे सिद्ध करण्यासाठी पॅथॉलॉजिस्टला बोलावण्याचीसुद्धा त्यांची तयारी असे. तू-तू मी-मी अशा प्रकारची भांडणे चालत. दोघेही एकमेकांना वाट्टेल त्या शिव्या देत. वास्तविक चार पावले सलग चालण्याची पण त्यांना

शक्ती नसे, पण भांडणासाठी जोर केवढा! 'आपलं घर' संस्थेत कोणी पाहुणे येत. अशा ठिकाणी म्हणजे कोणाला घरी, हॉस्पिटलमधे भेटायला जाताना साधारणपणे आपण रिकाम्या हाताने जात नाही. ते येणारे पाहुणे सर्वांसाठीच भरपूर खाऊ घेऊन येत. सर्वांनाच खाऊ वाटला जाई. संस्थेचा कोणी कर्मचारी त्यापैकी काही खाऊ त्या जोशी आजोबांना द्यायला गेला की, ते जोरात त्या कर्मचाऱ्याच्या अंगावरच खेकसत—"आम्हाला कसला खाऊ देता? आम्हाला काय भिकारी समजलात की काय? म्हणे, खाऊ घ्या, अमुक पाहुण्यांनी आणलाय. त्यांचा त्यांना लखलाभ होऊ दे तो खाऊ!" असं बोलून त्या कर्मचाऱ्यांचासुद्धा आणि नकळत पाहुण्यांचा अपमान करत.

संस्थेत दर महिन्याला संस्थेतल्या लोकांसाठी काहीतरी छानसा करमणुकीचा कार्यक्रम ठेवला जातो. त्यासाठी नामांकित कलाकारमंडळी स्वखुषीने येत असतात. पण हे वृद्ध लोक त्यांच्या मनात नसले तर कलाकारांचा आदर म्हणूनसुद्धा कार्यक्रमासाठी हॉलमध्ये येत नसत. आता कधी कोणाची प्रकृती ठीक नसेल तर गोष्ट वेगळी, पण कलाकारांचा मान राखावा, एवढादेखील शिष्टाचार ते पाळत नसत.

यापैकीच एका बहादूदर आजोबांनी तर कहरच केला. संस्थेत स्वयंपाकघरात मदत करणाऱ्या एका स्त्री कर्मचाऱ्याच्या हे सतत मागे-मागे करत. तसे पाहिले तर ते गृहस्थ तिला आजोबा शोभतील असे. त्यांची नजर आणि हेतू दोन्ही बिलकुल स्वच्छ नव्हते. अर्थात स्त्रियांना अशा प्रकारचे संकेत जरा जास्तच तीव्रतेने समजतात. परमेश्वराने त्यांना ती 'सहावी जाणीव' बहुधा दिलीच आहे. हे त्या मावशीच्या पण लक्षात येत होते. पण ती बिचारी कदाचित नोकरी जाईल ह्या भीतीने बोलत नसावी. एके दिवशी मात्र त्या गृहस्थांनी मर्यादाच ओलांडली. तब्येत बरी नसल्याचा बहाणा करून त्या दिवशीचे दुपारचे जेवण त्यांनी सामाईक जेवणाच्या खोलीत घेतले नाही. ती मावशी त्यांच्या जेवणाचे ताट घेऊन त्यांच्या खोलीत गेली. त्यांनी कसलाही विचार न करता सपशेल तिचा हात धरला आणि म्हणाले, "हे बघ, तू इथे काम करत राहू नकोस. मी कोकणात घर बांधतो. तिथे तू माझ्या सोबत राहा. आपण दोघं राजा-राणीसारखे सुखाने राहू."

इतका प्रकार झाल्यावर तिला सहन होणे शक्यच नव्हते. तिने हा प्रकार मग मात्र माझ्या कानावर घातला. तशाही सर्वांच्याच बारीक-सारीक तक्रारी कानावर येत होत्याच. आता मात्र सर्वांचेच शंभर अपराध भरले असल्याची जाणीव झाली, त्यामुळे मी पहिले तातडीने पाऊल उचलले, ते म्हणजे ह्या मंडळींना ताबडतोब

आश्रम सोडायची सूचना दिली. वास्तविक ही मंडळी महिना तीन हजार रुपये देत होती आणि संस्थाच विकत घेतल्याच्या रुबाबात राहत होती. आश्रम सोडण्याचा निर्णय कोणालाच मान्य होणार नव्हता. त्यांनी प्रतिकारासाठी संस्थेचे नियम सांगायला सुरुवात केली आणि खऱ्या अर्थी तिथेच ते फसले. कारण संस्थेत प्रवेश घेताना भरून घेतल्या जाणाऱ्या फॉर्मचा पहिलाच आकडा संस्थेचीच बाजू मांडणारा होता आणि अर्थातच त्यांच्या विरुद्ध होता. त्यांचे बोलणेच संपले.

मग पुढची पायरी म्हणजे त्यांच्या सोबत जे नातेवाईक प्रवेशासाठी आले होते, त्यांनाच संस्थेत बोलावून घेतले. सर्वांची अगळीक त्यांच्या नातेवाइकांना स्पष्टपणेच सांगितली. 'त्या' जोशी आजोबांचा पुतण्या आला होता. त्याच्यासमोर त्याच्या काकांची हकिगत सांगितल्यावर तो पटकन म्हणाला, ''हा म्हातारा घरीही असाच वागत असे, म्हणून तर त्याला घरापासून दूर म्हणून इथे आणून टाकला.''

घरातले त्या वृद्धांच्या त्रासाला कंटाळून, ते घरात नकोसे झाले की, वृद्धाश्रमात आणून सोडतात. त्यांची म्हणजे कुटुंबातल्या व्यक्तीची भावना अशी असते— किती लागतील तितके पैसे देऊ, पण त्या पिडेला लांब ठेवू. म्हणजे संस्थेला पैसे घेऊन त्यांचा त्रास विकत घेतल्यासारखे होत होते. शेवटी फक्त निराधार आणि जे खरोखरच एकही पैसा खर्च करू शकत नाहीत, असेच वृद्ध संस्थेत ठेवून घ्यायचा निर्णय घेतला. ते फुकटच राहिले तर निदान रुबाब तरी करणार नाहीत, हा अंदाज होता. असे कटू अनुभव आल्याने शेवटी सशुल्क वृद्धसेवा पूर्णपणे बंदच करून टाकली.

सध्या संस्थेत असेच निराधार वृद्ध स्त्री-पुरुष आणि मुले-मुली आहेत, ते संस्थेत विनामूल्य राहतात. ते संस्थेशी छान समरस झाले आहेत. मुलांशी ते आजी-आजोबा अगदी प्रेमाने वागतात. कोणी त्यांना छान गाणी, गोष्टी शिकवतात. कोणी संस्कृत श्लोकांचे पाठांतर करून घेतात. कोणी आजी छोट्यांना अंघोळ घालते. कोणी मुलींची वेणी घालून देते. संस्थेतल्या भालेराव आजी तर खरंच इतक्या प्रेमळ आणि हरहुन्नरी आहेत. त्या वेळप्रसंगी संस्थेतल्या स्वयंपाकघरात कामाला मदत करतात. मुलींना हस्तव्यवसाय शिकवतात. छोटं-छोटं शिवणकामदेखील करतात. सर्वच एकमेकांचे दुखले-खुपले बघतात. खरोखरच माझ्या सुप्त मनातले आजी आजोबा आणि नातवंडे— असे सुरेख आणि गोड भावबंध त्यांच्यात निर्माण झाले आहेत.

डोणज्याचा आश्रम सुरू झाल्यावरची गोष्ट. सर्व काही सुरळीत चालले आहे असे वाटत असतानाच काही किरकोळ कारणांवरून कर्मचाऱ्यांची आपसात

किरकोळ भांडणे झाली आणि त्याचा परिणाम म्हणून साहजिकच मी त्यांना रागाने बोललो. त्यावेळी मात्र ती सर्व मंडळी एक झाली आणि त्यांच्यापैकी जो कोणी म्होरक्या होता, त्याच्या चिथावणीने सर्व जण एकाएकी नोकरी सोडून निघून गेले. मी पण जिद्दीचा. कोणाच्याही पाया पडलो नाही. गयावया केली नाही. पण मला माहिती होते की, ते राग शांत झाला की परत येतील. पण त्यांना तरीही कामावर घ्यायचे नाही, हे ठरवून टाकले. माझे भाकीत खरे ठरले. पुढे जाहिरात देऊन नवे कर्मचारी नियुक्त करेपर्यंत मी, साधना, रत्ना कंधारे नावाच्या मावशी आणि संस्थेतल्या आजी सर्व मिळून सर्व कामे करत होतो. संस्था चालवायची म्हणजे येईल त्या प्रसंगाला सहर्ष समोर जायचे, हे तर अलिखितच होतं.

0 0 0

वृद्धाश्रमांची वाढती संख्या आणि त्यांची न संपणारी प्रतीक्षायादी ह्या गोष्टी वृद्धांच्या जटील समस्येच्या द्योतक आहेत. परिस्थितीमुळे असेल किंवा वयोवृद्धांच्या विक्षिप्त वागण्यामुळे असेल, जागेच्या समस्येमुळे असेल; वृद्धांना सांभाळून घेणे बऱ्याच कुटुंबांत कठीण झालेले असते. दोन्ही पिढ्यांच्या विचारांचा समन्वय होत नाही. पिढीतले अंतर कमी होत नाही. परिणामी, सुवर्णमध्य न निघाल्याने वृद्धांना वृद्धाश्रमांचाच आश्रय घ्यावा लागतो. बदलत्या जीवनशैलीमुळे असेल कदाचित पण तरुणांना रोज नवनव्या समस्यांना तोंड द्यावे लागते. त्यांची शारीरिक आणि मानसिक ओढाताण होत असते. अशा वेळी घरातल्या वृद्धांच्या अनुभवाचा त्यांना उपयोग करून घेता येणे शक्य असते. पण त्यासाठी परस्परांत सामंजस्य असावे लागते आणि हल्ली त्याचाच अभाव असल्याने वृद्धांची समस्या वाढीला लागली आहे. मग नाती तुटण्यापेक्षा वृद्धांसाठी वृद्धाश्रम हा पर्याय सोईचा आणि सुखरूप असतो. दोन्ही बाजूंनी लांब राहाणे हिताचे असते. शिवाय अशा घटना समाजातल्या सर्वच स्तरांत नित्याने अनुभवायला येतात. असेच काही हृदयद्रावक, तर काही काळजात कळ उमटवणारे अनुभव मला आपल्याला सांगावेसे वाटतात.

डोणज्याचा आश्रम सुरू केल्यापासून आम्ही बऱ्याच वेळा रात्री डोणज्याला मुक्कामाला जातो. दिवसभर पुण्यातली, वारज्याची कामे उरकायची आणि रात्री विश्रांतीला डोणज्याला जायचे. एकतर आम्हाला छान बदल होतो. डोणज्याची मंडळी पण वारंवार भेटतात. त्यांना पण 'आणून टाकलंय' कुठेतरी असे वाटू नये, हा विचार मनात असतो, म्हणून पण डोणज्याला राहायला मला आवडते. तिथल्या प्रदूषणमुक्त वातावरणाचा, निसर्गाचा पण सहवास लाभतो. असाच एकदा मी रात्री

डोणज्याला मुक्कामाला आलो होतो. रात्रीची जेवणे झाली. गप्पा झाल्या आणि सर्वत्र निजानीज झाली. दिवसभराच्या श्रमांमुळे मी पडल्या-पडल्या लगेचच दुसऱ्या विश्वात जातो. तसेच झाले. रात्रीचे काही तरी दोन-अडीच वाजले असतील. मला एकाएकी जाग आली ती एका स्त्रीच्या रडण्याच्या आवाजाने! मला तो भीषण आवाज नक्कीच एखाद्या स्त्रीचाच आहे, हे पटत होते. तरी पण इतक्या अपरात्री कोण कुठली स्त्री इथे येऊन रडेल, असाही विचार आला. कदाचित आजूबाजूच्या जंगलात कोणी कोल्हे वगैरे ओरडत असतील आणि मी झोपेत असल्याने मला माणूस रडण्याचा भास झाला असेल. एकदा वाटले, दूर कुठेतरी मानवी वस्ती आहे, तिकडून कुत्र्याचा आवाज येत असेल. नीट जागा झालो. पुन:पुन्हा त्या आवाजाचा कानोसा घेतला आणि मला खात्रीच पटली की, हा रडण्याचा आवाज एका स्त्रीचाच आहे. माझ्या खोलीबाहेर आलो. माझ्या तिथेच राहणाऱ्या सहकाऱ्यांना उठवले. बॅटरी घेऊन आवाजाच्या रोखाने गेलो. 'आपलं घर'च्या आवाराच्या मुख्य दरवाजाबाहेर एक वृद्ध स्त्री जमिनीवर झोपून रडत होती. कण्हतसुद्धा होती. आम्ही त्या वृद्धेजवळ गेलो. तिला काहीतरी विचारायचा प्रयत्न केला, पण ती नीट उत्तरे देण्याच्या मन:स्थितीत नव्हती. मग मी तिला विचारले, ''आजी, तुमचे नाव काय? आणि अशा अवेळी तुम्ही इतक्या निर्जन ठिकाणी कशा काय आलात?'' ती पुन्हा रडत सांगू लागली, ''अरे बाबा, मी कुठली येते? मला त्या मेल्या मुडद्याने, पोटच्या पोराने रिक्षात भरून इथे आणून टाकले. त्याच्या बायकोला मी घरात नकोशी झाले जणू!''

मला काय बोलावे कळेना. जनरीतीची गंमत वाटली. काल आलेली बायको प्यारी झाली आणि जन्मदात्री नकोशी झाली. जगरहाटीच अशी आहे. एकट्या माझ्या विचाराने काय होणार म्हणा! मी त्या आजीकडून तिच्या मुलाचा पत्ता विचारून घेतला. आमच्या ड्रायव्हरला सकाळीच त्या पत्त्यावर पाठवले. त्याच्या बरोबर जरा धमकीचाच निरोप दिला की, 'चुपचाप म्हातारीला घरी नेता की पोलीस कारवाई करू? नंतर मात्र तुम्हाला जड जाईल. मग एकदा का पोलिसांचा ससेमिरा मागे लागला की, सळो की पळो होईल. काय परवडतंय, ते बघा. शिवाय आश्रमाजवळ आईला सोडलं की आपलं काम संपलं, अशा भ्रमात राहू नका. आमचा आश्रम ज्यांना मुलंबाळं आहेत, अशांसाठी नाही तर केवळ निराधारांसाठी आहे. तुम्हाला आईला सांभाळावेच लागेल.' इतका दम दिल्यावर मात्र तो खरेचच काकुळतीला आला आणि आईचा सांभाळ करायला कबूल झाला. बघा, म्हणजे

अपरात्री असे जंगलात स्वत:च्या आईला सोडून जाणारा मुलगा पाषाणहृदयाचाच म्हणायला हवा ना?

पुण्याच्या बाहेरूनही लोक वृद्धाश्रमाच्या चौकशीसाठी येतात. आपल्या आश्रमात मुंबईचेही एक वृद्ध गृहस्थ आहेत. असाच एकदा बारामतीहून वृद्धाश्रमाच्या चौकशीसाठी फोन आला. फोनवर चौकशी सुरू होतीच. पण त्याहून अधिक घाई त्यांना प्रवेशाची आहे, हे त्यांच्या बोलण्यातून जाणवत होते. मी त्यांना सुचवून बघितले की, ''एकदमच त्या वृद्धांना पुण्याला आणण्यापेक्षा आधी तुम्ही फोनवर सर्व माहिती सांगा, आमची माहिती विचारा आणि मग पटलं तर त्यांना इकडे घेऊन या. उगीच हेलपाटा नको.'' त्या गृहस्थांनी सांगितलेली हकिगत मला जरा बनवाबनवीची वाटली, म्हणून काही तरी धागेदोरे शोधून मी जरा त्या गोष्टीचा शोध घेण्याचे ठरवले. मला सत्य परिस्थिती समजली, ती अशी होती— एक आजोबा होते. त्यांची पत्नी वारली होती. त्यांना एकच मुलगी होती. पर्यायाने आजोबांना आता मुलीने सांभाळायला हवे होते. आजोबांकडे अमाप पैसा होता. घर होते. सुरुवातीचे काही दिवस मुलगी आणि जावई (दहावा ग्रह) त्यांच्याशी चांगलं वागले. आजोबा त्यांच्या वागण्याला भुलले. लेकीने नवऱ्याच्या संगनमताने वडिलांकडून सर्व संपत्ती काढून घेतली. त्यांचे राहते घर स्वत:च्या नावावर करून घेतले. आता वडील नकोसे झाले. अशा परिस्थितीनंतर त्यांना आता वृद्धाश्रमात ठेवायची तयारी त्या दोघांनी केली. त्या आजोबांची राहाण्याखाण्यापुरती जबाबदारी घेण्याची पण नीती त्यांच्याजवळ नव्हती. शिवाय मला जेव्हा त्यांच्या लेकीचा वृद्धाश्रमाच्या चौकशीसाठी फोन आला तेव्हा ती असेही बोलून गेली होती की, एकदा का ते वृद्धाश्रमात राहायला आले की, मग त्यांचे तिकडे काहीही बरे-वाईट झाले तरी आम्हाला कळवूसुद्धा नका!'

सर्व ऐकून मी खरोखरच सुन्न झालो. त्यांची सभ्य शब्दांत कानउघाडणी करायला मात्र विसरलो नाही आणि दयेपोटीसुद्धा त्या गृहस्थांना प्रवेश दिला नाही. अशा कृतघ्न, बेजबाबदार माणसांना समाजानेच काही तरी कठोर शिक्षा द्यायला हवी.

खरेच सांगतो, अगदी नकळत्या वयापासूनच मला मानवी स्वभावाच्या विविध छटा समजायला लागल्या. पण आश्रम सुरू झाल्यापासून माणसातल्या पशूंची पण मला ओळख होऊ लागली. पुण्यातल्या पॉप्युलरनगरमधे मी राहतो. तिथे एक टेलिफोन बूथ आहे. एक म्हातारे गृहस्थ दीनवाण्या अवस्थेत तिथे बसून राहात. त्यांच्याकडे बघूनच जाणवे की, ह्या गृहस्थांनी खूप दिवसांत काही पोटभर

अन्न खाल्लेले नाही. ह्यांच्या डोक्यावर कदाचित काही परिणाम वगैरे झालाय. वास्तविक माझा जायचा-यायचा तोच रस्ता. पण नेहमीच्या गडबडीने माझे कधीच त्यांच्याकडे लक्ष गेले नाही. तिथून जाणारे-येणारेच कोणी काही त्यांना खायला वगैरे देत. त्यांची अवस्था आता तर दयनीयच झाली होती. कपडे फाटले होते. दाढी वाढली होती. अंगावर मळ साचला होता, वगैरे. कोणी काही त्यांच्याशी बोलायचा प्रयत्न करे, पण ते बोलणं सुसंगत मात्र वाटत नसे. माझा आश्रमाचा उपद्व्याप आतापर्यंत सर्वश्रुत झाला होता. कोणाच्या तरी मनात असं आलं की, फळणीकरांकडे हे गृहस्थ राहू शकतील, म्हणजे तिथे त्यांची व्यवस्था होईल. नागरिकांकडून मला ही सर्व परिस्थिती समजली आणि मी त्यांना डोणज्याच्या आश्रमात नेले. त्यांच्या कपड्यांपासून सर्व प्रकारची त्यांची स्वच्छता करायला सांगितली. त्यांचा कायापालट केला.

सुरुवातीला ते जरा बावरल्यासारखे वागत. फारसे कोणाशी बोलत नसत. एकटेच राहणे पसंत करत. मग मात्र ते हळूहळू आश्रमात रमायला लागले. त्यांना चांगले जेवण-खाण मिळू लागल्यावर त्यांच्या प्रकृतीत सुधारणा झाली. चांगल्या निकोप वातावरणात ते राहायला लागले. प्रसंगी वैद्यकीय मदत मिळाली. सर्वांचा एकत्रित परिणाम होऊन आता त्यांचे बोलणे सुधारले. त्यांच्या बोलण्यात संगती येऊ लागली. ते मानसिकदृष्ट्या सुस्थिर, सुरक्षित झाल्यामुळे त्यांच्यात सकारात्मक बदल होऊ लागले. त्यांना त्यांचा भूतकाळ आठवायला लागला. ते त्यांच्या स्वत:च्या घराविषयी, मुलांविषयी, सुना-नातवंडे ह्यांच्याविषयी बोलायला लागले. मग मी बोलता-बोलता त्यांना त्यांच्या घराचा पत्ता विचारला. तो त्यांना नीट सांगता आला नाही पण ते कोणत्या भागात रहात होते त्याचा अंदाज आला. एक दिवस मी प्रतापला म्हणालो, ‘‘ते सांगत आहेत तिकडे त्यांना गाडीतून घेऊन जा. पाहू त्यांचा पत्ता सापडतो का?’’ माझ्या सांगण्याप्रमाणे प्रताप त्यांना घेऊन गेला. त्यांना निश्चित पत्ता सापडत नव्हता. पण तो भाग ओळखीचा वाटत होता. ते प्रतापला गाडी इकडे वळव, तिकडून ने, मागे जा, पुढे जा, असे सांगत होते. अखेर प्रयत्नांनी त्या आजोबांचे घर सापडले. तो भाग कात्रजचा होता. त्यांच्या घराशी गाडी थांबली आणि प्रतापसह आजोबा गाडीतून खाली उतरले. दारासमोर गाडी बघून आसपासची मोठी माणसं, खेळणारी मुलं गोळा झाली. त्यात त्या आजोबांची नातवंडे पण होती. आपल्या आजोबांना बघून ती नातवंडे जोरात ओरडायलाच लागली. ‘‘आजोबा आले, आजोबा आले! आजोबा, कुठे होतात तुम्ही?’’ असा

आरडाओरडा ऐकून त्यांच्या घरातली मंडळी पण बाहेर आली. त्यांच्या चेहऱ्यावर अपराधी भाव आणि आसपासच्या लोकांच्या चेहऱ्यावर प्रश्नचिन्ह, आश्चर्य आणि काहीसा संभ्रम दिसत होता.

जमलेल्यांपैकी कोणीतरी प्रतापला सांगत होतं... आजोबांचे घरात हाल सुरू झाले. उपासमार होऊ लागली. त्यांना स्मृतिभ्रंश झाला. त्यांना कदाचित घरातून हाकलून दिले गेले असेल. कदाचित ते स्वत:हून घरातून निघून गेले असतील. स्मृतिभ्रंशामुळे त्यांचे परतीचे मार्ग बंद झाले. घरातल्यांनी शोध घ्यायचा प्रयत्नच केला नाही. पीडा बाहेरच्या बाहेर गेली ते बरे, हा त्यांचा हेतू. मधे चार-पाच महिने गेले. ते परत येत नाहीत ह्याची खात्री झाल्यावर एक दिवस मुलांनी ते 'वारल्याचे' जाहीर करून टाकले. इतकेच नाही तर त्यांचा दहावा-बारावा पण केला. अर्थात ही सर्व हकिगत शेजाऱ्यांकडूनच कळली. प्रताप परत आल्यावर त्याने हे सर्व सांगितले. मनात फक्त विषाद दाटून आला.

वृद्धाश्रमात येण्यापूर्वी वृद्धांचे हाल होतात, हे नवे नाही. पण वृद्धाश्रमात आणून ठेवल्यावरदेखील त्यांचे जवळचेच नातेवाईक सूडबुद्धीने त्यांना आश्रमात येऊन मारहाण करतात, हा अनुभव मात्र विलक्षण आहे.

ही गोष्ट आहे वृद्धाश्रमाच्या अगदी सुरुवातीच्या काळातली. तेव्हा वृद्धांकडून दर महिना ठराविक रक्कम घेतली जात होती. आमच्याकडे एक पती-पत्नी आश्रमात राहायला लागले. अर्थात त्यांच्या मुलीनेच काही अडचणी सांगून आई-वडिलांना आश्रमात प्रवेश घेतला होता. सर्व प्राथमिक गोष्टींची पूर्तता झाल्यावर मला तिने एक अट घातली. म्हणाली, ''फळणीकर, ह्या दोघांना माझ्याव्यतिरिक्त अगदी कोणासही भेटू देऊ नका. त्याची कारणे मी तुम्हाला नंतर कधीतरी सांगते.'' तो विषय तिथेच संपला. दोन-चार दिवसांनी एका बाईंचा फोन आला. ''मी ते अमुक आजी-आजोबा आपल्याकडे आहेत, त्यांची मुलगी बोलतेय. मला त्यांना भेटायला यायचं आहे.'' मी विचार केला, 'मोठी मुलगी आश्रमात प्रवेश देताना सांगून गेली आहे की, त्यांना कोणालाही भेटू देऊ नका आणि ही पण त्यांची मुलगीच आहे. मग काय हरकत आहे ती भेटली तर?' वास्तविक मी हे चुकीचे करत होतो, पण त्या वेळी मात्र मला त्याची जाणीव झाली नाही. मी तिला व्यवस्थित पत्ता सांगितला. ठरल्याप्रमाणे ती भेटायला आली. त्यांच्या खोलीत गेली. नंतर काही वेळाने त्यांच्या खोलीतून मोठ्याने रडण्याचे, किंचाळण्याचे, भांडण्याचे वगैरे आवाज येऊ लागले. नक्की काय प्रकार आहे, ते पाहण्यासाठी कोणी कर्मचारी खोलीकडे

धावले. त्यांच्या नजरेस पडलेले दृश्य भयानक होते. ती मुलगी अतिशय संतापाने बेभान होऊन वृद्ध आई-वडिलांना चक्क मारत होती. शिव्या देत होती. त्या कर्मचाऱ्यांना बघून बहुतेक तिने हात आवरता घेतला असावा.

मी वारज्याच्या ऑफिसमध्ये होतो. डोणज्याहून मला तातडीने बोलावल्याचा फोन आला. मी गेलो तोपर्यंत वातावरण चांगलेच तंग होते. मला बघितल्यावर ती परत ओरडायला लागली. ''ह्या नालायकांना हाकलून द्या इथून. कशाला ठेवता असल्या हलकटांना?'' वगैरे. मला तो प्रकार सहन होत नव्हता. मी तिला जरा रागानेच बोललो आणि तिलाच ''ही संस्था आहे आणि इथे असं बेमुर्वत वागून चालणार नाही.'' वगैरे सुनावले. तिच्या मोठ्या बहिणीला फोन केला. ती म्हणाली, ''मला वाटलंच होतं. ती बया तिथेपण पोचेल. म्हणूनच मी तुम्हाला कोणाला भेटू देऊ नका, असं मुद्दाम सांगितलं होतं. ती त्यांना कुठेही सुखाने जगू देणार नाही.'' नंतर त्या मोठ्या बहिणीकडून समजले ते असे— ती धाकटी मुलगी. तिने त्यांना चांगले लुबाडले होते आणि जे काही त्यांच्यापाशी उरले होते, ते त्यांनी मृत्युपत्रात मोठ्या मुलीच्या नावावर केले होते. अर्थात ह्या असूयेपोटी ती असे त्रासदायक उद्योग करते. त्यांना कोणत्याही ठिकाणी ती शांतपणे जगू देत नव्हती.

हे सगळेच इतके भयानक होते... स्वार्थासाठी माणसे कोणत्या थराला जातील सांगता येत नाही. मी तर अंतर्बाह्य थरारूनच गेलो. वाटले, पैशासाठी खरंचच मानव दानव होतो. रक्ताची नाती समजत नाहीत. आतड्याची ओढ वाटत नाही. हे असे होता कामा नये, असे मात्र मनापासून वाटते.

0 0 0

मुलांच्या आश्रमातल्या प्रवेशासाठी पालक कोणत्याही स्तराला जातात, ते अनुभवसुद्धा असेच थरारक आहेत. लहान मुलांनासुद्धा आश्रमात प्रवेश मिळावा ह्यासाठी नातेवाइकांकडून अनेक बहाणे केले जातात. वारज्याच्या आश्रमात एकदा तर एका मुलीची स्वत: आईच मावशी बनून तिच्या प्रवेशासाठी आली.

एक तरुण स्त्री एका दुपारी एका छोट्या मुलीला घेऊन आश्रमात आली. तिला प्रवेश हवा होता. सांगत होती, ''ह्या मुलीचे आई-वडील दोघंही वारलेत. मी तिची मावशी आहे. मी तरी तिला किती दिवस सांभाळणार? माझा पण संसार आहे, हातावरचे पोट आहे.'' मी सगळे ऐकले. अशी मुले ठेवताना आम्ही आई-वडिलांच्या मृत्यूला दाखला मागतो. तो मागितल्यावर ती म्हणाली, ''हा मी तिच्या वडिलांचा मृत्यूचा दाखला आणला आहे. आईचा अजून मिळाला नाही.

तो मी नंतर अगदी आठवणीने देईन.'' साहजिकच मी तिच्या बोलण्यावर विश्वास ठेवून त्या मुलीला प्रवेश दिला.

काही दिवसांनी संस्थेतील मुलांसाठी काही करमणुकीचा कार्यक्रम होता. सर्वच मुले कार्यक्रमाला हजर होती. अर्थात ही छोटी मुलगी अगदी पुढच्याच रांगेत बसली होती. कार्यक्रम सादर करणारी जी कलाकारमंडळी होती, त्यापैकी कोणीतरी ह्या मुलीला ओळखले. कार्यक्रम संपल्यावर ते मला म्हणाले, ''फळणीकर, ही अमुक मुलगी इथे कशी? कारण ही संस्था फक्त निराधारांसाठीच आहे ना?'' मी म्हटले, ''म्हणजे काय, हिचे आईवडील नाहीत म्हणून हिच्या मावशीनेच संस्थेत आणून ठेवलंय.'' हे ऐकल्यावर तो जरा चक्रावलाच. म्हणाला, ''फळणीकर, काही तरी गफलत होतेय. या मुलीची आई आहे. एका बँकेत ती स्वीपर म्हणून कामसुद्धा करते. धनकवडीला आमच्या घराशेजारीच ती राहाते.'' मी त्यांच्याकडून खात्री करून घेतली. आपण असे कसे फसलो गेलो, ह्या विचारांनी खेद वाटला. पण असेही अनुभव काही तरी धडा देऊन जातात, हेही माहिती होते.

मी तथाकथित मावशीला आश्रमात बोलावून घेतले. तिने मला फसवल्याचे मला आता समजले आहे, ह्याची तिला समज दिली. ती मजबूर होती. म्हणाली, ''काका, मला क्षमा करा. केवळ स्वार्थासाठीच मी आपल्याशी खोटं बोलले. मला अजून एक लहान मुलगी आहे. माझा नवरा वारलाय, हे तर खरंच आहे. मला आता दुसरे लग्न करायचे आहे. नव्याने होणारा नवरा धाकटीला स्वीकारायला तयार आहे, पण हिचा प्रश्न होता म्हणून मी हे धाडस केले; जेणेकरून मला लग्नासाठी मोकळा मार्ग हवा होता.'' मी सगळे ऐकले. तिला म्हणालो, ''बाई गं, सगळं मला मान्य आहे. पण संस्थेच्या नियमानुसार मी हिला इथे ठेवून घेऊ शकत नाही. कारण ही संस्था फक्त निराधारांसाठीच आहे. आणि तुम्ही तिची आई जिवंत आहात. तुम्ही तिला घरी न्या.'' तिचा आता काही उपाय चालला नाही. तिने मुलीला घरी नेले.

'दैव किती अविचारी। रे जीवन गतीही न्यारी' ही काव्यपंक्ती किती सार्थ आहे. पाहा, आश्रमातल्या त्या घटनेनंतर बरोबर दोनच महिन्यांनी काही तरी आजाराचे निमित्त होऊन तिची आई पण वारली. काही दिवसांनी दोन्ही मुलींना घेऊन तिची खरीखुरी मावशी आश्रमात आली आणि दोन्ही मुलींना संस्थेत भरती केले. आता दोघीही छान राहून शिकत आहेत.

रणरणत्या उन्हात, भर दुपारी एक सत्तरीच्या घरातली वृद्धा दोन-तीन

वर्षांच्या मुलीला घेऊन वारज्याच्या आश्रमात आली. आतापर्यंत सर्वांच्या कहाण्या पाठ झाल्या होत्या. त्याचप्रमाणे ती पण सांगायला लागली, ''बघा हो, हिचे आई-वडील दोघेही गेले. माझ्या ह्या उतारवयात या मुलीचे आता मलाच करावं लागणार. मी हिला सांभाळू, का माझं पोट जाळू? मी धुण्याभांड्यांची कामं करते. हिला बरोबरच न्यावं लागतं. घरात तरी कोणाजवळ ठेवायची? मी जिथे काम करते तिथे ही घरातल्या वस्तूंना हात लावते. लोकांच्या महागाच्या वस्तू असतात; मग ते लोक पण रागावतात.'' म्हटलं, ''आजी, तुमचं सगळंच खरे आहे. पण मी तरी काय करू?'' त्यावर पुन्हा एकदा 'बघा काही जमतं का वगैरे' सांगत राहिली. पण माझा खरेचच काही इलाज नव्हता. जरा ती वैतागूनच तिथून त्या नातीला घेऊन निघून गेली. मी पुढच्या कामांना सुरुवात केली. अशा कथा रोजच्याच आहेत. त्यामुळे मी आता त्यात फारसा गुंतत नाही. ह्याचा अर्थ माझ्या संवेदना बोथट झाल्या आहेत, असं नाही. पण त्या वेळेपुरते तरी मी दुसरे काम करू शकतो. त्या घटनेचा त्रास करून घेत नाही.

वारज्याच्या संस्थेच्या बाजूला एक पिठाची गिरणी आहे. तो गिरणीवाला धावतच आला. ''काका, इतक्यात इथून एक म्हातारी आणि लहान पोरगी बाहेर पडली का हो?'' विचारू लागला. ''हो. का रे बाळा?'' ''अहो, त्या बारक्या अनवाणी पोरीला ह्या असल्या उन्हात फरफटत, मारत रस्त्याने नेते आहे. तोंडाने बडबड चालली आहे. शिव्या देतेय. कार्टीने आई-बापांना मारले. आता माझा जीव घेणार बहुतेक. अशी छळते आहे— देते आता हिला कुठेतरी रस्त्यात सोडून, नाही तर एखाद्या देवळाच्या पायरीवर ठेवून. पण हिला घरी नेत नाही. काय होईल ते होऊ दे हिचं.'' मी त्या गिरणीवाल्या मुलाला म्हटलं, ''बेटा, पळत जा आणि तिला बोलावून आण.'' मी पण तिचा मागोवा घेण्यासाठी ऑफिसमधून बाहेर पडलो. त्या मुलाने तिला ''काका बोलावत आहेत.'' असा निरोप दिला. ती चिडलेलीच होती. म्हणाली, ''हिला ठेवून घ्यायची नाहीये, मग कशाला बोलावताहेत?'' बहुतेक लांबवरून मी तिला दिसलो असेन. ती नातीसह परत आली आणि वास्तविक नियमात बसत नव्हते, कारण ती चार वर्षांच्या आतली होती. तरीसुद्धा केवळ करुणेपोटी तिला संस्थेत ठेवून घेतले. निशा तिचे नाव. काही तरी वर्षभराने ती आजी निशाला घरी घेऊन गेली. परत तिच्या खोड्या आणि आजीला त्रास सुरू झाल्यावर परत संस्थेत आणून सोडले. परत घेऊन गेली. हा प्रकार दोनदा झाला.

0 0 0

संध्याकाळची कातरवेळ. आम्ही डोणज्याला मुक्कामाच्या इराद्याने गेलो होतो. दिवसभराची सर्व कामे संपवून डोणज्याला जाऊन जरा विश्रांती घ्यावी, ह्या विचारात होतो. इतक्यात 'आम्ही आत्ताच डोणज्याला येतोय', असा एका गृहस्थांचा फोन आला. वास्तविक मला जरी त्या वेळी कितीही विश्रांतीची गरज भासत असली तरी येणाऱ्यांना मला अडवता आले नाही. तासाभरातच ते गृहस्थ डोणज्याला पोहोचले. त्यांचा मुलगा, सून, नातवंडे असे ते सहपरिवार आले होते. 'आपलं घर'च्या जेवणखोलीत म्हणजे पडवीत सर्व जण बसले. छान स्वागत झाले. परिचय झाला. बोलताना प्रत्येक वाक्यागणिक त्या गृहस्थांच्या 'आपलं घर'विषयीच्या सद्भावना किती तीव्र आहेत, हे जाणवत होते. त्यातल्या वयस्कर गृहस्थांचा चेहरा मात्र काही दुखावल्यासारखा आणि काही हरवणार आहे, असा दिसत होता. त्या गृहस्थांनी त्यांच्या खिशातून एक मखमली पाऊच काढला. तो पाऊच मोठ्या विश्वासाने माझ्या हातात देत म्हणाजे, ''फळणीकर, एका महिन्यापूर्वीच माझ्या पत्नीचे निधन झाले. तिच्या सोन्याच्या दोन पाटल्या होत्या. त्या पाटल्या विकून जी रक्कम मिळाली आहे, ती तिच्याच इच्छेनुसार 'आपलं घर'साठी आपल्या हाती सुपूर्द करत आहोत. 'आपलं घर'ला देणगी म्हणून द्यावी, ही तिची अखेरची इच्छा होती. ज्या सराफाकडे त्या विकल्या, त्याची पावती पण सोबत आहे.'' ती रक्कम देताना मात्र त्यांच्या हाताला कंप होता. मलाच वाटले, 'मनात कुठे तरी अशी भावना असेल की, आपल्या पत्नीची जपून ठेवलेली कदाचित शेवटची आठवण आपण आता फळणीकरांच्या स्वाधीन करतोय. त्या रूपाने ती आता आपल्याजवळ राहणार नाही.' ते सहजच होते म्हणा, पण ह्या वेळी मात्र त्यांच्या चेहऱ्यावर कृतकृत्याचा आणि आत्मिक समाधानाचा भाव मला दिसत होता. मला त्या माऊलीच्या सामाजिक बांधिलकीच्या जाणिवेचे मात्र कौतुक वाटते. आपल्या पश्चात आपल्या पाटल्यांची रक्कम 'आपलं घर'ला देण्याची त्यांची अखेरची इच्छा त्यांच्या कुटुंबीयांनी पूर्ण केली होती. त्यांचा आत्मा असेल तिथे नक्कीच सुखावला असणार.

'आपलं घर'वर असेच अनेकांचे निरपेक्ष प्रेम आहे. 'आपलं घर'ची जनमानसातली प्रतिमा लख्ख आहे. आणि ती तशीच राहावी, म्हणून मी प्रयत्नशील असतोच आणि मी माझ्या कर्मचाऱ्यांच्या मनावर पण सतत ते बिंबवत असतो.

आपला वारज्याचा आश्रम उभा राहिला तो अगदी सुरुवातीचा काळ तसा

खडतरच. सध्या जिथे मुलांचे निवासस्थान आणि स्वयंपाकघर आहे, ती इमारत तशी बेताचीच होती, पण त्यावरच एखादा हॉल बांधून मुलींची निवासव्यवस्था वेगळी, स्वतंत्र करावी, हे फार मनात होते. 'आपलं घर'चे एक विश्वस्त श्री. राकेश शर्मा ह्यांच्याकडे खरंच सहज म्हणूनच मी एखाद्या बांधकाम व्यावसायिकाची चौकशी केली. त्यांना आता हॉल बांधायचा हेतू सांगितला. त्यांनी आपुलकीने विचारले, "फळणीकर, बांधकाम तर करता येईलच, पण तुमच्याकडे पैसे किती आहेत?" मी सत्य होतं, तेच सांगितलं. म्हणालो, "आहेत काही तरी सत्तर-ऐंशी हजार!" त्यावर मात्र ते काहीच न बोलता निघून गेले. दोन-चार दिवसांतच त्यांनी त्यांच्या परिचयाचा इंजिनिअर पाठवला. बांधकामाचा सर्व आराखडा तयार झाला. बांधकाम सुरू झाले. सर्व खर्च श्री. राकेश शर्मांनी स्वत:च केला आणि त्यांनी आम्हाला असे उपकृत केले.

पुण्याच्या पूना शीम्स प्रा. लि. कंपनीचे डायरेक्टर श्री. अनिल शंकर गुप्ते आणि 'आपलं घर'चे काय ऋणानुबंध आहेत, कोण जाणे! गुप्तेसाहेब अत्यंत कर्तबगार, हुशार आणि समाजऋण मानणारे आहेत. स्वकर्तृत्वाने ते डायरेक्टर पदापर्यंत पोहोचले. पण त्यांना ना उच्चपदाचा अभिमान, ना संपत्तीचा माज! अनेक सेवाभावी संस्था, हॉस्पिटल्स, विद्यार्थी सहायक समिती, ह्यांना ते नेहमी मदत करत असतातच. पण त्याबरोबरच 'आपलं घर'ला त्यांनी उच्चांकी देणग्या दिल्या आहेत. आपल्या संस्थेचे उपाध्यक्ष श्री. राजीव पाध्ये हे गुप्तेसाहेबांच्या कंपनीत कार्यरत आहेत. त्यांनीच गुप्तेसाहेबांचे 'आपलं घर'शी अनमोल आणि पक्के नाते जोडून दिले. 'आपलं घर'च्या कोणत्याही नव्या प्रकल्पाला त्यांची अक्षरश: लाखमोलाची देणगी असते.

डोणज्याला आश्रमात राहणारे कोणी आजी-आजोबा आजारी पडले, तर त्यांची काही स्वतंत्र व्यवस्था असावी, यासाठी दोन स्वतंत्र खोल्या बांधायचे ठरवले. अर्थातच हे समजल्यावर गुप्तेसाहेबांनी ताबडतोब तीन लाख रुपये पाठवून, सोबत निरोप दिला की, 'फळणीकर, हे थोडे पैसे पाठवतोय; काही कमी पडलं तर लगेच कळवाह्व संकोच न करता!'

'आपलं घर'चे औद्योगिक प्रशिक्षण केंद्र सुरू करण्याची कल्पना प्रत्यक्षात आणण्यासाठी सक्रिय सहर्ष पाठिंबा श्री. गुप्तेसाहेबांचा आहे. या केंद्राचा फायदा ग्रामीण भागातील मुलांना घेता येणार आहे. मग त्यासाठी शक्य तितकी मदत करायलाच हवी, ही सात्त्विक भावना त्यामागे होती. त्या वेळी गुप्तेसाहेबांचा जरा

मिस्कील स्वभाव पुढे आला. श्री. राजीव पाध्यांबरोबर मला एक बंद पाकीट पाठवले आणि अत्यंत नम्रपणे निरोप पाठवला, 'फळणीकर, माफ करा, ह्या वेळी फक्त शुभेच्छांचे पत्रच पाठवत आहे. पैशाचं काही जमत नाहीये.' पत्रात आहे तरी काय? उत्सुकतेपोटी मी 'ते' पाकीट लगेच फोडले आणि पाहतो तो आत चेक्स होते, साडेतीन लाखांचे! मी पाध्यांना म्हणालो, ''पाध्ये, ह्यात चेक्स आहेत.'' पाध्यांनी कोणतीही प्रतिक्रिया दिली नाही. मी मात्र गुप्तेसाहेबांना त्वरित फोन केला. ''साहेब, तुमचे चेक्सरूपी पत्र मिळाले. पण खरं सांगतो, खरंच तुमचे नुसते पत्र जरी असते ना, तरी ते आशीर्वादाचेच असते. तुम्ही आजपर्यंत संस्थेच्या प्रगतीच्या प्रत्येक वळणावर भरभरून मदत केली आहे.'' तरीही त्यांचे अत्यंत नम्रपणे पलीकडून बोलणे, ''फळणीकर, अहो, आम्ही तुमच्यासारखे आणि तुमच्याएवढे काम तर करू शकत नाही; मग नुसता पैसा उचलून द्यायला काय जातंय? ह्यापुढे जाऊन मी म्हणतो, आम्ही जमा केलेला पैसा सत्कार्यासाठी वापरायला तुम्ही संधी देताय, म्हणून तुम्ही ग्रेट आहात.'' आता मी गप्पच झालो. मला सांगा, इतका दिलदार, विशाल हृदयाचा माणूस मला आदरणीय वाटला नाही, तरच नवल!

गुप्तेसाहेब अनेक वेळा केवळ आपुलकीपोटी संस्थेला भेट द्यायला येतात. तिथे काही काम चालले असेल तर त्यांचे लक्ष असते. सूक्ष्म निरीक्षण सुरू असते. कुठे काही कमी पडतेय असे जाणवले, तर ते तातडीने ती कमी दूर करायची प्रामाणिक धडपड असते. 'आपलं घर'च्या प्रत्येक समारंभाला ते मोठ्या प्रेमाने आवर्जून हजर असतात. पण कुठेही श्रीमंतीचा गर्व नाही. मोठेपणाची, उच्चपदाची गुर्मी नाही. सर्वांसारखेच, जिथे जागा मिळेल तिथे बसतात. बहुतेक वेळा मागेच बसतात. इतका प्रसिद्धिपराङ्मुख माणूस. कदाचित ते मोठे आहेत म्हणूनच साधे आहेत.

डोणज्याचे बांधकाम झाले. मोठे स्वयंपाकघर झाले. सर्वच व्यवस्था मनाजोगती झाली. गुप्तेसाहेबांची लगेच सूचना आली, ''फळणीकर, आता मोठे स्वयंपाकघर झालंय, आता फ्रिज घ्या आणि तोही चांगला मोठ्ठा घ्या. आपला व्याप वाढता आहे.'' त्यांनी लगेच रक्कम पाठवलीदेखील. त्यांच्या सूचनेनुसार मोठ्ठा फ्रिज घेतला तरी काही पैसे उरले. ते मी परत पाठवायचे ठरवले. मी त्यांना फोन करून सांगितल्यावर म्हणाले, ''फळणीकर, कशाला परत पाठवताय पैसे? वापरा दुसऱ्या कशासाठी तरी!'' पण 'ऊस गोड लागला म्हणून तो काय मुळापासून खायचा का?' मी त्यांचे पैसे साभार परत पाठवले.

एक अनामिक देणगीदार पूर्ण किराण्याचा टेम्पोच संस्थेपुढे उभा करत असे. तो सर्व किराणा कोणाकडून येतो याचा साधा नामनिर्देशसुद्धा त्या टेम्पोचालकाने देखील कधी केला नाही. मी एकदा त्या टेम्पोचालकाकडून त्या अनाम दात्याचे नाव जाणून घ्यायचा प्रयत्न केला. पण तो विफल झाला. अखेर अगदी योगायोगानेच त्यांचे नाव समजले. ते म्हणजे श्री. बिचे. मला नेहमीच अशा व्यक्तीविषयी आश्चर्य आणि आदर वाटतो. दान करण्यामागे त्याविषयीची गोपनीयता हा महत्त्वाचा भाग आहे. म्हणतात ना, उजव्या हाताने दिलेले दान डाव्या हातालादेखील समजू देऊ नये. तसेच हे श्री. बिचे आणि आणखी एक असेच गृहस्थ मुंबईचे श्री. गुरुराज दिवेकर. आज तीन वर्षांहून अधिक काळ झालाय. ह्या गृहस्थांचा दहा हजार रुपयांचा चेक दर महिना १० म्हणजे १० तारखेला आल्याशिवाय राहत नाही आणि चेक सुद्धा 'स्माईल'तर्फे येतो. माझ्या आठवणीत काही तरी तांत्रिक अडचणीमुळेच ह्या त्यांच्या व्रतात खंड पडला. पण त्यांनी पुढच्या महिन्यात दोन महिन्यांचे पैसे पाठवले. श्री. दिवेकरसाहेबांना मात्र मी अजूनही पाहिलेले नाही. फोनवर मात्र नेहमी बोलणे होते. त्यांचेसुद्धा नाव मला उशिराच समजले.

खरोखरच इतक्या श्रीमंत मनाची माणसे आज आपली झाली आणि त्यांनी 'आपलं घर' श्रीमंत केलं. मला मात्र त्यांचे ऋण कोणत्या शब्दांत व्यक्त करायचे; समजत नाही.

टाटा मोटर्सचे एक उच्चपदस्थ अधिकारी श्री. प्रकाश तेलंग ह्यांचे पण 'आपलं घर'वर विशेष प्रेम आहे. श्री. प्रकाश तेलंग हे श्री. रतन टाटांचे जणू उजवा हातच. त्यांची सावलीसारखी साथ करणारे गृहस्थ. डोणज्याचा जो डायनिंग हॉल आहे तिथले सगळेच फर्निचर त्यांनी त्यांच्या मातोश्री म्हणजे श्रीमती मंजुनाथ तेलंग ह्यांच्या स्मृतिप्रीत्यर्थ दिले आहे.

श्री. संतोष कांड म्हणून माझे एक मित्र आहेत. त्यांचे मित्र श्री. रवी देशपांडे. हा माणूस अतिशय नम्र आणि तितकाच दानशूर. त्यांनी डोणज्याचे स्वयंपाकघर अगदी चहाच्या चमच्यापासून मोठ्यात मोठ्या भांड्यांपर्यंत कुशल गृहिणीच्या नजरेने सजवून दिले. साधना आणि वारज्याच्या मावशींनी पण त्यांना काही गोष्टी सुचवल्या आणि एक परिपूर्ण स्वयंपाकघर डोणज्याला सजले. पन्नास माणसांचा राबता रोज तिथे आहे. पण कशाचीही कमी पडत नाही. शिवाय आंबा घाटात आमच्या मुलांना सहल घडवून जंगलसफर घडवली. बाजीप्रभूंच्या पावनखिंडीचे दर्शन घडवले. ह्या गोष्टी खास आमच्यासाठी जमवल्या. सर्वांत

महत्त्वाचे म्हणजे ते दोन दिवस त्यांची कंपनी आम्हाला लाभली. आम्हाला कोणतीही गोष्ट कमी पडू दिली नाही असे हे लोभस व्यक्तिमत्त्व!

पुण्यातले डॉ. राम साठ्ये हे असेच एक उत्तुंग व्यक्तिमत्त्व! व्यवसायाने डॉक्टर, वृत्तीने छुपा समाजसेवक, नाट्यअभिनेता. अत्यंत संवेदनशील, मृदू स्वभावाचा, तरीही परखड वाणीचा हा सर्वगुणसंपन्न माणूस! संगीत नाटकांचे परदेशात प्रयोग करून नुकतीच त्यांची खूप प्रशंसा झाली. वाहवा झाली. अर्थात त्यांच्या सहवासात आल्यावरच हे सर्व गुण आपल्याला प्रकर्षाने जाणवतात. अतिशय कोमल हृदयाचा हा माणूस; पण त्यांनी केलेल्या जवळजवळ साडेसहा हजार शवविच्छेदनांची नोंद त्यांच्या रेकॉर्डवर आहे. असे व्यवसायात पण कुशल. प्रभू रामचंद्र आणि रामदासस्वामींवर त्यांची नितांत श्रद्धा आहे. कोणताही गाजावाजा न करता अनेक संस्थांना अनेक प्रकारची मदत करत असतात. 'आपलं घर'ची दिवाळी हा खास त्यांचाच विषय आहे. अगदी न चुकता दिवाळीच्या पहिल्याच दिवशी सर्वांना दिवाळीचा ताजा खमंग फराळ, सुगंधी तेल, उटणे, चांगल्या प्रतीचे साबण पुरवून ते स्वत:बरोबर 'आपलं घर'ची दिवाळी पण तेजोमय करतात. पुण्यातल्या अनेक संस्थांची दिवाळी ते खऱ्या अर्थी अशीच आनंदी करतात. केवळ दिवाळीपुरतेच नाही, तर वर्षभरच त्यांचे समाजोपयोगी विविध उपक्रम सुरू असतात. दैवगती खरंच कुणाला कळली नाही, हेच खरे! इतक्या सश्रद्ध, सहृदय माणसाच्या नशिबी एकुलत्या एका मुलाच्या अपघाती निधनाचं दु:ख यावं, ह्याला काय म्हणतात?

डॉ. राम साठ्यांचा एक टेनिसचा ग्रुप आहे. ती सर्व मंडळी टेनिस खेळून झाल्यावर समुद्र हॉटेलमधे जमतात. तो काही तरी पंधरा-वीस जणांचा ग्रुप आहे. ते सर्वच जण आपल्या आपल्या क्षेत्रात नावाजलेले आहेत आणि विशेष म्हणजे त्या प्रत्येकाने 'आपलं घर'ला निश्चित मदत केली आहे. मी एकदा त्यांना याच पुस्तकाच्या निमित्ताने भेटायला गेलो होतो. काम झाल्यावर मी निघालो, तेव्हा ते मला त्यांच्या गाडीपाशी घेऊन गेले. माझ्या हाती पाच हजार रुपये देत म्हणाले, ''फळणीकर, १८ जुलैला आपल्या अथर्वचा वाढदिवस. त्या निमित्ताने 'आपलं घर'च्या मुलांना खाऊ घ्या.'' त्या वेळची त्यांच्या मनातली चलबिचल मला जाणवत होती. चेहरा मात्र निर्विकार ठेवण्याचा त्यांचा प्रयत्न होता. खरे तर परस्परांचे अश्रू पुसण्यास दोघही असमर्थ होतो, म्हणून एकमेकांचा निरोप न घेताच निघालो.

मी घरी येतो न येतो तोच परत डॉ. राम साठ्यांचा फोन आला. ''फळणीकर,

चिंतामणी हसबनीस म्हणून माझे चित्रकार मित्र आहेत. त्यांना तुमचे वेगवेगळ्या अँगल्समधून फोटोग्राफ्स घ्यायचे आहेत. त्यांना जरूर भेटा. हा माझा आदेश समजा किंवा विनंती समजा.'' त्यांच्या आदेशानुसार मी हसबनीसांकडे गेलो. त्यांनी माझे जवळजवळ तीस फोटोग्राफ्स घेतले. वास्तविक हसबनीस महान चित्रकार आहेत. त्यांचे एकेक चित्र लाखात विकले जाते. पण मग माझ्यासारख्याचे फोटोग्राफ्स त्यांना का हवे होते; माहिती नाही. काही दिवसांतच डॉ. राम साठ्यांनी माझे चित्र मला दाखवले. खरे सांगतो, आजपर्यंत माझा इतका सुंदर फोटो मी बघितला नव्हता. प्रत्यक्षाहून प्रतिमा उत्कट, असाच हा अनुभव! अर्थातच हसबनीसांच्या कुंचल्याची ही किमया!

'मेनका' दिवाळी अंकातला डॉ. अश्विनी धोंगडे ह्यांचा 'अठ्ठावीस मुलांचे आई-बाप' हा लेख सातासमुद्रापार गेला. अर्थातच त्याचे श्रेय सौ. अश्विनीताई आणि मेनका दिवाळी अंकाकडे जाते. अमेरिकेतल्या नामांकित उद्योजक संध्या गोहेल ह्यांनी तो लेख वाचला. अश्विनीताईंकडून माझा फोन नंबर घेऊन मला फोन केला. फोनवर बोलतानाच त्या फार उत्तेजित झाल्याचे जाणवत होते. त्यांना मला भेटण्याची इच्छा होती. त्या स्वत: मराठी, त्यांचे पती गुजराती. त्यांनी मोठा उद्योग सुरू केला बडोद्यात आणि आता अमेरिकेतही त्याचा विस्तार केलाय. भारतात आल्यावर 'आपलं घर'ला भेट देण्याची त्यांची इच्छा त्यांनी परत बोलून दाखवली.

दोन महिन्यांनी त्या स्वत: आणि सोबत त्यांच्या दोन बहिणी 'आपलं घर'ला भेट द्यायला आल्या. संस्था पाहिल्यावर त्यांना असे वाटले की, आपल्याकडे जी अफाट संपत्ती आहे, तिचा उपयोग 'आपलं घर'साठी नेहमीच व्हावा. शिवाय मनाच्या मोठेपणाने मला असेही म्हणाल्या, ''एकदा तुम्ही बडोद्याला जरूर या, आमचा पाहुणचार घेण्यासाठी आणि महत्त्वाचे म्हणजे आम्हाला तुम्हीच मार्गदर्शन करा; जेणेकरून आमच्या संपत्तीचा उपयोग जनकल्याणासाठी करता येईल. म्हणजे आम्हाला त्या 'अर्था'ला काही अर्थ आहे असे वाटेल.''

पुढे काहीच दिवसांनी बडोद्याच्या महाराष्ट्र मंडळातल्या गणेशोत्सवात गणपतीची पूजा आणि माझे अनुभवकथन असा प्रोग्राम त्यांनी ठरवला. वास्तविक संध्याताई त्या वेळी अमेरिकेत होत्या. पण ती जबाबदारी त्यांनी त्यांच्या बहिणींवर सोपवली होती. माझा जाण्या-येण्याचा खर्च देऊ केला. पण मी असा खर्च कधीच कोणाकडून घेत नाही. मला माझी तेवढी योग्यता वाटत नाही. बडोद्यात माझी शाही व्यवस्था मात्र त्यांनी ठेवली.

महेश गोहेल आणि संध्याताई गोहेल ह्यांच्या मुलांचे लग्न ठरले. मुलगी पुण्यातली. लग्न पुण्यात होते. पण स्वागत समारंभ मात्र बडोद्याला होता. त्यांनी फोनवरच लग्नाचे निमंत्रण दिले आणि म्हणाले, ''फळणीकर, हे फोनवरचे निमंत्रण स्वीकारून लग्नाला जरूर या. आम्ही सर्वांना फोनवरच आमंत्रणे दिली आहेत, कारण आम्ही लग्नपत्रिका छापल्याच नाहीत.'' हे ऐकल्यावर मला आश्चर्यच वाटले. थोडे विचित्र नाही, पण वेगळेच वाटले. मी उत्सुकतेने विचारलेच, ''का हो?'' त्यावर त्यांचे सहज साधे आणि सरळ उत्तर, ''अहो, 'आपलं घर' ह्या तुमच्याच संस्थेसाठी! ते पत्रिकांचे सर्वच पैसे आम्ही 'आपलं घर'साठी देणार आहोत. शिवाय स्वागत समारंभ बडोद्यालाच आहे. आम्ही तिथे 'आपलं घर'चा एक स्वतंत्र स्टॉल उभारणार आहोत. लग्नात आम्ही आहेर स्वीकारणार नाहीच. शिवाय आमचे सगेसोयरे, आप्त आहेत त्यांना असे आवाहन करणार आहोत, आम्ही तर आहेर कोणत्याच स्वरूपात स्वीकारणार नाही, पण आपल्याला जे काही यथाशक्ती द्यायचे आहे, ते स्टॉलवरच द्या.''

मला ही कल्पना अभिनव तर वाटलीच तशीच उदात्तसुद्धा वाटली. पण तरीही काहीशा संकोचाने म्हणालो, ''ताई, ते ठीक आहे, पण समाजात आपली जी प्रतिमा आहे, जे स्थान आहे त्याला ते शोभून दिसेल का? नातेवाईक काय म्हणतील? लोक काय म्हणतील?'' त्यावरही त्यांचे उत्तर तयार होतेच. अर्थात त्यांच्या निर्मळ स्वभावाला साजेसेच! ''अहो, लोक काही म्हणू देत; आपण असलेली संपत्ती उधळतोय, असं तर नक्कीच म्हणणार नाहीत ना?''

त्यांच्या आग्रहाच्या प्रेमाच्या आमंत्रणाप्रमाणे ठरल्या दिवशी मी, साधना आणि सचिन बडोद्याला गेलो. स्वागत समारंभ होता ते हॉटेल साहजिकच पंचतारांकित होते. तिथले सर्वच वातावरण अक्षरश: डोळे दिपवणारे आणि डोळ्यांचे पारणे फेडणारे होते. क्षणभर आम्हाला त्या हॉटेलमध्ये प्रवेश करताना थोडा संकोच म्हणा किंवा लाजसुद्धा वाटली. तिथे 'आपलं घर'चा कक्ष छान सजवून ठेवला होता. संस्थेची रंगीत माहितीपत्रके तेथे ठेवली होती. बडी बडी उद्योजक मंडळी आली. सर्वांनी यथामती देणग्या दिल्या. तिथे बरीच देणगी जमा झाली. गोहेल पती-पत्नींनी आग्रहाने जेवायला लावले. ''सर्व रक्कम ताब्यात घ्या.'' म्हणाले, ''कितीही रक्कम जमली असली तरी आम्ही आमचे एक लाख त्यात घालणारच आहोत.'' असेही सांगितले आणि तसे केले.

हा सर्व प्रसंग विलक्षण भारावून टाकणारा, थक्क करणारा तर होताच; पण

मला कौतुक वाटते ते ह्याचे की, आपल्या पारिवारिक आनंद सोहळ्यातसुद्धा त्यांना 'आपलं घर'विषयी काही चांगले करावे, असे मनापासून वाटले. परोपकारासाठी त्यांनी कदाचित प्रांतवाद बाजूला ठेवला. केवळ सत्कार्याचा विचार केला.

असे अनेक देणाऱ्यांचे हजार हात 'आपलं घर'ला लाभत गेले. तसे तर 'आपलं घर'चे सात हजारांच्या वर देणगीदार आहेत. सर्वांबद्दल आमच्या मनात अतिशय कृतज्ञता आहे. त्यांच्या ऋणातून मात्र मला मुक्त व्हायचे नाही कारण काही ऋणं तशीच जपायची असतात, नुसत्या स्मरणकुपीत!

व्यक्तीबरोबर संस्थासुद्धा 'आपलं घर'ला मदत करतात. त्यात 'रोटरी क्लब ऑफ पूना वेस्ट'चे नाव विशेषत्वाने घ्यावे लागेल. त्यांचा दर महिन्याला न चुकता संस्थेसाठी किराणा येतो. त्यांची आजपर्यंत २८ तारीख कधी चुकली नाही.

0 0 0

'आपलं घर'ने सुरू केलेल्या कामांनी लोक प्रभावित झाले. असंख्य देणगीदारांकडून मदतीचा ओघ येतच राहिला. लोकांची उत्सुकता वाढीस लागली. प्रत्येकालाच आम्हा दोघांशी बोलावे, असे वाटायला लागले. अनेक लहान-मोठ्या सार्वजनिक ठिकाणी आमच्या मुलाखती सुरू झाल्या. मग त्याला गणेशोत्सव, रामनवमीसारखे उत्सवदेखील अपवाद ठरले नाहीत. अनेक शिबिरांतदेखील मुलाखत होऊ लागली. झी टी. व्ही., मी मराठी, ई टी. व्ही., या मराठी वाहिन्यांनी निरनिराळ्या कार्यक्रमांतर्गत स्टुडिओत बोलावून, तर कधी प्रत्यक्ष आश्रमात येऊन खास मुलाखती घेतल्या. साम मराठीवर वीणा गवाणकरांनी खास साधनाची मुलाखत घेतली. एक हृद्य मुलाखत म्हणजे माझे गुरू श्री. यशवंत रामकृष्ण काळे आणि मी अशी संयुक्त मुलाखत झाली. तो क्षण खरेचच भाग्याचा होता.

अनेक मासिकांतून मुलाखती छापल्या गेल्या. 'मेनका' दिवाळी अंकातली प्रा. सौ. अश्विनी धोंगडे ह्यांनी घेतलेली मुलाखत तर फारच गाजली.

मुलाखतीत मी अगदी मनापासून बोलत असे. तरी एक गोष्ट वारंवार मनात येई— जनसमुदाया समोर आपले अनुभव सांगावेत, मते मांडावीत इतका मी मोठा नाही. माझ्या व्यथेची कथा झाली, ह्या योगाव्यतिरिक्त मी काही मोठे काम केले आहे, असे मला वाटत नाही. पण तरीही मी मुलाखती आवर्जून देत असे, कारण मी जर माझ्या कामाविषयी बोललोच नाही, तर ते लोकांपर्यंत पोहोचणार तरी कसे? वास्तविक 'आपलं घर' ज्या प्रकारचे काम करते आहे, त्याच प्रकारचे काम करणाऱ्या अनेक प्रस्थापित, नामांकित संस्था आहेत, पण सरकारी अनुदान अगदी

एक पैसासुद्धा न घेता केवळ समाजपुरुषांच्याच मदतीने वंचितांना, उपेक्षितांना नि:शुल्क सेवा देणारी अत्यंत स्वच्छ आणि पारदर्शक कारभार असणारी संस्था म्हणून मला 'आपलं घर'विषयी नक्कीच सार्थ अभिमान आहे. म्हणूनच 'आपलं घर'चे कार्य समाजाच्या कानाकोपऱ्यापर्यंत पोहोचले पाहिजे, म्हणूनही मी मुलाखतीस तयार होत असे.

'आपलं घर'चे नाव महाराष्ट्राच्या कानाकोपऱ्यात पोहोचले; इतकेच नव्हे, तर परदेशात पोहोचले ते अशाच निरनिराळ्या मुलाखती आणि निरनिराळी प्रसारमाध्यमे ह्यांच्याद्वारा! 'आपलं घर'ची स्वतंत्र ओळख होऊ लागली. साहजिकच कार्याची कौतुकपर पावती म्हणून पुरस्कार मिळायला लागले. खरे तर हे काम मी माझ्या व्यक्तिगत आनंदासाठी सुरू केले होते. त्यामुळेच पुरस्कार स्वीकारताना मनात संदेह निर्माण होई. मी कधीच स्वत:हून अर्ज वगैरे केले नाहीत. पण लोक अशा पद्धतीने पुरस्कारांच्या मागे असतात, हे मला माहिती आहे. माझ्या आणि अर्थातच 'आपलं घर'च्या सुदैवाने अनेक नामांकित संस्थांनी 'आपलं घर'च्या कार्याची ओळख झाल्यावर स्वत:हून पुरस्कारांसाठी आमची निवड केली. असे पुरस्कार मात्र मी अगदी आदराने स्वीकारले. अर्थात अशा पुरस्कारांमुळे संस्थेच्या कामाची ओळख वाढेल आणि आमच्या विविध प्रकल्पांसाठी त्यातून भरघोस निधी मिळेल, असाही थोडासा स्वार्थी हेतू होताच.

जनमानसात 'आपलं घर'चे स्थान निश्चित होण्यासाठी पुरस्कारांचे मोल विशेषत्वाने आहे. संस्था यशाची एक-एक पायरी चढू लागल्याचे द्योतक म्हणजे मिळालेले पुरस्कार. ह्या पुरस्कारांच्या मांदियाळीत अनेक मानांकित, नामांकित पुरस्कार आहेत. तसेच अनेक छोटे-मोठे पुरस्कार आहेत. मला आठवते त्याप्रमाणे अगदी सुरुवातीलाच 'ब्रदरहूड फाउंडेशन'चा पुरस्कार मिळाला आणि तोही पोलीस महासंचालक श्री. अरविंद इनामदार ह्या कर्तव्यदक्ष पोलीस अधिकाऱ्याच्या शुभ हस्ते! आणि श्री. रमेश देव ह्या बुजुर्ग कलाकाराच्या सन्माननीय उपस्थितीत. असे पुरस्कार भव्य-दिव्य कार्यक्रमांतून स्वीकारताना आपण प्रसिद्धीच्या झोतात येतो, हा आनंद मात्र क्षणकालच टिकतो. कारण नंतर मात्र आपली जबाबदारी वाढली आणि समाजाने ज्या विश्वासाने आपला गौरव केला आहे, त्याला आपण आपल्या कार्याने पात्र ठरले पाहिजे, तो विश्वास सार्थ ठरविला पाहिजे, ही सतत जाणीव राहाते.

ह्यानंतरचा पुरस्कार पण असाच गौरवशाली आहे. 'ओंकार न्यास' हा आध्यात्मिक पाया असलेला न्यास आहे. त्या न्यासातर्फे दिला जाणारा 'जीवनगौरव'

पुरस्कार! भारतीय विद्या भवनचा 'डॉ. नगरकर पुरस्कार'. हे सर्वच पुरस्कार संस्थेचा लौकिक वाढवणारे असेच आहेत. पुरस्कारांचा उल्लेख करायचाच झाला तर अनेक पुरस्कारांनी सन्मानित झाल्याचेच सांगावे लागेल. पण अशाच पुरस्कारांच्यात 'मानाचा तुरा'किंवा 'मानाचे पान'ठरावा असा पुरस्कार म्हणजे 'मा. दीनानाथ मंगेशकर पुरस्कार.' अर्थात या पुरस्कारासाठी 'आपलं घर'ची निवड होणे, हासुंदर योगायोगच आहे. भाग्ययोगच आहे. मा. दीनानाथ न्यासाचे पदाधिकारी विश्वस्त स्वत: येऊन आणि अप्रत्यक्षपणेसुद्धा संस्थेच्या कामाची, व्यवस्थेची पाहणी करतात; माहिती गोळा करतात. त्यांच्या सर्व चाचण्यांत संस्था उतरली की मग पुरस्कारासाठी निवड होते. हा पुरस्कार साक्षात स्वरसरस्वती मा. लतादीदींच्या मंगल हस्ते मिळाला. मला तर वाटते, आपली योग्यता नसताना परमेश्वर कधी कधी स्वर्गीय सुखाचा अनुभव देतो. ह्या पुरस्काराच्या वेळी पं. जसराजजी, हेमामालिनी, शम्मी कपूर, अशा आपल्या क्षेत्रात जणू 'तेजोनिधी' असलेल्या व्यक्तींचा सहवास लाभला.

खऱ्या अर्थी 'तीर्थस्वरूप' म्हणावेसे वाटते असे आध्यात्मिक क्षेत्रातले वंदनीय, पूजनीय नाव म्हणजे श्री. नारायणकाका ढेकणे. त्यांच्या परमपवित्र हस्ते मिळालेला पुरस्कार.

ह्या संस्थेचा 'पुण्यगौरव पुरस्कार' आणि अगदी अलीकडेच मिळालेला पुरस्कार म्हणजे 'रोटरी क्लब ऑफ पुणे मिडटाऊनचा 'सेरा' पुरस्कार. (सर्व्हिस एक्सलन्स रेक्गनिशन अॅवॉर्ड) दैनिक सकाळचे संपादक श्री. सुरेशचंद्र पाध्ये ह्यांच्या हस्ते हा पुरस्कार मिळाला. या वेळी मला जे मानपत्र दिले गेले, ते पुण्याचे प्रसिद्ध डॉ. मंदार परांजपे ह्यांनी शब्दांकित केले आहे. आजपर्यंत जी मानपत्रे मिळाली, त्यातले कदाचित सर्वोत्तम ठरेल असे हे मानपत्र आहे. ह्यात व्यक्तिगत माझे किंवा संस्थेचे गुणगान आहे म्हणून मी म्हणत नाहीये, पण वाङ्मयाचा किंवा मानपत्रांचा उत्कृष्ट नमुना म्हणून वाचकांना ते नक्कीच आवडेल.

वास्तविक हे सर्वच पुरस्कार 'विजय फळणीकर' ह्या नावाने मिळाले असले तरी मी अत्यंत कृतज्ञतापूर्वक सांगतो की, ते माझे एकट्याचे नसून माझी पत्नी सौ. साधना आणि माझे आश्रमातले सहकारी, आमची मुलं, आमचे आजी-आजोबा ह्या सर्वांचे आहेत. कारण ह्यापैकी कुठल्याही घटकाने असहकार पुकारला तरी मी नीट काम करू शकणार नाही, ह्याची मला पूर्ण कल्पना आहे.

0 0 0

मी संस्थेचे काम करतो म्हणजे काय करतो? निराश्रितांना, वृद्धांना एकत्र

ठेवतो. त्यांच्या मूलभूत गरजा पूर्ण करतो. असा आणि इतकाच संकुचित विचार मी करत नाही. ह्या विधानाचा कदाचित पुन:उच्चार असेल, पण तेच माझे आता जीवितकार्य आहे. त्यामुळे पुन्हा सांगणे गैर वाटत नाही, तर संस्थेतल्या प्रत्येक मुलाला माणूस म्हणून घडवणे, आदर्श नागरिक घडवणे, वृद्धांना ती माणसे आहेत ह्याचे भान ठेवून तशी वागणूक देणे, जगण्याच्या सर्व कंगोऱ्यांची त्यांना ओळख करून देणे— असे मला मनापासून वाटते. मी तसा प्रामाणिक प्रयत्नही करतो.

संस्थेत राहणाऱ्या प्रत्येकाला स्वयंशिस्त हवीच आणि त्यासाठी त्यांच्या दैनंदिन जीवनाचा काही आराखडा तयार करून दिला आहे. त्या नियमांचे पालन, त्या वेळापत्रकाची अंमलबजावणी होते किंवा नाही हे पाहणे मी माझे कर्तव्य समजतो. एक संस्थाचालक म्हणून ती माझीच प्रथम जबाबदारी असते. कधी कधी काय होते, निराधारांची संस्था आहे, त्यांना आधार दिलाय ना मग वागवा त्यांना कसेही. काहीही खायला, प्यायला, घालायला द्या; चालतेय. गलिच्छपणा, भोंगळपणा, विस्कळीत-पणा मला जराही आवडत नाही. मला त्याची चीड आहे. आमच्याकडचा प्रत्येक रहिवासी स्वच्छ आणि नीट-नेटका आढळेल. फाटके-तुटके कपडे कोणाच्याही अंगावर दिसणार नाहीत. शिस्त आहे, पण विनाकारण धाक नाही. जे-जे काही उत्तम आहे, उन्नत आहे; तेच सर्वांना दिले जाते. समाजच त्यांना भरभरून देतोय, मग आम्ही हात आखडून त्यांना का द्यावे? आम्हीच कुचराई का बरे करावी?

'आपलं घर'चे वैशिष्ट्यच स्वच्छता, पारदर्शकता आणि सुसूत्र कारभार आहे, हे सांगितले पाहिजे. इथे येणाऱ्या कोणत्याही मुलाकडून किंवा वृद्धाकडून कोणत्याही आर्थिक लाभाची अपेक्षा ठेवली जात नाही. हे पूर्णपणे नि:शुल्क आहे, हे तर सर्वश्रुत आहेच. अत्यंत नीटनेटका स्वच्छ परिसर, फुलझाडांनी सुशोभित केलेला. हिरवाईने नटलेला. अंगण रांगोळ्यांनी सुशोभित केलेले असेच दिसेल. आश्रमातल्या सर्वांनाच देण्यात येणारे जेवणही उत्तम प्रतीचे. सर्वच कर्मचाऱ्यांचे सर्वांशीच वागणे अत्यंत प्रेमाचे, सहिष्णुतेचे.

आश्रम पाहायला येणारा प्रत्येक पाहुणा ह्या सर्व गोष्टींनी प्रभावित होतो. आश्रमाच्या प्रेमात पडतो. काही काळासाठी केवळ भेट देण्यासाठी इथे येणारा पाहुणा असो किंवा इथला राहणारा वृद्ध वा विद्यार्थी असो; एकदा तो आश्रमात आला की आजवरचे कष्ट, श्रम विसरतो आणि आश्रम म्हणजे 'श्रमपरिहाराची जागा' हा भाव सार्थ ठरवतो.

मुले सकाळी पाच वाजताच उठतात. त्यांचे सर्व प्रातर्विधी आटोपून सकाळची

प्रार्थना, नियपठण वगैरे होते आणि हेच सर्व किंवा काही वेगळे पठण रोज संध्याकाळी असते. व्यायाम सात वाजता होतो. आपल्या ठरल्यावेळी मुले शाळेत जातात. दोन्ही ठिकाणच्या शाळा त्यांच्या चालण्याच्या अंतरावरच आहेत. अभ्यास, जेवणे, झोपणे ह्यांच्या वेळा तशा निश्चित आहेत. हा सर्व दिनक्रमाचा भाग म्हणून नक्कीच महत्त्वाचा आहे. सकाळ, संध्याकाळ जी सामुदायिक प्रार्थना होते, ती प्रार्थना किंवा ते काव्य मुळातले कविवर्य कुसुमाग्रजांचे आहे. तिचा भावार्थ फारच सुरेख आणि संस्थेची अपेक्षा योग्य शब्दांत व्यक्त करणारा आहे. मनोबल वाढवणारा आहे. ती प्रार्थना इथे देण्याचा मला मोह होतोय -

सर्वात्मका सर्वेश्वरा
स्वीकार या अभिवादना ।।
तिमिरातूनी तेजाकडे
प्रभु आमुच्या ने जीवना ।।
सुमनात तू, गगनात तू
ताऱ्यांमध्ये फुलतोस तू ।।
सद्धर्म जे जगता मधे
सर्वांत त्या वसतोस तू ।।
चोहीकडे रूपे तुझी
जाणीव ही माझ्या मना ।।
श्रमतोस तू शेतामधे
तू राबसी श्रमिकासवे
जे रंजले वा गांजले
पुसतोस त्यांची आसवे
स्वार्थाविना सेवा तिथे
तेथे तुझे पद पावना ।।

ह्यातला प्रत्येक शब्दच मला फार अर्थपूर्ण आणि मोलाचा वाटतो. खरे आहे, नाही का? ज्यांच्या जीवनात खरेच अंधारच निर्माण झालाय, अशीच मुले किंवा मोठी माणसे आश्रमात येतात. त्यांना प्रकाशगामी बनवण्याचे आणि तेजाकडे नेणारा मार्ग दाखवण्याचे काम संस्था करते. सर्वसाक्षी परमेश्वराचा वास सर्वत्र भरून राहिला आहे आणि ही जाणीव ह्या मुलांच्या मनावर कोरली जाते.

म्हणूनच 'आपलं घर'मधे येणाऱ्या सर्वांचाच धर्म माणुसकी आणि जात

फक्त माणूस. इथली सगळी मुले वेगवेगळ्या घरांतून, वेगवेगळ्या परिस्थितीतून, संस्कारांतून आलेली असतात. पण इथे आल्यावर त्यांचे एकमेकांशी असलेले नाते रक्ताच्या बहीणभावंडांचे असते. अगदी न सांगताच अनेकदा मोठा दादा किंवा एखादी मोठी ताई त्यांच्याहून लहान असणाऱ्यांना प्रेमाने सांभाळत असतात. एखादा छोटा मुलगा किंवा मुलगी आजारी असले तर त्यांचे ताई-दादा अगदी मायेने खाऊ घालतात, झोपवतात. हे सगळे बघितले की वाटते, त्यांना इथे येतानाच न सांगता समजलेले असते की, आता आपणच एकमेकांचे सगेसोयरे आणि आप्त आहोत, जीवाभावाचे सखे आहोत. ही समज त्यांना परिस्थितीशिवाय दुसरे कोण देणार? प्रार्थनेतल्या 'स्वार्थाविना सेवा तिथे । तेथे तुझे पद पावना' ह्याचा नित्य प्रत्यय येतो. आणि माझे सांगायचे तर इथल्या प्रत्येकातच मला 'वैभव' दिसतो. कोणाचे बोलणे वैभवसारखे, कोणाच्या खोड्या तर कोणाचे चालणे वैभवची आठवण करून देते.

संस्थेत काम करणाऱ्या स्त्री किंवा पुरुष कर्मचाऱ्यांचे प्रशासकीय तंत्राचा भाग म्हणून वेळेनुसार मी कौतुक करतो आणि तशीच गरज पडली तर चांगला खरपूस समाचारसुद्धा घेतो. अशी एखादी संस्था सुरळीत चालवून प्रगतिपथावर न्यायची असली तर हे करणे गरजेचेच असते. कर्मचाऱ्यांच्या पोटात शिरून काही गोष्टी करून घ्याव्या लागतात. आपले जगविख्यात उद्योजक श्री. शंतनुराव किर्लोस्कर, किंवा श्री. बजाज ह्यांच्या जीवनचरित्रातून मला अनेक गोष्टी शिकता आल्या. मार्गदर्शक तत्त्व जाणून घेता आले. कर्मचाऱ्यांना योग्य सोई-सुविधा दिल्या, त्यांच्यावर विश्वासाने काही जबाबदाऱ्या टाकल्या तरी ते आपले होतात. अर्थात काही वेळा दूध पाजलेला साप गरळ ओकण्याचा पण अनुभव येतो. पण ते आमच्या दाजींसारखे, दुर्दैवानेच.

'आपलं घर'च्या कर्मचाऱ्यांना मी आमच्या सोबत विमानप्रवास घडवलाय. काहींना विवाहासाठी, आजारपणासाठीसुद्धा मदत केली आहे. अर्थात ह्यात मोठेपणा सांगायचा हेतू नसला तरी आमच्या नातेसंबंधांवर प्रकाश टाकावा, इतका तरी आहे.

0 0 0

स्वत:चे दु:ख विसरायच्या हेतूने अनाथाश्रम काढला, त्याला आता दहा वर्षे तरी झाली. कोणाची ना कोणाची रोजची करुण कहाणी ऐकणेही रोजचेच आणि आसवे गाळणेही रोजचेच.

अगदी काही दिवसांपूर्वीचीच गोष्ट. मुंबईच्या वात्सल्य संस्थेतून एका जोडप्याने

मुलगी दत्तक घेतली. त्या वेळी ती मुलगी काहीतरी एक वर्षाची असेल. त्या मुलीचे दैवच खडतर. ती तीन वर्षांची झाली आणि तिचे वडील गेले. तिचे पालनपोषण अर्थातच आता तिची आई करू लागली. पुन्हा एकदा तिचे दुर्भाग्य आडवे आले आणि अगदी अलीकडेच तिची आई पण हे जग सोडून गेली. आता ती मुलगी नऊ वर्षांची आहे. तिचे म्हातारे आजोबा आहेत आणि गिरगावात मोठा फ्लॅट. पण तिची देखभाल करेल किंवा तिला सांभाळेल असे कोणी नाही. पुण्यातली तिची आत्या 'आपलं घर'चे नाव ऐकून होती. ती तिला संस्थेत घेऊन आली. तिची कहाणी सांगितली. वास्तविक आत्याची मुले परदेशात आहेत. पुण्यातल्या उच्चभ्रू वस्तीत तिचा बंगला आहे. पण का माहिती नाही; ह्या मुलीला सांभाळण्याची आत्याची मानसिक तयारी नव्हती. आता ह्या मुलीचे काय करायचे? अर्थात हा प्रश्न सोडवण्यासाठीच तर आत्याने त्या मुलीला 'आपलं घर'मध्ये आणले.

मी सर्व गोष्टी ऐकून घेतल्या. पूर्ण विचार केला. त्या मुलीचा आर्जवी चेहरा, नितळ डोळे मला अस्वस्थ करत होते. तिचे दत्तक विधान कोर्टामार्फत झाले असल्यामुळे सर्व कायदेशीर बाबी पूर्ण झाल्याशिवाय संस्थेत प्रवेश देता येणार नव्हता, ही माझी अगतिकता होती. माझे डोळे सारखे पाणावत होते. मी तिला संभाषणात सहभागी करावे, ह्या हेतूने विचारले, ''बेटा 'आपलं घर' आवडलं तुला? तू इथे राहायला येशील ना?'' माझ्या ह्या प्रश्नाचे तिचे उत्तर म्हणजे त्या बालमनाला पडलेला प्रश्नच! माझ्या ह्या प्रश्नाचे हो, नाही काहीच उत्तर न देता मला तिने फक्त इतकेच विचारले, ''काका, म्हणजे आता आत्या पण टाकणार मला?'' तिच्या ह्या प्रश्नाने माझ्याबरोबरच ऑफिसमधल्या सहकाऱ्यांच्या काळजाचे पाणी झाले. ह्या प्रश्नामागचा तिने न विचारलेला, पण मला तिच्या चेहऱ्यावर वाचता आलेला प्रश्न म्हणजे 'मी काय टाकण्यासाठीच जन्माला आले? एकदा कोणाच्या तरी वखवखलेल्या वासनेचा बळी म्हणून टाकलं गेलं... अपत्य म्हणून स्वीकारणारे आई-बाप काळाने हिरावून नेले. आता कोणीच मायेचे नाही म्हणून पुन्हा कोणी तरी टाकण्याचा विचार करत असते.' खरोखरच घटाघटांचे रूप आगळे, हे तर आहेच; पण प्रत्येकाचे दैव वेगळे, हे पुनःपुन्हा पटते ते अशा कहाण्या पुढे आल्या की.

0 0 0

पैशाबरोबर 'आपलं घर'ला, पर्यायाने मला, अनेक सज्जन माणसे भेटत गेली. 'आपलं घर'शी त्यांचे भावबंध दृढ होत गेले. ज्योतीने ज्योत लावून अवघा आसमंत उजळून जावा, तसाच सुहृदांच्या मौखिक प्रसाराने अनेक जीवलग भेटले.

त्यांनी ‘आपलं घर’चा परिघ विस्तारला. सद्‌भावनेने उजळून टाकला. सैनिकमित्र परिवाराने श्री. आनंद सराफ, श्री. शिरीष मोहिते, ‘आपलं घर’चा छोटा–मोठा कोणताही कार्यक्रम असला तरी आपल्या मधुर वाणीने निवेदन करणाऱ्या, नावाप्रमाणे विनयशील असणाऱ्या सौ. विनयाताई देसाई, ह्या मंडळींनी अनेक सत्प्रवृत्त मंडळी ‘आपलं घर’शी कायमची जोडून दिली. त्यापैकी सौ. सीमाताई प्रभुमिराशी आणि सौ. सविता फाळके ही नावे मला आग्रहाने सांगायला हवीतच. ह्या दोन्ही भगिनींचे एकच काम, संस्थेत जिथे कमी तिथे नक्कीच आम्ही. कुठे काय कमी पडतंय ते हेरणे, ते लगेच आप्तांत पेरणे, त्यातून जे उगवते ते संस्थेच्या हवाली करणे. तेदेखील अत्यंत निरपेक्षपणे! हे जणू ह्यांचे व्रतच आहे. मला कोणताही प्रश्न भेडसावू लागला आणि तो त्यांच्या नुसता कानावर जरी गेला तरी तो सुटल्यातच जमा असतो. तो प्रश्न मग वस्तूंचा, पैशांचा, मुलांसाठी रेनसूट्स, बैठका, पाट्या, गाद्या, उशा, बेडशीट्स इ. हे सर्व त्यांचे मित्रमंडळ तर पुरवतेच; पण त्यातला भार त्या स्वत:सुद्धा उचलतात.

अशी ताजी टवटवीत मनोवृत्तीची, पॉझिटिव्ह विचारांची माणसं आपल्या संपर्कात असली की मनाला मरगळ येतच नाही आणि चुकून आलीच तर चुटकीसरशी नाहीशी होते. मला एकटे वाटत नाही. संस्था चालवणे अवघड वाटत नाही. माणुसकीची ही विविध रूपे मला भारावून टाकतात. नतमस्तक करतात.

0 0 0

वैभव गेल्यावर आमच्या भावनिक गरजेतून ‘आपलं घर’ उभे राहिले. ‘मुलं ही देवाघरची फुलं.’ मी संस्थेत आलो की ती छोटी मुले लगेच माझ्याभोवती जमा होतात. माझ्याशी लगट करतात. मला माहिती आहे की ती प्रेमाची, मायेची भुकेलेली असतात. मी त्यापैकी कोणाला पटकन उचलून घेतो, कोणाला नुसते जवळ घेतो. त्यांचे लाड करतो. मी त्यांच्या वयाचा होऊन त्यांच्याशी बागडतो. त्यांच्यात मी रममाण होतो. समरस होतो. पण साधना त्यांच्यात एकरूप होऊ शकत नाही. मला तिचीही बदनामी करायची नाही किंवा तिच्याविषयी तक्रार करायची नाही. पण एका ‘बाईपेक्षा’ एका ‘आईच्या’ मनाचा विचार करताना मला हे जाणवते की, वैभव गेल्याचे तिचे दु:ख इतके खोलवर आहे की, असल्या वरवरच्या कुठल्याच मलमपट्टीने ते भरून निघणारे नाही. शिवाय कदाचित तिच्या मनात असेही येत असेल, वैभव लहान असताना हा माणूस सतत स्वत:च्या कामाच्या कोषात होता. वैभवला कधी जवळ घेतले नाही आणि ही मुले मोठ्या

मायेने जवळ घेतोय!

माझ्या असे लक्षात आलेय की, वैभव गेल्यापासून ती फार काळ कुठेच रमू शकत नाही. मध्यंतरी ती वृद्धाश्रमाचे काम बघायला रोज जात होती. पण त्याच त्या दिनक्रमाचा पण तिला कंटाळा येऊ लागला आणि तेही बंद केले. वारज्याच्या संस्थेत तेच होऊ लागले. तिथे येणारी व्यक्ती काही तरी समस्या घेऊनच येई. मग रोज रोज दुसऱ्याचे दुःख ऐकायचे, हे पण तिला फारच क्लेशकारक होऊ लागले. कारण आम्हीच इतके आमच्या दुःखाने पोळलो आहोत आणि काय दुसऱ्याच्या करुण कहाण्या ऐकायच्या? कदाचित हा पण भाव तिच्या मनात असेल. शिवाय सगळ्यात महत्त्वाचे मला वाटते ते असे की, स्वतःचं मूल असणे आणि संस्थेतले कोणी मूल आपले मानणे, ह्यातले जे अंतर आहे ना, ते पार करणे अजिबात सोपे नाही. आणि एक गोष्ट अशी की, ही संस्थेतली मुले आपण प्रेमानेच वागवतो, पण कधी ती सुट्टीसाठी चार-आठ दिवस त्यांच्या नातेवाइकांकडे गेली की त्यांच्यात ती रमून जातात. मग संस्थेत परत आल्यावर त्यांच्यात जो बदल होतो, तो लक्षणीय असतो. काय म्हणतात ना, रक्ताची ओढ किंवा पाटाचे पाणी पाटालाच जाणार, तसे काही तरी जाणवायला लागते. मग साधनाला त्यांच्यावर केलेल्या मायेतली विफलता जाणवते. मला वाटते, तिच्या मनात असे काही असेल की उद्या इथे राहून ही मोठी होतील, अपरिहार्यपणे दूर जातील, पण आमच्या म्हातारपणी आम्हाला, संस्थेला ह्यांचा काय उपयोग? किंवा नुसता उपयोगच नाही तर जीव लावून ही दुरावली तरी दुःख आहेच; मग कशाला प्रेम करा?

पण मला मात्र नेहमी असे वाटते की, वैभव गेला खरा, पण जाताना आपल्या बाबांसाठी केवढे व्यापक विश्व निर्माण करून गेला! समाजसेवेची किंवा समाजऋणातून मुक्त होण्याची केवढी दुर्मिळ संधी त्याने मिळवून दिली. मग असे असताना निरपेक्ष वृत्तीने काम करत राहिलो तर मिळणारा आनंद सच्चा असेल, शुद्ध असेल. शिवाय अपेक्षाच ठेवली नाही तर अपेक्षाभंगाचे दुःख वाट्याला येण्याचा प्रश्नच कुठे येतो?

'आपलं घर' संस्था सुरू झाल्यानंतर काही काळ घरी आल्यावर आमच्यात संवाद तरी होत. पण कामाचा व्याप आता इतका वाढलाय की, खरंच, घरी आलो तरी डोक्यात केवळ 'संस्थाच' असते. मुलांविषयीच्या भावी योजनांचे विचार असतात. संस्था आणि संसार ह्या दोन्ही आघाड्या सांभाळताना खरं तर ओढाताण होते. एक 'पुरुष' म्हणून मी माझ्या ह्या विश्वात रममाण होतो; पण साधना एक

बाई आहे म्हणण्यापेक्षा आई आहे. तिचे दु:ख इतके मनाच्या तळाशी गेलेले आहे की, त्यावर ती 'आई' म्हणून मात करू शकत नाही. कामानिमित्ताने मला दिवसेंदिवस बाहेर राहावे लागते. पण तेव्हा मनात सतत साधना असते. ती घरात एकटी आहे, तिला मायग्रेनचा त्रास आहे. तिचे डोके दुखते. तिला औषध कोण आणून देईल? मी घरी गेल्याशिवाय तिला कोणी चहापाणी पण विचारायला नाही. अशा विचारांनी मनाची तगमग होते. एखाद्या नोकरदार सांसारिक पुरुषासारख्या, एक पती म्हणून मी तिच्या अपेक्षा पूर्ण करू शकत नाही ह्याची मात्र मनात नेहमीच खंत असते. संस्था मोठी करायची, तिची प्रगती करायची—ह्या ध्येयापुढे मला सगळे सगळे गौण वाटते.

0 0 0

आजवरच्या साधनाच्या आणि माझ्या सहजीवनाचा विचार केला की, आचार्य विनोबाजींचा एक विचार मला साधनाच्या बाबतीत नेहमीच खरा वाटतो. तो म्हणजे, 'पतीने विचारपूर्वक अंगीकारलेल्या व्रतात जी निष्ठापूर्वक सहभागी होते, तिला पतिव्रता म्हणतात.' त्या अर्थी माझ्यासारख्या फकीराला प्रेमाने सांभाळणारी साधना पतिव्रताच आहे.'

आजसुद्धा समाजात वावरताना अनेकांशी संबंध येतो. कामानिमित्ताने काही स्त्रियांशी संबंध येतो. आता मात्र विचारांच्या परिपक्वतेमुळे आणि आजवरच्या विविधरंगी अनुभवातून तावून-सुलाखून निघाल्यामुळे असेल; पण कितीही प्रलोभने समोर आली तरी मनाचा ताबा सुटत नाही. सदसद्‌विवेकबुद्धी सदैव जागृत राहाते ती दगा देत नाही.

आता इथून पुढे मात्र समाजसेवा हेच माझे सर्वस्व आहे. 'की घेतले व्रत न हे आम्ही अंधतेने' ह्या सावरकरी निष्ठेने मला ते काम पुढे न्यायचे आहे. जितके म्हणून काम करता येईल तितके काम मला समाजासाठी करायचे आहे. मला जाणीव आहे की, हे करत असताना साधनावर अन्याय होईल कदाचित. पण तिने मला समजून घेण्याचा प्रयत्न करावा. 'उभ्या जगाचे अश्रु पुसाया जरी आपुले हात उणे' ह्या बा. भ. बोरकरांच्या ओळीचे मला भान आहे. तरीदेखील लौकिक अर्थाने सांसारिक गोष्टीचे आता मला आकर्षण उरलेले नाही. तरीदेखील आमचे एकमेकांवर जीवापाड प्रेम आहे. त्यात कुठेही उणेपणा नाही. आम्ही एकमेकांना जीवेभावे जपत असतो. पण माझा वेळ मी तिला देऊ शकत नाही. आताचे माझे विश्व वेगळे आहे. मी तिला हे नेहमी सांगतो की, ''तू जर मला समजून घेतलंस, तर आपण

अधिक काम करू शकू,'' पण त्याचबरोबर मला हेही सांगायला नक्कीच आवडेल की, जेव्हा मला वेळ मिळतो तेव्हा आम्ही दोघे पर्यटनाला परदेशातसुद्धा गेलो आहोत. भारतात तर जातोच जातो.

0 0 0

ज्या वेळी मी पुण्यगौरव पुरस्कार स्वीकारला, तेव्हा मी मनातून खूपच अस्वस्थ होतो. मनापासून वाटत होते की, लोकांनी आता पुरस्कार देणे बंद करावे. मी अत्यंत नम्रपणे सांगतो की, इतके कौतुक करण्याएवढा मी मोठा खचितच नाही. समाजाची निरपेक्ष सेवा करणारा म्हणून मी 'समाजसेवक' ह्या पदाचा मानकरी जरूर आहे. पण केवळ दहा वर्षे समाजाचे काम करणारा माणूस 'समाजसेवक' ह्या पदाचा मानकरी होतो का, हा माझा प्रश्न आहे. स्वतःच्या प्रापंचिक सुखावर पाणी सोडून ज्यांनी आपली अवघी आयुष्यं उधळून टाकली, ते खरे समाजसेवक. 'काटेकुटेच भरले तव ध्येयपंथी' असाच त्यांचा समाजसेवेचा मार्ग होता.

वैयक्तिक पदरमोड करून समाजासाठी काम करणारी जी माणसे आहेत, त्यांची नोंद समाजाने घ्यायला हवी. माझ्यापुरते बोलायचे तर अजून काही वर्षे मला पुरेपूर काम करू द्या. नाही तर पुरस्कारांचे आमिष मला आळशी बनवेल. अनेकदा अपयशापेक्षा यशच माणसांना मुर्दाड बनवते. मग मी तर एक अगदी सामान्य माणूस. म्हणून वैयक्तिक पातळीवर मी आता पुरस्कार स्वीकारायचे नाहीत, असे ठरवले आहे. समाजाने समजून घेऊन माझा निश्चय पूर्ण करण्यास साह्य करावे. समाजाने सत्कार केवळ व्यक्तीचा नाही, तर सत्कार्याचा करावा.

0 0 0

वास्तविक 'आत्मकथन' लिहिण्याएवढे माझे वय मोठे नाही. तरीपण गेल्या कित्येक वर्षांपासून मनातले सगळे सांगावे, ही ऊर्मी होती. आता कोणी जर मला विचारले की, ''फळणीकर, आत्मकथन करावे इतके तुमचे वय मोठे नाही, हे मान्य. पण तुमचे अनुभवविश्व इतके मोठे आहे, समृद्ध आहे की, वाचणारा स्तिमित होतो. पण मग आता सांगा, तुम्ही निराधार बालकांना हक्काचे घर दिलेत, वृद्धांना उबदार घरकुल दिलेत, अनेक गरजूंसाठी व्यवसाय प्रशिक्षण केंद्र सुरू केलंत, अनेक माणसं जोडलीत, अनेक पुरस्कार मिळवलेत, परदेशदौरे झाले, मुलाखती झाल्या, कौतुक झालं. आयुष्यातली अपूर्णता पूर्ण करण्यासाठी हा सारा प्रपंच केलात; मग ती पूर्ण भरून आली का? तुम्ही तृप्त झालात का?'' अर्थात ह्याचे माझे खरे आणि मनापासूनचे उत्तर 'नाही' हेच असेल. कारण असल्या लौकिक

प्रसिद्धीसाठी मी किंवा माझे विश्वस्त कामच करत नाहीत. 'वैभव' जाण्यामुळे निर्माण झालेली पोकळी भरून काढण्यासाठी मुलांच्यात राहणे ही आमची गरज होतीच. वैभवच्या आणि माझ्या आयुष्यातल्या त्या हरवल्या क्षणांच्या आठवणी आजही मला कासावीस करतात. मी तो सारा हरवलेला आनंद शोधत राहतो. तरी त्याचे माझे हरवले क्षण पुन्हा परतून येणार नाहीत, हे कसे विसरू मी? मग जळतच राहते मन आणि माफही करत नाही स्वत:ला. मी लहान असताना ज्या समाजाने माझ्या भुकेल्या पोटाला कधी चतकोर, कधी अर्धा तुकडा दिला... कधी हातावर चवली-पावली ठेवली; त्या समाजपुरुषाचे सतत स्मरण राहण्यासाठी परमेश्वराने अजूनही माझ्याकडून भरपूर काम करून घ्यावे. अगदी शेवटच्या श्वासापर्यंत. ह्या कामाच्या बाबतीत मात्र मी अतृप्तच राहीन आणि जर पुनर्जन्म असलाच आणि मी माणूस म्हणून जन्माला आलो तर मग मी परमेश्वराकडे एवढेच मागेन, 'ईश्वरा, एक तर समाजातल्या मुलांवर अनाथ होण्याची वेळ येऊ देऊ नकोस आणि कुठल्याच वृद्धांची उपेक्षा नको. तशी परिस्थिती असलीच तर 'आपलं घर'सारखे प्रकल्प उभारून राहून गेलेले काम करत राहण्याची संधी दे. त्या वेळी साधनाचीही साथ आणि ज्या वैभवच्या स्मृतीतून प्रांजळपणे हे काम करायची संधी मिळाली, तो वैभव मात्र पुन्हा आमच्या पोटी जन्माला येऊ दे आणि सर्वांत महत्त्वाचे म्हणजे तो कायम आमच्यासोबत राहून आम्हाला काम करता येऊ दे.'

0 0 0

'आपलं घर'मुळे माझा काहीसा सीमित परिवार आज असीम परिवार झालाय. आयुष्यभरातले छोटे-मोठे प्रसंग, घटना ह्यांच्या लडी हळुवारपणे उलगडत, सुखदु:खांची वीण गुंफत ह्या आठवणी पुढे सरकल्या. अडचणीच्या प्रत्येक क्षणी मदतीचे हात आयुष्यात आजवर अनेकदा पुढे आहेत. प्रत्येक आडवळणावर 'मार्गदर्शक' मिळत गेला. ह्या आठवणीच्या पायवाटेवरून आपल्याला सोबती म्हणून नेताना कित्येक बांध फुटले. अनेक वर्षे मनात टोचणारे काटे निघाले, सल संपले.

मनाच्या खोल तळाशी दबून राहिलेल्या, श्वास घुसमटून टाकणाऱ्या कित्येक गोष्टी, हातून घडलले प्रमाद, कधी न केलेल्या चुकांबद्दल तर कधी केलेल्या चुकांबद्दल सोसाव्या लागलेल्या शिक्षा, अपेक्षाभंगाचे चटके ह्याविषयी आपल्याशी मनमोकळेपणाने बोललो. आजवर अभिमानाने, आनंदाने मोहरून आलेले कित्येक क्षण आपल्याशी वाटून घेऊन त्याचा आनंद अनेकपटींनी उपभोगला.

आता आयुष्याच्या 'ह्या वळणावर' जरा विसावताना मला श्रेष्ठ प्रतिभावंत

कवी श्री. सुरेश भट यांच्या एका कवितेचा आधार घ्यायचा मोह होतोय. अगदी नेमक्या शब्दांत, काव्यमय भाषेत माझे जीवनचरित्रच उलगडून दाखवणारी ही कविता म्हणजे-

"दुभंगून जाता जाता मी अभंग झालो ।
चिरा चिरा जुळला माझा आत दंग झालो ।।"

खरंच, नुसते दुभंगून नाही, तर अगदी मुळापासून उन्मळून पडावे असे प्रसंग माझ्या जीवनात आले, ते अगदी नकळत्या वयापासूनच! परमेश्वरी कृपेने म्हणा किंवा या नरजन्माचे सार्थक व्हावे असे थोडे फार काम हातून व्हायचे आहे म्हणून म्हणा; मी प्रत्येक वेळी सावरला गेलो.

दाजी अवेळी वारले. विपन्नावस्था भोगली. नशीब अजमावयाला मुंबईला पळून गेलो. वैऱ्याच्या वाट्याला स्वप्नातदेखील येऊ नयेत, अशा प्रसंगांना तोंड दिले. तेव्हाही काही सहृदय माणसे भेटली. त्याच वेळी या विजय फळणीकरांच्या चिमुकल्या जीवनाला श्री. काळेगुरुजींच्या आश्वासक, प्रेमळ सहवासाचा परिसस्पर्श झाला. तो झालाच नसता तर... नुसत्या विचारांनीच अंगावर काटा येतो.

पुढे सारे सारे सोसून झाले, उपभोगून झाले. वैभवच्या रूपाने साक्षात 'सुखच' घरात अवतरले. पण त्या क्षणांना चिरंजीव होण्याचे वरदान अल्पकाळच लाभले. वैभवच्या अकाली, दुर्दैवी निधनाने सुखी संसाराचा पटच उधळून गेला. मी आणि साधना जगण्याच्या लढाईत पूर्णपणे पराभूत झालो.

'कालाय तस्मै नमः' म्हणत जगत होतो आणि आयुष्यात एकच क्षण असा आला की, आम्ही अनेक निराधार बालकांचे आई-वडील झालो. पुन्हा एकदा भटसाहेबांच्या ओळींतून व्यक्त करायचेच तर-

सल जुनेच सलता सलता । सुखावून गेलो ।
आणि, कशी कथा सरता सरता, पूर्वरंग झालो ।।

ही अनुभूती आली. असेच अनाथांचे, उपेक्षितांचे अंतरंग जाणून घेता-घेता

किरण एक धरूनी हाती
मी पुढे निघालो
अन् असाच वणवणताना
मी मला मिळालो ।
दुभंगून जाता जाता मी अभंग झालो ।।

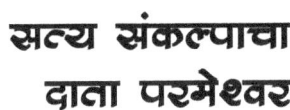

सत्य संकल्पाचा दाता परमेश्वर

दहाव्या आवृत्तीचा शेवट करताना ''किरण एक धरुनी हाती, मी पुढे निघालो...'' असे लिहून पुस्तक संपवले खरे. परंतु अकराव्या आवृत्तीच्या प्रकाशनापर्यंत बराच काळ मागे पडला. संस्थेच्या कार्याचा वटवृक्ष गरीब-गरजवंतांच्या गरजा लक्षात घेऊन दिवसेंदिवस मोठा होत गेला. साहजिक या अकराव्या आवृत्तीमध्ये संस्थेच्या नवीन प्रकल्पांची माहिती वाचकांना व्हावी म्हणून थोडे मन मोकळे करत आहे.

अनाथाश्रम, वृद्धनिवास, उद्योग प्रशिक्षण केंद्र गेली २० वर्षे छान सुरू आहेत. अनेक गरजूंना त्याचा उपयोगही होत आहे.

सन २०१२ साली डोणजे येथील संस्थेच्या जागेवर काही बांधकामे सुरू होती. त्यावेळी अनेक मजूर लोक त्यांच्या बायकामुलांसोबत कामाला यायचे. हे लोक मुळात बांधकाम मजूर नव्हतेच. सिंहगड ते वेल्ह्यापर्यंतच्या डोंगरदऱ्यात राहणारे शेतमजूर, आदिवासी व कातकरी लोक होते. पावसाळा सुरू झाला की यांना ४-५ महिने शेतीची कामे मिळायची व ती संपली की ७/८ महिने चरितार्थ चालवायला कधी बांधकामांवर तर कधी वीटभट्ट्यांवर मजुरी करणारे हे लोक होते.

ज्या डोंगरदऱ्यात हे लोक राहायचे तिथली यांची घरे म्हणजे पत्रे व बांबूंच्या झोपड्या. आसपास कुठेही दुकान नाही, शाळा नाही, दवाखाने नाहीत आणि काही गावांमध्ये तर वीजही पोहोचलेली नाही. अशा वस्तीत राहणारी ही

जमात जेव्हा आमच्या बांधकामावर यायला लागली, तेव्हा या लोकांच्या पायात चपला नाहीत, अंगावरचे कपडे जुनाट व फाटलेले, यांच्या मुलांची पोटं गरोदर बाईसारखी वाढलेली, हाताच्या काटक्या झालेल्या, हाता-पायांवर जखमा, पण त्यावर कुठेही पट्टी बांधलेली नाही, हे सगळे पाहून मला दु:ख व्हायचे. एकदा मी तिथल्या कामगारांना विचारले की 'मुलांना तुम्ही दवाखान्यात का नेत नाही?' त्यावर त्यांचे उत्तर ऐकून आपण खरेच प्रगतिशील भारतात राहतो का? असा माझा मलाच प्रश्न पडला.

या लोकांच्या वस्तीच्या जवळपास कुठेही खाजगी अथवा सरकारी दवाखाना नव्हता व दुसरे कारण दिवसभर मोलमजुरी करून सायंकाळी हातावर जी मजुरी पडेल त्यानंतर घरी जाताना मीठ, पीठ नेऊन यांच्या चुली पेटणार. डॉक्टरांना द्यायला पैसे शिल्लक राहतातच कुठे? ही गंभीर समस्या ऐकल्यावर माझ्या डोक्यात विचारांचे चक्र सुरू झाले. काय करता येईल मा लोकांच्या आरोग्यासाठी? वाटले आपल्याच संस्थेत एखाद्या १० बाय १० च्या खोलीमध्ये छोटासा दवाखाना उघडावा. आपले काही डॉक्टर मित्र आहेत, त्यांना आठवड्यातून एकदा या लोकांची तपासणी करायला येण्यासाठी विनंती करावी. गरजेपुरती आवश्यक औषधे द्यावी, हा विचार महिनाभर डोक्यात थैमान घालत होता. परंतु काहीच जुळून येण्याची चिन्हे दिसत नव्हती.

दरवर्षी संस्थेतील मुलांना आम्ही पुण्याच्या जवळपास सहलीला नेत असतो. अशाच एका सहलीसाठी माझे मित्र व संस्थेचे आश्रयदाते श्री. सुनील कराड सरांनी सर्व मुलांना लोणी काळभोर येथील त्यांच्या शैक्षणिक संकुलात निमंत्रित केले. मुले सहलीचा आनंद घेत होती व मी सुनील सरांशी गप्पा मारत होतो. गप्पांच्या ओघात सुनील सर म्हणाले, 'फळणीकर, तुमच्यासारखेच सामाजिक काम माझ्या दिवंगत आईच्या नावाने मला सुरू करायचे आहे. त्यासाठी काय करूया?' प्रश्न पुढ्यात होता व उत्तर माझ्या डोक्यात. गेला महिनाभर माझ्या डोक्यात थैमान घालत असलेला बांधकाम मजुरांच्या आरोग्याचा प्रश्न व त्यांच्या समस्या मी सुनील कराड सरांपुढे मांडल्या आणि एखादे छोटेसे क्लिनिक सुरू करण्याचा मानस बोलून दाखवला.

सुनील सर म्हणाले, 'छोटेसे कशाला? चांगले मोठे व सुसज्ज हॉस्पिटलच बांधू या ना.'

म्हणतात ना 'सत्य संकल्पाचा दाता परमेश्वर.' माझा हा छोटा संकल्प त्या

भेटीनंतर आज मल्टीस्पेशालिटी हॉस्पिटल स्वरूपात भव्य व दिव्य स्वरूपात दिमाखात उभा आहे आणि दररोज शे-सव्वाशे गरीब व गरजू रुग्णांना काही सेवा मोफत व काही सेवा 'ना नफा ना तोटा' या तत्त्वावर अविरतपणे पुरवीत आहे. सोनोग्राफी, डिजिटल एक्स-रे, पॅथॉलॉजी लॅब, फिजिओथेरपी विभाग, डोळे व दातांचा विभाग, कॅन्सर विभाग, ३ सुसज्ज ऑपरेशन थिएटरसह गेली १२ वर्षे अविरत सेवा देत आहे.

आता एवढे सगळे होऊनही माझी अवस्थता काही केल्या कमी होत नव्हतीच. याला कारणही तसेच होते. जे धडधाकट लोक होते, तेच हॉस्पिटलला येत होते. परंतु गावातली वृद्ध व जास्त आजारी असलेले, तसेच अपंग, मोतीबिंदू झाल्यामुळे डोळ्याने अस्पष्ट दिसणारे लोक, आमच्या हॉस्पिटलमध्ये येण्यास शारीरिक दुर्बलतेमुळे असमर्थ होते. जे लोक हॉस्पिटलमध्ये यायचे, 'ते माझ्या आईला ताप आहे.' 'माझी सासू कंबरदुखीमुळे बेजार आहे.' 'ती इथंपर्यंत येऊ शकत नाही म्हणून तिच्यासाठी काहीतरी औषध-गोळ्या द्या ना? अशी विनंती करायचे.' परंतु असे न तपासता औषध देणे हे डॉक्टरांना बरोबर वाटत नव्हतं. या सगळ्या गोष्टी ऐकून मी खूप बेचैन व्हायचो. दिवसेंदिवस बेचैनी वाढतच होती. अशातच एक दिवस मी वारजे येथील मुख्य कार्यालयात बसलो असताना सौ. उमाताई फाटक यांचा फोन आला 'फळणीकर काका, माझ्या वडिलांच्या स्मृतिप्रित्यर्थ मला 'आपलं घर' संस्थेसाठी काही रक्कम द्यायची आहे, त्यांच्या नावाने एखादा आरोग्यविषयक प्रकल्प सुरू करता येईल का? कारण बाबांना गरीब रुग्णांना मदत करायला आवडायचे.'

पहा, पुन्हा एकदा 'सत्य संकल्पाचा दाता परमेश्वर' या म्हणीचा प्रत्यय आला. मी माझ्या मनातली बेचैनी त्यांना सागितली व 'तुमचे बजेट मोठे आहे आणि त्यातून मला एक बस विकत घेऊन त्यामध्ये फिरता दवाखाना सुरू करायचा आहे.' असे म्हटले.

झाले, दुसऱ्या दिवशी उमाताईंनी १४ लाखांचा चेक माझ्या हातात ठेवला. दहा दिवसात आयशर कंपनीची नवीन बस खरेदी करून आतील बदल दवाखान्यासारखे करून घेतले. २०० औषधांचा स्टॉक, सलाईन लावण्याची, इसीजी काढण्याची, पेशंट तपासण्याची सोय करून घेतली. काही गावांमध्ये वीज नव्हती म्हणून ही बस पूर्णपणे सोलरवर करून घेतली. जेणेकरून आतील उपकरणे वीज नसलेल्या गावात वापरता येतील.

९ मार्च २०१५ रोजी तत्कालीन जिल्हाधिकारी श्री. चंद्रकांत दळवी सर, 'आपलं घर'चे विश्वस्त व सुप्रसिद्ध चित्रपट कलावंत श्री. दिलीप प्रभावळकर तसेच श्री. व सौ. फाटक यांच्या उपस्थितीत या फिरत्या दवाखान्याचे उद्घाटन झाले. आज अतिदुर्गम अशा १६ वाड्या, वस्त्यांमध्ये या फिरत्या दवाखान्याद्वारे, जे लोक हॉस्पिटलपर्यंत पोहोचू शकत नव्हती. त्यांना त्यांच्या वस्तीवरच मोफत व चांगली वैद्यकीय सेवा पुरविता येत असल्याचे समाधान आता उमाताईंचे वडील कै. मनोहर रामचंद्र फाटक यांना वैकुंठात व मला 'आपलं घर'मध्ये कायम मिळत राहणार यात शंका नाही.

गरजू लोकांसाठीचे प्रकल्प उभारतांना एक गोष्ट प्रकर्षाने मी अनुभवली ती म्हणजे जशी प्रकल्पांची गरज माझ्यापुढे उभी ठाकली, तसेच त्या-त्या प्रकल्पांसाठी दानशूर दातेही परमेश्वराच्या रूपात या प्रकल्पांसाठी उभे राहिले. कुठलेही सरकारी अनुदान न घेता करोडो रुपयांचे प्रकल्प उभे करताना सुनील कराड, जयंत येरवडेकर, आशुतोष जोशी, राकेश शर्मा, श्रीपाद चितळे, डिमॅकच्या प्रभाताई नातू, उज्ज्वला नारायण जोशी, रेणुका निनाद थत्ते, नेदरलँडचे श्री. निखाल कर्वे यांसारख्या दानशूर व्यक्ती, तसेच अनेक नामवंत कंपन्या यांनी सढळ हाताने माझ्या हातात विश्वासाने लाखो रुपयांच्या देणग्या ठेवल्या व त्याच विश्वासाच्या जोरावर गरीब व गरजू लोकांसाठी हे प्रकल्प उभे करता आले, यासाठी मी व माझा ट्रस्ट या सर्व ज्ञात-अज्ञात पाठीराख्यांच्या कायम ऋणात राहील. स्वत: वृद्धाश्रमात राहून आपल्या हयातीत पुण्यातील स्वत:चे घर विकून त्याची संपूर्ण रक्कम 'आपलं घर'च्या ब्रेस्ट कॅन्सर ऑपरेशन थिएटर व रिसर्च सेंटरला देणाऱ्या श्रीमती उज्ज्वला नारायण जोशी व त्यांच्यासारख्याच अनेक दात्यांनी मृत्युपत्रामध्ये त्यांच्या पश्चात् 'आपलं घर'ला देणगी देण्याचा संकल्प सोडला. त्या सर्वांना माझे दंडवत!

'सल जुनेच सलता सलता सुखावून गेलो.' या उक्तीप्रमाणे आज मी खऱ्या अर्थाने खुश आहे, पण समाधानी नाही, कारण जगातली दु:खं संपत नाहीत तोपर्यंत समाधान कसे मिळणार? म्हणूनच पुनर्जन्म ही संकल्पना असेल, तर "फिरुनी पुन्हा जन्मेन मी. कायम वेदनांवर फुंकर घालण्यासाठीच."

विजय गजानन फळणीकर
२२ जून २०२१

 श्रीमती कौसल्या कराड ग्रामीण रुग्णालय.

'आपलं घर' संचालित श्रीमती कौसल्या कराड रुग्णालयातर्फे दुर्गम भागातील गरजू गोरगरीब लोकांपर्यंत मोफत वैद्यकीय सेवा मिळावी याकरीता 'ग्रामीण मोफत फिरता दवाखाना'

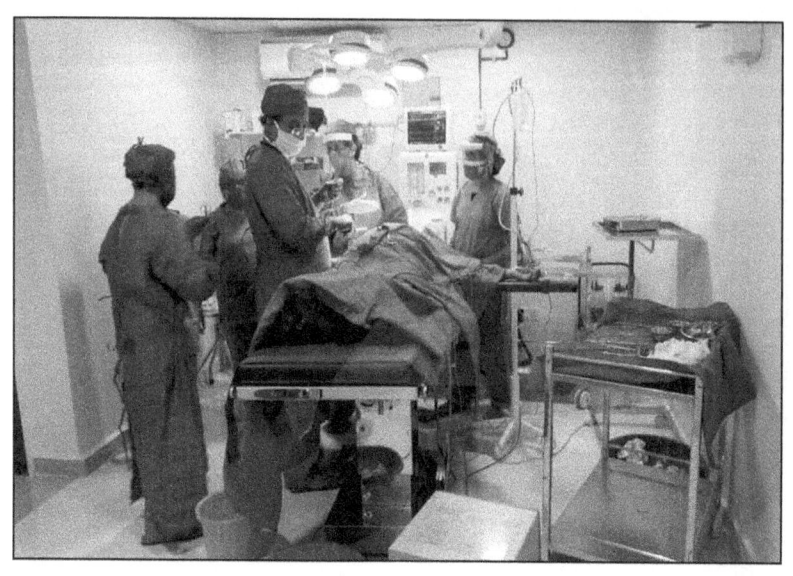

‘आपलं घर’ चे अद्यावत व अत्याधुनिक उपकरणांनी सुसज्ज असे श्रीमती कौसल्या कराड ग्रामीण रुग्णालय

‘आपलं घर’ चे अत्याधुनिक व सर्वसुविधायुक्त श्रीमती उज्वला नारायण जोशी ब्रेस्ट कॅन्सर ट्रिटमेंट व रिसर्च सेंटर

महाराष्ट्र राज्याचे राज्यपाल श्री.विद्यासागर राव यांच्या हस्ते गौरवपुरस्कार स्वीकारतांना विजय फळणीकर.

'आपलं घर' येथील आश्रमशाळेतील मुले

❁ 'आपलं घर' डोणजे येथील औद्योगिक प्रशिक्षण केंद्र

'आपलं घर' चे मुलामुलींचे अद्ययावत वसतीगृह.

डोणजे येथील 'आपलं घर' मधील आजी-आजोबा व मुले

पराजय नव्हे
विजय

www.ingramcontent.com/pod-product-compliance
Lightning Source LLC
Chambersburg PA
CBHW031954080426
42735CB00007B/394
* 9 7 8 8 1 7 2 9 4 8 5 5 9 *